AF762322

டிஜிட்டல் பணம்

சைபர் சிம்மன் (இரா. நரசிம்மன்)

சுயேட்சை பத்திரிகையாளர், தொழில்நுட்ப வலைப்பதிவாளர். இதழியல் துறையில் 20 ஆண்டுகளுக்குமேல் அனுபவம் உள்ளவர். இணையம், தொழில்நுட்பம், நிதி, வணிகம் உள்ளிட்ட துறைகள் சார்ந்து எழுதிவருகிறார். 'தமிழ் இந்து', 'தினமலர்' (நிதி), 'புதிய தலைமுறை', 'விகடன்.காம்' உள்ளிட்ட இதழ்களில் எழுதிவருகிறார். இணையம் சார்ந்த நவீன போக்குகள் மற்றும் புதிய தொழில்நுட்பங்களை எளிய மொழியில் அறிமுகம் செய்யும் இவரது தளத்தை (cybersimman.com) நெட்டிசன்களின் விக்கிபீடியா என 'தமிழ் இந்து' இணைய பதிப்பு பாராட்டியுள்ளது. முன்னதாக மாலைச்சுடர், இந்தியா டுடே தமிழ் உள்ளிட்ட இதழ்களில் பணியாற்றியுள்ளார்.

டிஜிட்டல் பணம்

சைபர் சிம்மன்

கிழக்கு

டிஜிட்டல் பணம்
Digital Panam

by *Cyber Simman* ©

First Edition: June 2017
168 Pages

ISBN: 978-81-8493-740-4
Kizhakku 997

Kizhakku Pathippagam
177/103, First Floor,
Ambal's Building, Lloyds Road,
Royapettah, Chennai - 600 014.
Ph: +91-44-4200-9603

Email : support@nhm.in
Website : www.nhm.in

kizhakkupathippagam
kizhakku_nhm

Author's Email: enarasimhan@gmail.com

Kizhakku Pathippagam is an imprint of New Horizon Media Private Limited

சமர்ப்பணம்

செல்போன்
என்பது வெறும் சாதனம் அல்ல;
மாற்றத்துக்கான கருவி என்பதை
உணர்த்தும் வகையில் செயல்பட்டுவரும்
மொபைல் பண முன்னோடிகளுக்கு!

உள்ளே

1

நுழைவாயில்

ரொாக்கத்தின் மீதான போர் தொடங்கியிருக்கிறது. இந்தப் போரின் இலக்கு, ரொக்கமில்லா சமூகத்தை நோக்கி முன்னேறிச் செல்வது. ரொக்கமில்லா சமூகத்தில் ரொக்கப்பணத்துக்கு அதிகமான தேவை இருக்காது. எல்லாப் பரிவர்த்தனைகளுமே டிஜிட்டல் முறையில் நிகழும் ரொக்கமில்லா பொருளாதாரத்தில் கருப்புப் பணம் கட்டுப்படுத்தப்படும். வரி ஏய்ப்பு இருக்காது. திருட்டுகள் குறையும். செயல் திறன் மேம்படும். இன்னும் பல நன்மைகளும் உண்டாகும். இப்படித்தான் சொல்லப்படுகிறது.

2016 நவம்பர் 8 ம் தேதி இந்தியப் பிரதமர் நரேந்திர மோடி அதிரடியாக 500, 1000 ரூபாய் நோட்டுகளை மதிப்பிழக்கச் செய்தார். அதைத் தொடர்ந்து பணத்தட்டுப்பாடு ஏற்பட்டு பொதுமக்கள் அவதிப்பட்ட போது, அரசு தரப்பில் இரண்டு விஷயங்கள் சொல்லப்பட்டன. கருப்புப் பணத்தை ஒழிக்கும் முயற்சிக்குச் சிறிது காலம் சிரமங்களைப் பொறுத்துக்கொண்டு ஒத்துழைப்பு தாருங்கள் என்பது முதல் கோரிக்கை. மற்றொன்று, ரொக்கப் பயன்பாட்டைக் குறைத்துக் கொண்டு டிஜிட்டல் பணப் பரிவர்த்தனைக்கு மாறுங்கள் என்பது. அதற்கு இணையப் பரிவர்த்தனை, மொபைல் வங்கிச்சேவை உள்ளிட்ட வசதிகளைப் பயன்படுத்திக்கொள்ளுங்கள் என்று கேட்டுக் கொண்ட மோடி, இளைஞர்கள் இதில் மற்றவர்களுக்கு வழிகாட்ட வேண்டும் என்றும் கோரினார். இதற்கு முன்பாகவே ரொக்கமில்லா பரிவர்த்தனையைப் பலவிதங்களில் அரசு வலியுறுத்தி வந்திருக்கிறது.

இப்போது பணத்தட்டுப்பாட்டுக்கு மத்தியில் இது இன்னும் தீவிரமாகி இருக்கிறது.

இதன்மூலம் உலகம் முழுவதும் நடந்து கொண்டிருக்கும் போரில் இந்தியாவும் தன்னை இணைத்துக்கொண்டிருக்கிறது. கொஞ்சம் தாமதமாக என்றுகூடச் சொல்லலாம். ஏனெனில் ரொக்கமில்லா பரிவர்த்தனையே எதிர்காலம் என்ற கருத்தே நிதி உலகில் வலுப்பெற்று வருகிறது. பல நாடுகள் இந்தப் பாதையில் வெகுதூரம் முன்னேறிச் சென்றுவிட்டன. ஸ்வீடன், டென்மார்க், பெல்ஜியம் உள்ளிட்ட பல நாடுகளில் தினசரி வாழ்க்கையில் ரொக்கத்தின் பயன்பாடு பெருமளவு குறைந்துவிட்டது.

ஸ்வீடனில் அநேக பொது இடங்களில் ரொக்கத்துக்குத் தேவையே இல்லை; மக்கள் ஒன்று கார்டு பரிவர்த்தனையை நாடுகின்றனர். அல்லது மொபைல் மூலம் பணம் செலுத்துகின்றனர். இது ரொக்கம் இல்லாப் பகுதி எனும் வாசகத்தை ஸ்வீடனில் பல இடங்களில் பார்க்கலாம்.

பெல்ஜியத்தில் 93% ரொக்கமில்லா செயல்பாடுகள்தான். டென்மார்க்கிலும் ஏறக்குறைய இதே நிலைதான். உலகின் முதல் ரொக்கமில்லா தேசம் எனும் அடைமொழியைப் பெற இந்த நாடுகள் போட்டிப் போடுகின்றன. பிரான்ஸ் உள்ளிட்ட நாடுகளில் ரொக்கப் பயன்பாட்டுக்குக் கட்டுப்பாடு இருக்கிறது. சிங்கப்பூர் உள்ளிட்ட ஆசிய நாடுகளையும் இந்தப் பட்டியலில் சேர்த்துக்கொள்ளலாம்.

இவை எல்லாம் ரொக்கமில்லா சமூகம் சாத்தியம் என்பதற்கான வெற்றிகரமான உதாரணங்கள். கார்டு பரிவர்த்தனை, மொபைல் மூலம் பணம் செலுத்தும் செயலிகள் உள்ளிட்ட நவீன வசதிகள் ரொக்க வடிவிலான பணத்தைத் தொடாமலே பரிவர்த்தனை செய்வதைச் சாத்தியமாக்கி இருப்பதை இந்த நாடுகள் முழுவீச்சில் பயன்படுத்திக் கொண்டிருக்கின்றன. பொதுவாக நிதி விஷயங்களில் முன்னேறிய நாடாகக் கருதப்படும் அமெரிக்காவேகூட, இந்நாடுகளின் ரொக்கமில்லா போக்கை வியப்போடு பார்க்கும் நிலை.

இந்நாடுகளில் பொதுப் பேருந்து சேவைகளில் ரொக்கம் ஏற்கப்படுவதில்லை. கடைகளிலும்கூட கார்டு மூலம் பணம் செலுத்துவதே இயல்பாக இருக்கிறது. ரொக்கத்தைக் கையில் வைத்திருப்பவர்கள் இங்கு ரொக்கம் ஏற்கப்படுமா என்று தயக்கத்துடன் கேட்கும் நிலையே இருக்கிறது. ஹாங் காங், லண்டன் போன்ற நகரங்களில் மெட்ரோ ரயில் சேவைகளுக்கு என தனி கார்டு புழக்கத்தில் இருக்கிறது. டாக்சி போன்றவற்றில் கேட்கவே வேண்டாம்- டிஜிட்டல் பணம்தான்!

அரசுகளும், வங்கி அமைப்புகளும் ரொக்கத்தைக் கைவிடுங்கள் என்று கூறிவரும் நிலையில், பொருளாதார வல்லுனர்களும் ரொக்கமில்லா

பரிவர்த்தனைக்கு மாறுவதன் அவசியத்தையும், அனுகூலங்களையும் பலவிதங்களில் வலியுறுத்தி வருகின்றனர். டிஜிட்டல் யுகத்தில் ரொக்கம் என்பது பழங்காலச் சங்கதி என்கின்றனர். எனவே ரொக்கத்தை விட்டு முன்னேறிச் செல்வதே சரியாக இருக்கும் என்கின்றனர்.

ஆக, ரொக்கத்தின்மீதான போர் தொடங்கிவிட்டது.

ரொக்கப்பணம் நீடிக்கவேண்டும் என்று சொல்லும் தரப்பினரும் இல்லாமல் இல்லை. ஆயிரம் நவீன பணப் பரிவர்த்தனை வசதிகள் வந்திருந்தாலும், பணம் கையில் இருக்கும்போதுதான் மதிப்பு. பணத்தை வங்கியிலோ, வேறிடத்திலோ ஒப்படைக்கும்போது அதன் மீதான உரிமை கோரிக்கையே இருக்கும் என்று கருதுபவர்களும் இருக்கவே செய்கின்றனர். டிஜிட்டல் வடிவிலான பணம் வசதியாக இருக்கலாமே தவிர, அதற்காகக் காகித வடிவில் பணத்தை ஒழித்துவிட நினைப்பது பணத்தின் அடிப்படையையே தகர்க்கும் என்றும் வாதாடுகின்றனர்.

டிஜிட்டல் பண உலகில் ஏழைகள் என்ன செய்வார்கள்? முதியோர்கள் நிலை என்ன? சிறு வணிகர்கள் என்ன ஆவார்கள்? போன்ற கேள்வி களும் எழுப்பப்படுகின்றன.

ரொக்கமில்லா நாடுகளுக்கு ஸ்வீடனும், டென்மார்க்கும் உதாரணமாக இருக்கின்றன என்றால், ரொக்கம் இன்னும் தேவை எனும் கருத்தை வலியுறுத்தும் நாடாக சுவிட்சர்லாந்து இருக்கிறது. மற்ற ஐரோப்பிய நாடுகளில் பெரிய மதிப்பிலான பணம் அச்சடிக்கப்படுவது நிறுத்தப் பட்டுவரும் நிலையில், சுவிட்சர்லாந்து நாட்டில் அதிகத் தொகையி லான காகிதப் பணம் அச்சிடப்படுகிறது. அந்நாட்டு மக்களும் ரொக்கப் பயன்பாட்டை விரும்புவதாகத் தெரிவித்துள்ளனர்.

இந்தப் பின்னணியில் நம்நாட்டிலும் ரொக்கமில்லா பொருளாதாரம் எனும் விவாதம் தீவிரமடைந்துள்ளது. அரசுத் தரப்பில் ரொக்கமில்லா பொருளாதாரம் தீவிரமாக முன்வைக்கப்படும் நிலையில், மொபைல் வாலெட்கள், இணையப் பரிவர்த்தனை உள்ளிட்ட சேவைகளின் விழிப்புணர்வு அதிகரித்திருக்கிறது. பேடிஎம் மூலம் பணம் செலுத்துவதும், கார்டு மூலம் கறிகாய் வாங்குவதும் அதிகரித்திருக் கிறது. வாலெட் நிறுவனங்கள் இதனால் உற்சாகம் கொண்டாலும், ரொக்கமில்லா பொருளாதாரம் நம் நாட்டுக்கு ஏற்றதாக இருக்குமா? என்ற கேள்வி எழுப்பப்படுகிறது. ஒரு பக்கம் பலர் மொபைல் வாலெட் பயன்பாட்டுக்கு மாறியுள்ளனர். சிறு வணிகர்களும், கடைக் காரர்களும் கார்டு பரிவர்த்தனையை ஏற்பதற்கு வசதியாக ஸ்வைப்பிங் இயந்திரங்களை வாங்கத் தொடங்கியுள்ளனர். இனி பெட்டிக்கடை களிலும் கிரெடிட் கார்டு ஏற்கப்படும் நிலைமை வரும் என்று ஒரு சாரார் வியக்கின்றனர்.

எல்லாம் சரி, பணக்காரர்களும், படித்தவர்களும் கார்டுகளை பயன் படுத்திக்கொள்வார்கள்; கிராம மக்கள் மற்றும் சாமானியர்கள் ரொக்கப் புழக்கம் இல்லாமல் என்ன செய்வார்கள்? இன்னும் வங்கிச்சேவையே எட்டிப்பார்க்காத கிராமங்கள் ஆயிரக்கணக்கில் இருக்கும் ஏழைகளின் தேசத்தில் டெபிட் கார்டும், மொபைல் வாலெட்களும் வந்து என்ன பலன்? மேட்டுக்குடியினருக்கும் மத்திய வர்க்கத்தினருக்கும்தாம் அவற்றால் பலன் ஏற்படுமே தவிர, அடித்தட்டு மக்களுக்கு எந்தப் பலனும் இல்லை அல்லவா? இப்படிக் கேட்பவர்களும் இருக்கின்றனர்.

ரொக்கத்துக்கு எதிரான போர் மட்டுமல்ல, ரொக்கமில்லா சமூகம் சாத்தியமா எனும் கேள்வியும் உலகம் தழுவியதாகவே இருக்கிறது. ஆனால் பணம் தொடர்பான கடந்தகால புரிதலை மட்டுமே அடிப்படை யாகக் கொண்டு இந்த விவாதத்தை அணுகுவது தவறாக இருக்கும். டிஜிட்டல் தொழில்நுட்பத்தால் ஏற்பட்டிருக்கும் மாற்றங்களையும், இனி ஏற்பட இருக்கும் மாற்றங்களையும் மனத்தில் கொள்வது முக்கியம். மின்னணுப் பணப் பரிமாற்றமும், கார்டு பரிவர்த்தனையும் கோலோச்சத் தொடங்கியபோதுகூட அவை நவீன வசதிகளாகப் பார்க்கப்பட்டனவே தவிர, ரொக்கமில்லா சமூகம் பற்றிப் பேச யாரும் துணியவில்லை. இவ்வளவு ஏன், இணையம் அறிமுகமாகி, மின் வணிகமும், இணையப் பணப் பரிவர்த்தனையும் பரவலானபோதுகூட ரொக்கமில்லா சமூகம் என்பது தொலைதூர கனவாகவே இருந்தது.

ஆனால் மொபைல் போன் தொழில்நுட்பம் எல்லாவற்றையும் மாற்றி இருக்கிறது. மொபைலில் இருந்து பணம் செலுத்தும் வசதி புதிய சாத்தியங்களைக் கொண்டு வந்திருக்கிறது. பணப் பரிவர்த்தனைக்கு தான் எத்தனை செயலிகள் இருக்கின்றன. இனி பர்சே வேண்டாம், மொபைலே போதும் எனும் நிலை சாத்தியமாகியுள்ளது. மொபைல் போன் மூலமான எளிதான பணப் பரிவர்த்தனை பற்றிப் பேசும்போது, இதெல்லாம் ஸ்மார்ட்போன் வைத்திருப்பவர்களுக்குதான் சாத்தியம், ஸ்மார்ட்போன் வாங்க முடியாதவர்களின் நிலை என்ன எனும் கேள்வியும் எழலாம். ஏழை மக்கள் இணைய வசதிக்கு எங்கே போவார்கள் என்றும் கேட்கலாம். இந்த இடத்தில் முக்கியமாகக் கவனிக்கவேண்டிய விஷயம், மொபைல் பணப் பரிவர்த்தனை என்றால் செயலிகளும் வாலெட்களும் மட்டும் அல்ல. சாதாரண செல்போன்களிலும் சாத்தியமாகக்கூடிய பணப் பரிவர்த்தனை வசதியையும்தான். இந்த வகை பணப் பரிவர்த்தனை மொபைல் பணம் என்று அழைக்கப்படுகிறது.

இந்த மொபைல் பணம் ஆப்பிரிக்க நாடுகளில் பெரும் மாற்றத்தை ஏற்படுத்தியுள்ளது. குறிப்பாகப் பணத்தின் அருமையை உலகுக்கு உணர்த்திய வெற்றிக்கதையாக கென்யா மொபைல் கருதப்படுகிறது. வங்கிச்சேவை பரவலாகாத அந்நாட்டில், செல்போன் மூலம்

வங்கியில்லா வங்கிச்சேவை சாத்தியமானதாகப் பாராட்டப்படுகிறது. மற்ற மூன்றாம் உலக நாடுகளில் பணப் பரிவர்த்தனை வசதி மற்றும் வங்கிச்சேவையைக் கொண்டு செல்வதற்கான முன்மாதிரியாக கென்யா கருதப்படுகிறது. கென்யாவைத் தொடர்ந்து தான்சானியா, உகாண்டா, ஆப்கானிஸ்தான். பிலிப்பைன்ஸ் ஆகிய நாடுகளிலும் மொபைல் பணம் நல்ல மாற்றத்தைக் கொண்டு வந்துள்ளது. இவ்வளவு ஏன், போரால் பாதிக்கப்பட்ட சோமாலியாவில் இருந்து பிரிந்துசென்ற சோமாலி லாந்து நாட்டில் மொபைல் பணம் பரவலாகப் பயன்படுத்தப்பட்டு அந்நாட்டையும் ரொக்கமில்லா நாடுகள் பட்டியலில் இணைத்திருக் கிறது என்றால் பார்த்துக்கொள்ளுங்கள்.

தொழில்நுட்பம் சார்ந்து யோசிக்கும் பல வல்லுனர்கள் மொபைலை மாற்றத்திற்கான சாதனமாகப் பார்க்கின்றனர். அதை மையமாகக் கொண்டு மக்கள் நலத் திட்டங்களைச் செயல்படுத்தியும் வருகின்றனர். இதன் ஒரு பகுதியாகவே மொபைல் பணம் அமைகிறது.

ஆக, உண்மையில் இந்தியாவில் மாற்றத்தை விரும்பினால், அடித்தட்டு மக்களும் மையப் பொருளாதாரத்தின் பலனைப் பெறும் நிலை வரவேண்டும் என்றால் மொபைல் தொழில்நுட்பத்தை அவர்களிடம் கொண்டுசெல்வது இன்றியமையாதது. அவர்களுக்கும் மொபைல் பணம் தேவை. தவிர தொழில்நுட்பத்தை ஏற்றுக் கொள்வதில் படிக்காத மக்களுக்கு உள்ள திறனைக் குறைத்து மதிப்பிடும் தவறையும் செய்யாமல் இருக்கவேண்டும்.

ரொக்கம் உண்மையில் ஏழைகளின் பகைவன் என்றும், ரொக்கத்தில் இருந்து டிஜிட்டல் பணத்துக்கு மாறுவதே ஏழைகளின் நிலை மேம்பட உதவும் என்றும் சொல்லும் வல்லுனர்கள் இருப்பதையும் இங்கே கவனத்தில் கொள்ளவேண்டும். எல்லோரையும் உள்ளடக்கிய நிதிச்சமூகத்தை உருவாக்க சாதாரண மொபைல் போன் மூலம் விளிம்பு நிலை மக்களிடம் வங்கிச்சேவையைக் கொண்டு செல்ல முடியும் என்று தீர்மானமாக நம்பி செயல்படும் வல்லுனர்களும் அநேகம் பேர் இருக்கின்றனர். வங்கிச்சேவை மட்டுமல்ல சுகாதார உதவி, வேளாண் தகவல்கள், நிவாரண நிதி உதவி என பலவற்றை ஏழைகளுக்கு மொபைல் மூலம் நேரில் கொண்டு செல்லமுடியும். சூறாவளியால் பாதிக்கப்பட்ட நாடுகளிலும், பூகம்பத்தால் பாதிக்கப்பட்ட ஹைத்தியிலும் இது நிருபணமாகி இருக்கிறது.

டிஜிட்டல் பரிவர்த்தனை என்பது எல்லோரையும் வங்கி வலைப் பின்னலுக்குள் விழ வைக்கும் வலை என்றும் சிலர் கருதலாம். ஆனால், டிஜிட்டல் தொழில்நுட்பம் வங்கிகளுக்கே சவாலாக இருக்கப் போகிறது என வாதிடும் வல்லுனர்களும் இருக்கின்றனர். கடந்தகால கட்டமைப்பில் தூங்கிக் கொண்டிருக்கும் வங்கிகள், டிஜிட்டல்

யுகத்துக்கு ஏற்ப தங்களை மாற்றிக்கொள்ளாவிட்டால் தாக்குப் பிடிப்பது கடினம் என்று கிறிஸ் ஸ்கின்னர் போன்ற வங்கித்துறை வல்லுனர்கள் எச்சரிக்கின்றனர். டிஜிட்டல் தொழில்நுட்பம் வங்கி களுக்கே சவால் விட்டுக்கொண்டிருப்பதாக அவர் கூறுகிறார். அது மட்டுமல்ல, பிட்காயின் என சொல்லப்படும் இணைய நாணயம் பாரம்பரியப் பணக் கொள்கையையே அசைத்துப் பார்க்கக் கூடியதாக வர்ணிக்கப்படுகிறது. எதிர்காலம் காகிதப் பணத்தை மட்டுமல்ல பண வடிவையே கேள்விக்குள்ளாக்கலாம் என்ற கருத்தும் இருக்கிறது. இதனிடையே தனி மனிதர்கள் சிலர் ரொக்கமில்லா வாழ்க்கை எந்த அளவு சாத்தியம் என்பதை நடைமுறையில் சோதித்துப்பார்க்கும் முயற்சியிலும் ஈடுபட்டு, தங்கள் படிப்பினைகளைப் பதிவுசெய்து வருகின்றனர்.

ஆக நம்மைச்சுற்றி தொழில்நுட்பம் மிகப்பெரிய அளவில் மாற்றத்தை ஏற்படுத்திக்கொண்டிருக்கிறது. நிதித்துறையில் இது ஏற்படுத்தி வரும் மாற்றத்தின் முக்கிய அம்சமே ரொக்கமில்லா பொருளாதாரம். தொழில்நுட்பப் பாய்ச்சல் நிகழ்ந்துவரும் வேகத்தில் ரொக்கமில்லா சமூகம் சாத்தியமா என்ற கேள்விக்கான பதில், ரொக்கமில்லா சமூகம் தவிர்க்க இயலாதது என்பதுதான். குறைந்தபட்சம் ரொக்கத்தின் தேவை கணிசமாகக் குறைந்துவிடும் என்று எதிர்பார்க்கமுடியும்.

மொபைல் போன் மூலம் பணப் பரிவர்த்தனை செய்யமுடியும் என்பதைச் சில ஆண்டுகளுக்கு முன் நினைத்துப்பார்த்திருப்போமா? இப்போது அது யதார்த்தமாகி இருப்பது மட்டும் அல்ல, இனி வரும் காலத்தில் சிப்பை கைகளில் பொருத்திக்கொண்டு, கையசைப்பில் பணம் செலுத்தலாம் என்கின்றனர். இப்போதோ பலர் இதைப் பரிசோதிக்க ஆரம்பித்துவிட்டனர். பணப் பரிவர்த்தனையில் இப்படி மேலும் பல புதுமைகள் காத்திருக்கின்றன.

டிஜிட்டல் பணப் பரிவர்த்தனையை முன்னெடுப்பதில் வங்கிகளை விடவும் தொழில்நுட்ப வேட்கையும், தொலைநோக்கும் கொண்ட தனிமனிதர்களே முன்னணியில் இருக்கின்றனர். இவர்கள் பெரும் பாலும் இளைஞர்களாகவும் இருக்கின்றனர். இத்தகைய முன்னோடி கள் உருவாக்கிய சேவையே பணப் பரிவர்த்தனைமூலம் இணையக் கடன் வழங்குவது வரை மாற்றத்தை ஏற்படுத்தியுள்ளது.

மேலும் டிஜிட்டல் பணப் பரிவர்த்தனையை நிதி சார்ந்ததாக மட்டும் பார்க்கமுடியாது. டிஜிட்டல் மயமாக்கல், தானியங்கி கார்கள், இயந்திர மனிதர்கள், செயற்கை நுண்ணறிவு ஆகிய மாற்றங்களும் விரை வாகவோ தாமதமாகவோ நிகழக் காத்திருக்கும் உலகில் பணம் டிஜிட்டல்மயமாவதைத் தவிர்க்க முடியாது. அதை ஏற்க மறுப்பவர்கள் பின்தங்க நேரலாம்.

2

ரொக்கமில்லா சமூகம் : ஓர் அறிமுகம்

ரொக்கப் பரிவர்த்தனை முற்றிலுமாக இல்லாத அல்லது ரொக்கத்தின் பயன்பாடு பெருமளவு குறைந்திருக்கும் நிலை ரொக்கமில்லா சமூகம் என குறிப்பிடப்படுகிறது. இத்தகைய ரொக்கமில்லா சமூகமே எதிர்காலத்தில் உருவாகும் என்று சொல்லப்படுகிறது. ரொக்கமில்லா சமூகத்தில் பொருளாதாரமும் ரொக்கமில்லாமலே நடைபெறும் என்றும் கருதப்படுகிறது. வங்கித்துறையிலும் பொருளாதாரத் துறையிலும் பலரும் இத்தகைய சமூகத்தை எதிர்பார்க்கின்றனர். குறிப்பாக, தொழில்நுட்பத்துறையைச் சேர்ந்தவர்கள் மத்தியில் இந்த எதிர்பார்ப்பும் அதற்கான நம்பிக்கையும் அதிகமாக உள்ளது.

கிரெடிட் கார்டு- டெபிட் கார்டு, மொபைல் பரிவர்த்தனை, இணையம் மூலம் பணம் அனுப்பும் வசதி உள்ளிட்டவை மாற்றத்தை ஏற்படுத்தி வருவதைப் பெரும்பாலானோர் அறிந்திருந்தாலும், ரொக்கம் இல்லாமல் போகும் நிலை வரும் என்று சொல்லப்படுவதைப் பலரால் ஏற்றுக்கொள்ளமுடியவில்லை. பாரம்பரிய வடிவில் பணத்தை ரூபாய் நோட்டுகளாகவும், நாணயங்களாகவும் கையாண்டு பழகியவர்களுக்கு ரொக்கமில்லா சமூகம் எனும் கருத்தே கலாசார அதிர்ச்சி போல அமைகிறது.

ஆண்டாண்டாகப் பழகிய பரிவர்த்தனை முறையை அடியோடு மாற்றவேண்டும் எனச் சொல்லும்போது கேள்விகளும்,

சந்தேகங்களும் எழுவது இயற்கையே! ஆனால் இந்த விஷயத்தில் அடிப்படையாக ஒரு விஷயத்தைப் புரிந்துகொள்ளவேண்டும். இந்த விவாதம் பணத்துக்கு எதிரானது அல்ல; ரொக்கப்பணத்துக்கு எதிரானது.

பணம் என்பது பரிவர்த்தனைக்கான சாதனம். ஒன்றை வாங்கி விற்க மக்களால் பயன்படுத்தப்படும் சாதனம். ஆங்கிலத்தில் இதை மணி என்று சொல்கின்றனர். அதைச் சேமிக்கப்பட்ட மதிப்பு என்கிறது பொருளாதாரம். பண்ட மாற்று முறையை எளிதாக்குவதற்காகப் பணம் அறிமுகமானது. பணம் என்பது மதிப்பைச் சேமித்து வைத்துக் கொள்வதற்கானது எனப் புரிந்துகொள்ளலாம். அது ஓர் அளவை குறிக்க வேண்டும். வரலாற்றில் பணம் பலவித வடிவங்களில் பயன் படுத்தப்பட்டிருக்கிறது. காகிதப் பணம் என்பது அதில் ஒன்று. இப்போது நாம் நன்கறிந்த இந்த வடிவத்தைத்தான் ரொக்கம் என்கிறோம்.

ரொக்கம் என்பது பணத்தின் பௌதீக வடிவம். ரூபாய் நோட்டு களாகவும், நாணயங்களாகவும் பணத்தை அச்சிட்டுப் பயன்படுத்தி வருகிறோம். இப்படிக் காகித அல்லது நாணய வடிவில் பணத்தின் பயன்பாட்டை இல்லாமல் செய்யவேண்டும் அல்லது குறைத்துக் கொள்ளவேண்டும் எனும் கருத்தே ரொக்கமில்லா இயக்கமாக உருப் பெற்று இருக்கிறது. ரொக்கமில்லா பரிவர்த்தனை ஊக்குவிக்கப் படுகிறதே தவிர பணத்துக்கு எதிராக அது அமையவில்லை. எனவே தான் யாரும் பணமில்லா பொருளாதாரம் எனச் சொல்வதில்லை.

பணம் இன்றும் பொருளாதாரத்தின் மையமாக இருக்கிறது. இனி வருங்காலத்திலும் அது தொடரும். பணத்தையே கேள்விக்குள்ளாக்கும் கோட்பாடுகள் இருக்கின்றன என்றாலும் இந்த விவாதத்துக்கும் பணத்துக்கும் எதிரான கருத்துக்களுக்கும் அதிகம் தொடர்பில்லை. இங்கு பணத்தின் மீதான பாரம்பரிய மதிப்பில் எந்தக் கேள்வியும் இல்லை. அதன் காகித வடிவமான ரொக்கம் மீதே போர் தொடுக்கப் படுகிறது. இந்தப் போரில் வங்கியாளர்களும் அரசு அமைப்புகளும் முன்நின்றாலும், பொருளாதார வல்லுனர்களும், தொழில்நுட்ப வல்லுனர்களும் இதில் முக்கிய அங்கம் வகிக்கின்றனர். அதைவிட முக்கியமான விஷயம் இது ரொக்கத்துக்கு எதிரான போர், மக்களுக்கு எதிரானது அல்ல.

காகித வடிவிலான பணத்தைக் கைவிடவேண்டும் என்று வங்கி அமைப்புகள் சொல்வதற்கான முக்கிய காரணம், ரூபாய் நோட்டுகளை அச்சிட்டு, பராமரிப்பதற்கான செலவு அதிகம் என்பதாகும். மேலும் ரூபாய் நோட்டுகளை ஓரிடத்தில் இருந்து இன்னொரு இடத்துக்குக்

கொண்டு செல்வதும், அவற்றைப் பாதுகாப்பதும் செலவு மிக்கதாக இருக்கிறது. அந்தக் காலத்தில் வேறுவழியில்லை. ஆனால் இப்போது டிஜிட்டல் பரிவர்த்தனை சாத்தியமாகியுள்ள நிலையில், காகித வடிவில் பணப் பயன்பாட்டைக் குறைத்துக்கொள்வது நல்லது என வங்கிகள் கருதுகின்றன. எனவேதான் ரொக்கப் பயன்பாட்டைக் குறைப்பதற்கான வழிகளை அவை நாடுகின்றன. குறைந்தபட்சம் பெரிய தொகை நோட்டுகள் தேவையில்லை எனக் கருதுகின்றன. தினசரி பயன்பாட்டுக்குச் சிறிய தொகை நோட்டுகளும், நாணயங்களும் பயன்படட்டும் ஆனால், பெரிய பரிவர்த்தனைகள் ரொக்கமில்லா முறையில் மேற்கொள்ளப்படுவதே சிறந்தது என நினைக்கின்றன.

அரசாங்கங்களைப் பொருத்தவரை, ரொக்கம் அதாவது காகிதப் பணமே வரி ஏய்ப்பு, கருப்புப் பணப் பெருக்கம் மற்றும் குற்றங்கள் அதிகரிப்பதற்கான காரணமாகக் கருதப்படுகிறது. மாறாக ரொக்கப் புழக்கத்தைக் குறைத்து மற்ற வகை பணப் பரிவர்த்தனையை அதிக மாக்கும்போது எல்லாப் பணப் பரிவர்த்தனைகளும் கணக்கு புத்தகத்துக்குள் வந்துவிடும் என்று எதிர்பார்க்கப்படுகிறது. அதாவது எல்லாப் பரிவர்த்தனைகளையும் கண்காணிக்கமுடியும். (இந்தக் கண்காணிப்பே ரொக்கமில்லா வாதத்தின் மிகப்பெரிய குறையாக அமைவது வேறு விஷயம்). இது வரி ஏய்ப்பைக் குறைக்கும். கருப்புப் பணம் உருவாவதைக் கட்டுப்படுத்தும். நிழலுலகப் பொருளாதாரத்தின் இயக்கத்துக்கு வேட்டு வைக்கும் என்றும் கருதப்படுகிறது.

இந்தக் காரணங்களால்தான் ரொக்கப் பயன்பாட்டைக் குறைத்துக் கொள்ளுங்கள் எனும் கருத்து முன்வைக்கப்படுகிறது. பணத்தைக் கையில் வைத்துக்கொள்ளாதீர்கள், வங்கியில் போட்டு வையுங்கள். டிஜிட்டல் வடிவில் பரிவர்த்தனை செய்யுங்கள். உங்களுக்கும் வசதி, எங்களுக்கும் சிக்கல் இல்லை என்று அரசு அமைப்புகள் சார்பில் சொல்லப்படுகிறது.

ஏற்கெனவே வங்கி செயல்பாடுகள் மற்றும் பொருளாதாரத்தில் ரொக்கமில்லா பரிவர்த்தனை பலவிதங்களில் அமலில் இருக்கிறது. இவற்றை மேலும் அதிகரிக்கவும், விரைவாக்கவும் இப்போது முயற்சி மேற்கொள்ளப்படுகிறது. இவற்றின் ஒட்டுமொத்த இலக்கோ ரொக்க மில்லா சமூகம்.

ஸ்வீடன், டென்மார்க் உள்ளிட்ட சில நாடுகள் இந்தப் பாதையில் விரைந்து முன்னேறி ரொக்கப் பயன்பாட்டைப் பெருமளவு குறைத்திருப்பதால் அவை மற்ற நாடுகளுக்கு முன்னுதாரணமாக அமைந்துவிட்டன. ரொக்கமில்லா பரிவர்த்தனைக்கான விவாதத்தை மேலும் தீவிரமாக்கியுள்ளன.

இந்நிலையில் மொபைல் வாலெட்கள் உள்ளிட்ட பணப் பரிவர்த்தனை வசதியை அளிக்கும் புதுயுக நிறுவனங்கள் டிஜிட்டல் பண வசதியை எளிதாக்கும் புதிய சேவைகளை அறிமுகம் செய்து வருவதும், இந்தச் சேவைகள் பரவலாகி வருவதும் ரொக்கமில்லா சமூகத்தின் வருங்கால சாத்தியத்தின் நடைமுறை அறிகுறிகளாக அமைந்துள்ளன. நிதி தொழில்நுட்பம் சார்ந்த இந்த வகை நிறுவனங்களின் செல்வாக்கும் முக்கியத்துவமும் அதிகரித்து வருகிறது.

ரொக்கமில்லா சமூகம் எனும் கருத்தாக்கம் செயல்வடிவம் பெறுவதற்கான அடிப்படையே தொழில்நுட்பம்தான். கம்ப்யூட்டர் உள்ளிட்ட தொழில்நுட்பத்தின் வளர்ச்சியே வங்கித்துறை செயல் பாட்டில் அடிப்படை மாற்றத்தைக் கொண்டு வந்து இன்று ரொக்கமில்லா சமூகம் பற்றி நம்பிக்கையோடு பேச வைத்திருக்கிறது. எனவே ரொக்கமில்லா சமூகத்தின் சாதக பாதகங்களைப் புரிந்து கொள்ள தொழில்நுட்பத்தின் வரலாற்றைப் புரிந்துகொள்ளவேண்டும். தொழில்நுட்ப நோக்கில் அணுகும்போதே ரொக்கமில்லா சமூகம் பற்றிய கருத்துகளைத் தெளிவாகப் புரிந்துகொள்வது சாத்தியம்!

3

கம்ப்யூட்டரும் காசோலை இல்லா சமூகமும்

ரொக்கமில்லா சமூகம் எந்த அளவு சாத்தியம் என்பதைப் புரிந்துகொள்ள, இப்போதுள்ள பணப் பரிவர்த்தனை தொழில்நுட்பங் களைத் தெரிந்துகொள்வது மட்டும் போதாது. எதிர்காலத்தில் சாத்தியமாகக்கூடிய அதி நவீன பணப்பரிவர்த்தனை முறைகளை அறிந்து கொள்வதும்கூடப் போதுமானதல்ல. கொஞ்சம் பின்னோக்கிச் சென்று ரொக்கமில்லா சமூகம் எனும் கருத்தாக்கம் எப்படி தோன்றியது எனப் பார்க்கவேண்டும். ரொக்கமில்லா சமூகம் என்பது ரொக்கப் பயன்பாட்டைக் குறைத்துக்கொள்ள வேண்டிய தேவையினால் உண்டானது தான் என்றாலும், இந்தக் கருத்து முதன் முதலில் முன்வைக்கப்பட்டது ரொக்கத்துக்கு எதிராக அல்ல; காசோலைகளுக்கு எதிராக என்பது சுவாரஸ்யமான விஷயம். காசோலைகளைக் கையாளும் சுமை வங்கிகளை அழுத்தியதன் காரணமாக அவை காசோலை இல்லாச் சமூகம் பற்றி யோசிக்கத் தொடங்கின. இந்தக் கருத்தே ரொக்கமில்லா சமூகமாக உருவானது. 1950களில் இது தொடர்பான கருத்தாக்கம் வெளியாகி, தொடர்ந்து பல்வேறு கட்டங்களில் விவாதிக்கப்பட்டு, இப்போது ஸ்மார்ட்போன் யுகத்தில் தீவிரமாகி இருக்கிறது.

ரொக்கமில்லா சமூகம் தொடர்பான வங்கிகள் மற்றும் நிதி அமைப்பு களின் முயற்சியில் எதிர்பாராத சிக்கல்களும், தடைகளும் ஏற்பட்டதை மீறி இந்தக் கருத்தாக்கம் தாக்கு பிடித்து நிற்பதோடு, பல படிகள் முன்னேறி வந்திருக்கின்றன. இந்தப் பாதையில் இன்னும் எண்ணற்ற சவால்கள் இருந்தாலும், ரொக்கமில்லா சமூகத்தின் சாத்தியம் குறித்து நவீன டிஜிட்டல் தொழில்நுட்பம் புதிய நம்பிக்கையை ஏற்படுத்தியுள்ளது.

உலகில் ஆதிக்கம் செலுத்தும் மற்ற கருத்தாக்கங்கள்போல ரொக்க மில்லா சமூகம் என்னும் கருத்தாக்கம் எந்த ஒரு தனிமனிதருக்கும் உரித்தானது அல்ல. அது ஒரு சமூகத் தொழில்நுட்பக் கூட்டுக்கனவு. புதிதாக உருவாகி வரும் நிரூபிக்கப்படாத தொழில்நுட்பத்தைத் தழுவிக்கொள்வதால் உருவாகக்கூடிய புதிய சமூக நிலையே இவ்வாறு குறிப்பிடப்படுகிறது. ரொக்கமில்லா சமூகமும் இப்படி உருவானது தான். இப்படியெல்லாம் கூட்டுக்கனவு காணவைத்த தொழில்நுட்பம் இன்று நாம் சர்வசாதாரணமாகக் கருதும் கம்ப்யூட்டர்கள்தான்!

60 ஆண்டுகளுக்கு முன் கம்ப்யூட்டர் அறிமுகமானபோது அவை எப்படி எதிர்கொள்ளப்பட்டிருக்கும் என இப்போது நினைத்துப்பார்ப்பது சுவாரஸ்யமாக இருக்கும். முதலில் கம்ப்யூட்டர் பரவலாக அறியப் பட்டிருக்க வாய்ப்பில்லை. அதன் பிறகு மெல்ல நாளிதழ்களிலும், பத்திரிகைகளிலும் கம்ப்யூட்டர் தொடர்பான செய்திகள் வெளியாகத் தொடங்கியிருக்கும். பொதுமக்கள் அதை ஏதோ புதுமை இயந்திரம் என நினைத்து வியந்திருப்பார்களே தவிர அதன் முழுப் பரிமாணமும் புரிந்திருக்காது. பின்னர் மெல்ல கம்ப்யூட்டரின் பயன்பாடு தொடர் பான செய்திகள் வெளியாகத் தொடங்கிய போதுதான், இந்த இயந்திரம் நாம் வாழ்க்கையில் முக்கிய அங்கம் வகிக்கப்போகிறது என்று உணர்ந்திருப்பார்கள்.

கம்ப்யூட்டரில் நிறுவனங்களின் மாதச்சம்பளப் பட்டியலைத் தானியங்கி மயமாக்கலாம் தெரியுமா? ஆவணங்களை எல்லாம் பதிவேற்றிப் பாதுகாக்கலாம் தெரியுமா? என்பது போல எனும் விதமாக கம்ப்யூட்டர்களால் சாத்தியமாகக்கூடிய அற்புதங்கள் பற்றி ஒவ்வொன்றாக மக்கள் உணரத் தொடங்கியிருப்பார்கள்.

ஆனால் இதெல்லாம் நிகழ்வதற்கு முன் பலருக்கும் கம்ப்யூட்டர்களை வைத்துக்கொண்டு என்ன செய்வது என்று தெரிந்திருக்கவில்லை. குறிப்பாக வர்த்தகத்துறையினர் கம்ப்யூட்டரின் பயன்படக்கூடிய விதம் பற்றி அதிகம் அறிந்திருக்கவில்லை. மெயின்பிரேம் கம்ப்யூட்டர் எனும் ராட்சத வடிவம் மைக்ரோ கம்ப்யூட்டராகச் சுருங்க வேண்டியிருந்தது. கம்ப்பூட்டரை வேலை வாங்குவதற்கு உதவக்கூடிய மென்பொருள்கள்

உருவாக்கப்பட வேண்டியிருந்தன. மேலும் கம்ப்யூட்டர்களை பார்த்து வியந்தால் மட்டும் போதாது அவற்றை இப்படி எல்லாம் பயன்படுத்திக் கொள்ளலாம் எனத் தொலைநோக்குள்ள வல்லுனர்கள் ஆலோசனை சொல்ல வேண்டியிருந்தது. இந்த ஆலோசனை ஏற்று துணிச்சலுடன் செயல்படுத்தக்கூடிய வர்த்தக நிறுவனத் தலைவர்கள் தேவைப் பட்டனர்.

இப்படி கம்ப்யூட்டர் தினசரி வாழ்க்கையில் பயன்பாட்டுக்கு வர பல விஷயங்கள் தேவைப்பட்டன. இந்த வரிசையில் 1954 ல் முதல் முறையாக ஜெனரல் எலெக்ட்ரிக் நிறுவனத்தில் ஊழியர்களின் சம்பளப் பட்டியலை நிர்வகிக்க கம்ப்யூட்டர் பயன்படுத்தப்பட்டது. அதற்கு இரண்டு ஆண்டுகளுக்கு முன்பு ஜான் டீபோல்ட் என்பவர் கம்ப்யூட்டரின் எதிர்காலப் பயன்பாடு பற்றித் தனது ஆய்வுக்கட்டுரை ஒன்றில் வலியுறுத்தியிருந்தார். இதனால் வங்கியாளர்கள் கம்ப்யூட்டர் நமக்கேற்றதாக இருக்கும் என்று நம்ப ஆரம்பித்தனர். மற்ற எந்தத் துறையையும்விட வங்கிப்பணிகளுக்கு கம்ப்யூட்டர் போன்ற ஓர் இயந்திரத்தின் சேவை அதிகம் தேவைப்பட்டது. காரணம், காகிதங் களை ஆவணமாக்கவேண்டிய அவசியம் வங்கிகளுக்குதான் உடனடி யாக இருந்தது. இது பணப் பரிவர்த்தனைக்கான நேரத்தைக் குறைத்தது. அதோடு வாடிக்கையாளர்கள் எண்ணிக்கைக்கு ஏற்ப பரிவர்த்தனை களும் அதிகரித்து, காகிதப் பதிவேடுகளும் குவிந்தபோது கம்ப்யூட்டர் போன்ற ஒரு மீட்பன் வந்திருக்காவிட்டால் வங்கி குமாஸ்தாக்களும், மேலாளர்களும் என்ன செய்திருப்பார்கள் என்று நினைத்துப் பார்க்க முடியவில்லை.

கம்ப்யூட்டர் மூலம் பணப் பட்டுவாடா விவரங்களை டிஜிட்டல் மயமாக்க முடிந்தது. இந்தத் தகவல்களை உடனடியாக அணுக முடிந்தது. இந்த இரண்டும் வங்கிப் பணியாளர்களின் சுமையைக் குறைத்ததோடு, வங்கிகளின் செயல்திறனையும் அதிகரித்தது.

வங்கிகளின் பணி பணத்தைக் கையாள்வதுதான் என்றாலும், ரொக்கப் பணம் எப்போதுமே வங்கிகளுக்குப் பிரச்னையாக இருந்து வந்திருக் கிறது. சிறிய அளவிலான தொகை மற்றும் நாணயங்கள் பரிவர்த்தனை வங்கிகளுக்கு செலவு மிக்கதாக இருந்தது. பெரிய அளவிலான ரொக்கத்தொகையைப் பரிவர்த்தனை செய்ய காசோலை சிறந்த வழியாக அமைந்தாலும் அதிலும் பிரச்னைகள் இருக்கவே செய்தன. காசோலைகளைக் கவனமாகப் பரிசீலித்து அவற்றை விநியோகித்த வங்கி கிளைக்கு அனுப்பி வைக்க வேண்டியிருந்தது. இதைக் கையாள்வதற்கான செலவு மற்றும் போக்குவரத்து செலவு கணிசமாக இருந்தது. அமெரிக்காவில் காசோலைகளைக் கொண்டு செல்ல

விமான சேவையையும் பயன்படுத்த வேண்டியிருந்தது. கம்ப்யூட்டர்கள் வருகைக்குப்பிறகு காசோலைகளைப் பரிசீலிக்க நவீனமுறை பயன்படுத்தப்பட்டாலும் போக்குவரத்து செலவு கணிசமாகவே நீடித்தது.

இந்தப் பின்னணியில்தான் 1950களிலும், 60களிலும் ரொக்கமில்லா பரிவர்த்தனை மற்றும் காசோலை இல்லா சமூகம் பற்றிய கருத்தாக்கங்கள் முன்வைக்கப்பட்டன. நாளைய காசோலையில்லா, ரொக்கமில்லா சமூகம் என்பது போன்ற ஆய்வுக்கட்டுரைகள் வெளியாயின. இதே காலகட்டத்தில் கம்ப்யூட்டர்கள் சாத்தியமாக்கிய தானியங்கி தன்மையைச் சிறந்த முறையில் பயன்படுத்திக்கொள்ளும் வாய்ப்புகளை வலியுறுத்தும் ஆய்வுக்கட்டுரைகளும் வெளியாயின. குறிப்பாக எம்.ஐ.டி பல்கலைக்கழகப் பிரிவு வெளியிட்ட கட்டுரை, செலவுமிக்க சிக்கலான காகிதக் காசோலைகளை, திறன் வாய்ந்த மின்னணு வடிவத்தால் ஈடு செய்யமுடியும் எனத் தெரிவித்தது. ஆவணங்கள் அனைத்தும் கம்ப்யூட்டர் மயமாக்கப்பட்டால், கம்ப்யூட்டர்களை தொலைபேசி வசதி மூலம் இணைத்து பரிவர்த்தனைகளை மின்னணுமயமாக்க முடியும் என இந்த அறிக்கை விவரித்தது. இதுவே பின்னாளில் மின்னணுப் பரிவர்த்தனையாகச் செயல்வடிவம் பெற்று, வங்கித்துறையை மாற்றி அமைத்தது. ஆனால் இந்த எண்ணம், ஆய்வுலகின் பரப்பில் இருந்து நடைமுறை பயன்பாட்டுக்கு வர நாம் காத்திருக்கவேண்டியிருந்தது.

1965 ல் ஐபிஎம் நிறுவனம் சிஸ்டம் 360 வரிசை கம்ப்யூட்டர்களை அறிமுகம் செய்தது. அதே ஆண்டு நடைபெற்ற அமெரிக்க வங்கிகளின் தானியங்கி மாநாட்டில் ஐ.பி.எம் நிறுவனத் தலைவர் தாமஸ் வாட்சன் ஜூனியர் உரையாற்றினார். வாட்சன் உரையின் தொனி எப்படி இருந்தது எனத் தெரியவில்லை. ஆனால் அதன் உள்ளடக்கம் எழுச்சியூட்டுவதாக அமைந்ததை அறிய முடிகிறது. 'வங்கித் துறையில் நேற்றைய முன்னேற்றங்கள் எல்லாம், நாளைய அற்புதங்களுக்கான மெல்லிய கீற்றுகளே. நமது காலத்தில் மின்னணுப் பரிவர்த்தனை ரொக்கத்தின் தேவையை இல்லாமல் செய்வதை நாம் பார்ப்போம்' என்று வாட்சன் குறிப்பிட்டார்.

'பிரமாண்டமான கம்ப்யூட்டர் வங்கிகள், மாபெரும் நினைவாற்றலுடன் தனிப்பட்ட வாடிக்கையாளர்களின் கணக்கு விவரங்களைக் கொண்டிருக்கும். இந்தக் கணக்கில் இருந்து பணம் எடுக்க அல்லது சேர்க்க, கடை, வீடு அல்லது அலுவலகத்தில் உள்ள வாடிக்கையாளர் இரண்டு விஷயங்களைச் செய்தால் போதும். அங்குள்ள டெர்மினலில் தனது அடையாளத்தை நுழைத்து,

விவரங்களை உள்ளீடு செய்தால் அவர் குறிப்பிடும் தொகை அவர் கணக்கில் இருந்து மற்றொரு கணக்குக்கு மாறிவிடும். ஒரே நாளில் ஆயிரம் முறை, லட்சம் முறை, கோடி முறை இந்த வழக்கம் பின்பற்றப் படுவதை நினைத்துப்பாருங்கள். பேனா அல்லது காசோலை இல்லாமல் கோடிக்கணக்கில் டாலர் பரிவர்த்தனை நிகழும். இந்த டெர்மினல்கள் மற்றும் நினைவுத்திறனைத் தேசிய அளவில் நீட்டிக்க முடிந்தால் எப்படி இருக்கும் என நினைத்துப்பாருங்கள். நம்முடைய காலத்தில் தொழில்நுட்ப முன்னேற்றம் இந்தச் செயல்முறைக்கான விடியலைக் கொண்டு வந்திருக்கிறது' என்றும் அவர் குறிப்பிட்டுள்ளார்.

கம்ப்யூட்டர் சாத்தியமாக்கிய தானியங்கிமயமாக்கலால் வேலை இழப்பு உருவாகும் என நிலவிய அச்சத்துக்கு மத்தியில் வாட்சன் இவ்வாறு பேசியது குறிப்பிடத்தக்கது. எனினும் வாட்சன் கருத்துகள் பெரும்பாலும் கோட்பாடு அளவிலேயே இருந்தன. வங்கித்துறையில் கம்ப்யூட்டர் தொழில்நுட்பத்தின் நடைமுறை பயன்பாட்டுக்கான உத்வேகத்தைத் தொழில்நுட்ப தீர்க்கதரிசி எனப் போற்றப்படும் ஜான் டிபோல்டே ஏற்படுத்தினார். கம்ப்யூட்டரில் பணம் காய்க்கும் என்பது உள்ளிட்ட கட்டுரைகள்மூலம் அவர் கம்ப்யூட்டரின் சாத்தியங்களை விவரித்ததோடு, அதை நடைமுறைப்படுத்துவது தொடர்பான ஆலோசனைகளுக்கும் அவர் வழிகாட்டினார். கம்ப்யூட்டர்கள் தொலைபேசி மூலம் இணைக்கப்பட்ட வலைப்பின்னல்களையும் அவர் உருவாக்கிக் கொடுத்தார்.

இதனிடையே நிர்வாகவியல் துறையைச் சேர்ந்த ராபர்ட் ஹெட் என்பவரும் கம்ப்யூட்டர் பயன்பாட்டை வலியுறுத்தி எழுதியதோடு, காசோலை இல்லா சமூகம் வருகிறது என்றும் ஆருடம் கூறினார். அமெரிக்க மத்திய வங்கி கவர்னர்கள் குழு உறுப்பினரான ஜார்ஜ் மிட்சல், மின்னணுப் பணப் பரிவர்த்தனை காசோலைகளைக் கையாளும் செலவுகளைக் குறைத்து, உடனடி பணப் பரிவர்த்தனையை யும் உண்டாக்கும் என்று குறிப்பிட்டார். காசோலைகள் மறைந்து போகும், நோட்டு மற்றும் நாணயங்கள் பயன்பாடு வெகுவாகக் குறையும் என்றும் அவர் கணித்தார்.

இந்தக் கணிப்புகளின்படி, காசோலை மாயமாகவில்லை என்றாலும் கூட, கம்ப்யூட்டர் வலைப்பின்னல் மற்றும் தொலைபேசி இணைந்து சாத்தியமாக்கிய மின்னணுப் பணப் பரிவர்த்தனை எனும் நடைமுறை காலப்போக்கில் புழக்கத்துக்கு வந்து வங்கி பணிகளையும், பணப் பரிவர்த்தனையையும் எளிதாக்கியது.

இதனிடையே சேமிப்பு வங்கிகள் சில, ரொக்கமில்லா பரிவர்த்தனையைச் சோதனை முறையில் பொதுமக்கள் மத்தியில்

அறிமுகம் செய்ய முயற்சித்தன. கார்டு இயந்திரம் மூலம் பணம் செலுத்தக்கூடிய வசதியை அவை காட்சிப்படுத்தின. ஆனால் 1970களில் இதற்கான தொழில்நுட்பக் கட்டமைப்பு உருவாகியிருக்கவில்லை என்பதால், இந்த முயற்சிகள் பெரிய அளவில் வெற்றிபெறவில்லை.

ஆனாலும்கூட ரொக்கமில்லா பரிவர்த்தனை பற்றிய எண்ணத்தைப் பொதுமக்கள் மத்தியில் உண்டாக்கின. அதோடு கவலைகளையும் அச்சத்தையும் ஏற்படுத்தின. இது வங்கிச்சேவையின் தனிப்பட்ட தன்மையை இல்லாமல் செய்து, வாடிக்கையாளர்களை வெறும் எண்களாக மாற்றிவிடும் எனச் சிலர் அஞ்சினர். இன்னும் சிலர் கம்ப்யூட்டர்களின் நம்பகத்தன்மையைச் சந்தேகித்து இது சரிப்பட்டு வருமா எனக் கேள்விகள் எழுப்பினர். பணம் நடுவே மாயமாகிப் போகும் என்றும், எல்லாப் பரிவர்த்தனைகளும் கண்காணிக்கப்படும் நிலை வரும் என்றும் அஞ்சப்பட்டது. வங்கிக் கணக்கு இல்லாதவர்கள் தாங்களும் வங்கிக் கணக்கு தொடங்க நிர்பந்திக்கப்படுவோம் என அஞ்சினர்.

இந்த எதிர்பார்ப்புகளையும் அச்சங்களையும் மீறி ரொக்கமில்லா பரிவர்த்தனை முழுவீச்சில் நடைமுறைக்கு வந்துவிடவில்லை. ஆனால் அதற்கான சாத்தியத்தை தொழில்நுட்பம் உண்டாக்கியது. கிரெடிட் கார்டு மூலமும் அதனைத்தொடர்ந்து அறிமுகமான டெபிட் கார்டு வசதியும் இதற்கான அடிப்படைக் கட்டமைப்பாக அமைந்தன. மின்னணுப் பணப் பரிவர்த்தனை வலைப்பின்னல் அடிப்படையில் உருவான டெபிட் கார்டு வசதி கையில் ரொக்கம் எடுத்துச்செல்லும் தேவையைத் தவிர்த்து, கார்டு மூலமே பணம் செலுத்தும் வசதியை அளித்தது. 1990களின் இறுதியில் டெபிட் கார்டு மற்றும் ஏடிஎம் வசதிகள் அமெரிக்கா மட்டும் அல்லாமல் உலகம் முழுவதும் பிரபலமானது. இருப்பினும் காசோலை இல்லா சமூகம் தினசரி வாழ்வில் நடைமுறைக்கு வந்துவிடவில்லை. ஆனால் அந்தக் கருத்தாக்கம் மறக்கப்படவில்லை. பின்னுக்குத் தள்ளப்படவும் இல்லை. அது தனக்கான காலத்துக்காகவும், இன்னும் மேம்பட்ட தொழில்நுட்பத்துக்காகவும் காத்திருந்தது. இணையத்தின் வருகை மூலம் இவை நிகழ்ந்தன.

4

பேபால் முதல் பேடிஎம் வரை!

காசோலை இல்லா சமூகத்தை உருவாக்கும் எண்ணமே ரொக்கமில்லா சமூகத்துக்கான தொடக்கப்புள்ளி என்பது வியப்பை அளிக்கலாம். அதோடு, காசோலை இல்லா சமூகத்தை உருவாக்கும் முயற்சிகளை மீறி இன்றளவும் காசோலைகள் பயன்பாட்டில் இருப்பது இன்னும்கூட வியப்பை அளிக்கலாம். காசோலைகள் தாக்குப்பிடித்திருப்பது போலவே, அனைத்துவிதமான தாக்குதல்களையும் மீறி ரொக்கப்பணம் தாக்குப்பிடித்து நிற்குமா? ரொக்கமில்லா சமூகம் என்பது நிறைவேறா கனவு தானா?

இந்தக் கேள்விகள் எழுவது தவிர்க்க இயலாதவை என்றாலும், இந்தக் கேள்விகளுக்கான பதில் ரொக்கத்தின் பக்கம் நின்று கொண்டிருப்பவர்களுக்கு மகிழ்ச்சி அளிக்கக்கூடியது அல்ல. ஏனெனில் ரொக்கப் பணத்தின் காலம் முடிவுக்கு வந்து கொண்டிருக்கிறது என்று தீர்மானமாகச் சொல்ல முடியாவிட்டாலும், அதன் முக்கியத்துவம் குறைந்து கொண்டே வருகிறது என்பதை மறுப்பதற்கில்லை. அதிகரித்து வரும் டிஜிட்டல் பரிவர்த்தனை முறைகளில் இருந்தே இதைப் புரிந்து கொள்ளலாம்.

ரொக்கத்தைக் கையில் தொடாமல் பணப் பரிவர்த்தனை செய்ய வழி செய்ய அறிமுகமாகும் ஒவ்வொரு புதிய நுட்பமும் ரொக்கத்தை

முடிந்தவரை பின்னுக்குத் தள்ளிக் கொண்டிருக்கிறது. இந்தப் போக்கு வருங்காலத்தில் இன்னும் தீவிரமாக இருக்கிறது.

ஏற்கெனவே மொபைல் மூலம் பணம் அனுப்ப முடிகிறது. மொபைல் வாலெட்கள் இதன் பணக்கார வடிவம் என்றால், குறுஞ்செய்தி வழியே பணம் அனுப்பும் மொபைல் பணம் இதன் வெகுஜன வடிவமாக இருக்கிறது. இவை தவிர ஒலி அலை மூலமே பணம் அனுப்புவது சாத்தியமாகி இருக்கிறது. கியூஆர் கோடு மூலம் பணம் அனுப்பலாம். கைரேகையை அடையாளமாகக் கொள்ளும் பயோமெட்ரிக் முறையில் பணம் அனுப்பலாம். ஸ்மார்ட் கார்டில் பணம் செலுத்தலாம். கையில் சிப்பை பொருத்திக்கொண்டு, ஒரு கையசைப்பில் பணம் செலுத்துவதும் சாத்தியமாகலாம்.

இன்னும்கூடநிறைய வழிமுறைகள் தோன்றலாம். ரொக்கம் என்பது கடந்த புத்தாயிரமாண்டின் வடிவம். அதாவது அனலாக் தன்மை கொண்டது. இந்த டிஜிட்டல் யுகத்தில் பணமும் டிஜிட்டல்மயமாக வேண்டும். அது இப்போது நிகழ்ந்து கொண்டிருக்கிறது.

உண்மையில் பணம் இன்னமும் முழுவதுமாக டிஜிட்டல்மயமாக வில்லை. இதைப் புரிந்துகொள்ள டிஜிட்டல் நாணயம், டிஜிட்டல் பணம் பற்றி எல்லாம் பார்க்கவேண்டும். இப்போது கவனத்தில் கொள்ள வேண்டியது, பணப் பரிவர்த்தனை முறை வெகுவேகமாக டிஜிட்டல்மயமாகி கொண்டிருக்கிறது என்பதுதான். இந்த மாற்றமே இப்போது ரொக்கமில்லா சமூகம் தொடர்பான விவாதத்தின் மையமாக அமைகிறது.

இந்த மாற்றம் கம்ப்யூட்டரின் வருகை அதைத் தொடர்ந்து நிகழ்ந்த இணையத்தின் வருகையால் நிகழ்ந்து வருகிறது என்றாலும் இதன் தொடக்கப்புள்ளி தொலைபேசி இணைப்புக்கு முன் உதயமான தந்தி சேவைதான் என்பது வியப்பளிக்கலாம்.

பணப் பரிவத்தனை தொடர்பான தகவலை வங்கிகள் தந்தி சேவை மூலம் உடனுக்குடன் உறுதிப்படுத்த முடிந்ததே மின்னணுப் பரிவர்த்தனை சேவைக்கான தொடக்கமாக அமைந்தது. தொலை பேசியின் அறிமுகம் இதை இன்னும் சீராக்கியது. காசோலைகளைச் சோதித்து உறுதி செய்யவும் இது பயன்படுத்தப்பட்டது. 1960களில் பிரபலமாகத் தொடங்கிய கிரெடிட் கார்டு பயன்பாட்டுக்கு அடிப்படை கம்ப்யூட்டரும் அத்துடன் கைகோர்த்த தொலைபேசி வசதியும்தான்.

கிரெடிட் கார்டுகளின் சகோதரனாக டெபிட் கார்டு பின்னர் அறிமுகமானது. கிரெடிட் கார்டு/ டெபிட் கார்டு பயன்பாடு ரொக்கப் பயன்பாட்டைப் பெருமளவு குறைத்தாலும், இவை ரொக்கத்துக்கு

மாற்றாக வலுவடையும் என்று பலரும் நினைக்கவில்லை. எல்லோரும் கிரெடிட் கார்டு வைத்துக்கொள்வது சாத்தியமா என்றே பலரும் கேட்டனர். ஆனால் மொபைல் போன்களின் வருகை அனைத்தையும் மாற்றியமைத்தது. எல்லோரும் செல்போன் வைத்திருக்கும் வாய்ப்பு இப்போது உருவாகியுள்ளது. இன்னமும் செல்போன் இல்லாதவர்கள் எண்ணிக்கை கணிசமானது என்றாலும் அனைவருக்கும் போன் என்பது சாத்தியமே. செல்போனில் இருந்து பணப் பரிவர்த்தனை செய்யும் வசதி இப்போது சுலபமாகியுள்ளது. ரொக்கம் என்பது உண்மையில் தேவைதானா என்னும் கேள்விக்கு இப்போது கூடுதல் வலு கிடைத்திருக்கிறது.

பணப் பரிவர்த்தனையில் செல்போன்களின் தாக்கத்தைப் பார்ப்பதற்கு முன், கம்ப்யூட்டரும் இணையமும் ஏற்படுத்திய தாக்கத்தைப் பார்ப்பது பொருத்தமாக இருக்கும். ஏனெனில் பணப் பரிவர்த்தனையின் டிஜிட்டல் மயமாக்கல் கம்ப்யூட்டர் இணையம் கூட்டணி மூலம்தான் தீவிரமானது. கம்ப்யூட்டர் பயன்பாடு பல துறைகளில் பணிகளை எளிதாக்கியது, செயல்திறனை மேம்படுத்தியது. இணையமும் புதிய வாசல்களைத் திறந்துகொண்டே இருந்தது. இணையம் மூலம் தகவல் களை, ஒலி கோப்புகளை, காணொலிகளைப் பரிமாறிக்கொள்ள முடிந்தது. இணையத்தின் பயன்பாட்டுப் பரப்பு அதிகரித்துவந்த நிலையில், பணப் பரிவர்த்தனைக்கும் இணையத்தைப் பயன்படுத்திக் கொண்டால் என்ன எனும் கேள்வி எழுந்து, மென்பொருள் வல்லுனர்கள் இதைச் சாத்தியமாக்குவதற்கான வழியைத் தேடினர்.

ஈமெயில் அனுப்புவது, ஒலி கோப்புகள் அனுப்புவது போலவே பணத்தையும் இணையம் வழி அனுப்புவதற்கான முயற்சியைப் பலரும் மேற்கொண்டனர். அதாவது பணத்தை மின்னணு வடிவில் மாற்ற முயற்சித்தனர். இதற்கான கருத்தாக்கம் ஏற்கெனவே உருவாகி இருந்தாலும் 1990களில் இந்த முயற்சி தீவிரமடைந்தது. ஒரு பக்கம் ரொக்கப்பணத்தின் தன்மையுடன் டிஜிட்டல் வடிவில் பணத்தை உருவாக்கும் முயற்சி நடைபெற்றது. டேவிட் கவும் இதில் முன்னோடியாகக் கருதப்படுகிறார். டிஜிகேஷ் எனும் பெயரில் அவர் டிஜிட்டல் ரொக்கத்தை உருவாக்கினார். இதன் சிக்கலான தொழில் நுட்பத்தால் டிஜிட்டல் ரொக்கத்தைப் பயன்படுத்த உலகம் அப்போது தயாராக இல்லை.

இதனிடையே இணையம் மூலம் பொருள்களை வாங்கும் புதுயுக வசதி மின் வணிகமாக அறிமுகமாகி வளர்ச்சி அடைந்து வந்ததால், எளிதான, பாதுகாப்பான மின்னணுப் பரிவர்த்தனை வசதி தேவைப் பட்டது. இதன் பயனாக மின்னணு பணமாக சைபர் கேஷ் போன்றவை

அறிமுகமாயின. இணையத்தில் மட்டும் பயன்படுத்தக்கூடிய புளூஸ் போன்ற இணையப் பணங்களும் அறிமுகமாயின. எல்லாம் பரபரப்பை ஏற்படுத்தி கவனத்தை ஈர்த்தனவே தவிர பெரிய அளவில் வெற்றி பெறவில்லை.

இந்தச் சூழலில்தான் பேபால் அறிமுகமானது. இன்று இணையம் மூலமான பணப் பரிவர்த்தனைக்கான மறுபெயராக பேபால் கருதப் படுகிறது. ஆனால் அறிமுகமான காலத்தில் பேபால் எத்தகைய சவாலான நிலையை எதிர்கொண்டது என்பதை இப்போது கற்பனை செய்து பார்ப்பதுகூடக் கடினமானது. ஏற்கெனவே பல நிறுவனங்கள் இணையப் பணம் சார்ந்த முயற்சியில் ஈடுபட்டு பல்வேறு கட்டங்களில் தோல்வியைச் சந்தித்திருந்தன. இந்நிலையில் இதே பிரிவில் புதிதாகத் தொடங்கப்படும் நிறுவனத்துக்கு எந்த எதிர்காலமும் இருக்க வாய்ப்பில்லை எனக் கருதப்பட்டது. பேபாலின் வர்த்தக திட்டம் மிக மோசமானது என இகழப்பட்டது. ஆனால் இதையெல்லாம் மீறி பேபால் வெற்றி பெற்றது. அதற்கு முக்கிய காரணம் பேபால் நிறுவனர்கள், அதற்குமுன் இந்த முயற்சியில் ஈடுப்பட்டிருந்த நிறுவனங்களின் தோல்வியில் இருந்து பாடம் கற்றுக்கொண்டு செயல்பட்டதுதான்.

மின்னணுப் பணத்துக்கு, அதாவது இணையம்மூலம் பணப் பரிவர்த்தனை மேற்கொள்ள இரண்டு விஷயங்கள் அடிப்படையில் தேவை. பண மதிப்பை வங்கி அமைப்புக்குள் பரிமாற்றம் செய்வதற் கான முறை மற்றும், அனுப்பும்போதும் பெறும்போதும் வேறு யாரும் பணத்துக்கான தொகையைப் பார்க்க அல்லது கைவைக்க முடியாத பாதுகாப்பு அம்சம்.

இணையத்தில் பணப் பரிமாற்றத்துக்கான செயல்முறையை உருவாக்குவது எளிது. ஈமெயில் போல ஓர் அமைப்பு அல்லது மென்பொருளை உருவாக்கிவிடலாம். ஆனால் பாதுகாப்பு அம்சத்தை உறுதி செய்வதுதான் கடினமான பணி. இணையம் மூலம் பணம் அனுப்புவது எந்த அளவு பாதுகாப்பானது என்பதில் மக்களுக்குப் பரவலாக இருந்த சந்தேகம் காரணமாகத்தான் ஆரம்பகால டிஜிட்டல் பண முயற்சிகள் தோல்வியில் முடிந்தன. பாதுகாப்பை உறுதி செய்வதற்காக வலுவான மென்பொருள்களை உருவாக்கியபோது, அந்தச் சேவைகளைப் பயன்படுத்துவது சிக்கலானது. டிஜிகேஷ் , சைபர்கேஷ் போன்ற மின்னணு பண வசதியைப் பயன்படுத்த வாடிக்கையாளர்கள் மற்றும் வர்த்தகர்கள் என இரு தரப்பினருமே அதற்கான பிரத்தியேக மென்பொருளை நிறுவ வேண்டியிருந்தது. இது சிக்கலானதாக இருந்தது. அதோடு வர்த்தகர்கள், பரிவர்த்தனை

விவரங்களைச் சேமித்துவைக்க வேண்டியிருந்தது. இது அவை தவறாகப் பயன்படுத்தப்படும் வாய்ப்பு இருக்கலாம் எனும் அச்சத்தை உண்டாக்கியது.

இணையம் மூலம் பணப் பரிவர்த்தனை செய்யலாம் என்பது அது ஏற்படுத்தித் தரக்கூடிய எளிமைக்காகவே அருமையான கருத்தாக்கமாக அமைந்தது. ஆனால், அது நடைமுறைப்படுத்தப்பட்ட விதத்தில் மென்பொருள் தரவிறக்கம், பாதுகாப்பு பிரச்னை போன்ற சிக்கல்கள் இருந்தால் எப்படி பொதுமக்கள் அதை விரும்புவார்கள்? பேபாலின் பிரதான நிறுவனரான மேக்ஸ் லெவ்சின் இந்தச் சிக்கல்களை எல்லாம் அறிந்திருந்தார். லெவ்சின் ரஷ்யாவில் இருந்து அமெரிக்காவில் குடியேறியவர். கிரிப்டோகிராபி எனும் நுட்பத்தில் கைதேர்ந்தவர். இணையம் மூலம் தகவல்களை அனுப்பும்போது அதை இடையே யாரும் வழிமறித்துக் கண்டறிய முடியாத வகையில் அமைக்கும் நுட்பம் என இதைப் புரிந்துகொள்ளலாம். இதில் இருந்த ஆற்றல் காரணமாகவே லெவ்சின், பணப் பரிமாற்ற சேவையை உருவாக்க விரும்பினார். 1998 வாக்கில் நிகழ்ச்சி ஒன்றில் இணை நிறுவனரான பீட்டர் தீயலைச் சந்தித்தபோது, இந்த எண்ணம் குறித்துப்பேசி நிதி உதவிக்கான உத்தரவாதம் பெற்றார். கன்பினிட்டி எனும் பெயரில் அவர்கள் தொடங்கிய நிறுவனம் சார்பில் பணப் பரிவர்த்தனை சேவையை அளிக்கத் தீர்மானித்தனர். இந்தச் சேவையின் பெயரான பேபால் தான் பின்னர் நிறுவனத்தின் அடையாளமாகவும், பெயராகவும் மாறியது.

தீயல் மற்றும் லெவ்சின் இணையப் பணப் பரிமாற்ற சேவை பற்றி மற்றவர்களிடம் பேசியபோது, யாரும் அதை ஆதரிக்கவில்லை. ஏற்கெனவே தோல்வியில் முடிந்த முயற்சிகளைச் சுட்டிக்காட்டி, இது தேறாது என்றனர். ஆனால் லெவ்சின் உறுதியாக இருந்தார். முந்தைய முயற்சிகள் ஏன் தோல்வியடைந்தன என ஆராய்ந்து, குறைகளை நிவர்த்தி செய்தார். குறிப்பாக, பேபாலைப் பயன்படுத்த சிக்கலான மென்பொருள்களை நிறுவ வேண்டிய அவசியம் இருக்கவில்லை. எளிய மென்பொருளைத் தரவிறக்கம் செய்து பதிவு செய்து கொண்டால் போதுமானது. அதன் பிறகு அதை எளிதாக இயக்கலாம். வர்த்தகர்கள் முனையில் வாடிக்கையாளர் பணப் பரிவர்த்தனை விவரங்கள் சேமிக்கப்படும் அவசியத்தையும் நீக்கினார். பரிவர்த்தனை தொடர்பான எல்லா விவரங்களும் பேபால் சர்வரிலேயே கையாளப் படும் என்பது பாதுகாப்பை உறுதி செய்வதாக அமைந்தது. பயனாளிகள் தங்கள் கிரெடிட் கார்டு மூலம் பணத்தை பேபால் கணக்கில் வரவு வைத்து பரிவர்த்தனை செய்யலாம். பயனாளி பணம் அனுப்ப உத்தரவு கொடுத்ததும் அந்தத் தகவல் ஈமெயில் வடிவில்

பெறுபவருக்குச் சென்றடையும். அதன்பின் அவர் தனக்கு பேபாலில் வந்த தொகையை வங்கிக் கணக்கில் இருந்து எடுத்துக்கொள்ளலாம்.

இப்படி பேபால் மிக எளிமையான செயல்முறையைக் கொண்டிருந்தது. மின்வணிகம் மூலம் பொருட்களை வாங்க முயற்சிக்கும் போது கிரெடிட் கார்டு விவரங்களைச் சமர்பிப்பதில் பலருக்கும் தயக்கம் இருந்தது. அதோடு கிரெடிட் கார்டு மூலம் பணம் ஏற்கும் வசதி வர்த்தகர்களுக்கு மட்டுமே இருந்தது. பேபால் கணக்கை இயக்க கிரெடிட் கார்டு விவரங்களைச் சமர்ப்பிக்கவேண்டிய தேவை இருக்கவில்லை என்பதோடு, இதன் மூலம் தனிநபர்களுக்கு இடையிலும் பண பரிவர்த்தனை செய்ய முடிந்தது. சிறிய தொகையைக் கூட நண்பர்களுக்கு அனுப்பி வைக்க முடிந்தது. இந்த அம்சங்கள் பேபாலை வெற்றி பெற வைத்தன.

இதில் ஆச்சரியம் என்னவென்றால் பேபால் முதலில் இணைய வசதியாக அறிமுகமாகவில்லை. அப்போது பிரபலமாக இருந்த கையடக்க கம்ப்யூட்டர்களான பாம் பைலட் சாதனங்கள் இடையே பணப் பரிவர்த்தனைக்கான வசதியாகத்தான் அறிமுகமானது. பாம் பைலட் சாதனங்கள் இடையே நண்பர்கள் தகவல்களைப் பரிமாறிக் கொள்ள பீம் செய்வது எனும் வசதி பயன்படுத்தப்பட்டது. இதே முறையில் பணத்தையும் நண்பர்கள் பரிவர்த்தனை செய்து கொள்ள பேபால் வழி செய்தது. ஹோட்டலில் சாப்பிடும்போது, உங்கள் பங்கு தொகையைக் கொடுக்க கையில் பணம் இல்லையா, கவலை வேண்டாம் பேபால் மூலம் பணம் அனுப்புங்கள் என்று விளம்பரம் செய்யப்பட்டது. கையில் உள்ள சாதனத்தில் இருந்து பணம் அனுப்பும் வசதி என்பது அந்தக் காலத்தில் நிச்சயம் பரவசம் அளிக்கக்கூடிய புதுமையாக இருந்திருக்கவேண்டும். ஆனால் வெகு விரைவிலேயே பேபால் தனது நோக்கத்தை மாற்றிக்கொண்டு, டெஸ்க்டாப் கம்ப்யூட்டர்கள் மூலம் பணப் பரிவர்த்தனை வசதியை அறிமுகம் செய்தது. உடனே முன்னணி ஏல தளமான இபே வாடிக்கையாளர்கள் பலர் பேபாலை பயன்படுத்தத் தொடங்கினர். இதன் காரணமாகவே பேபால், இபே நிறுவனத்தால் வாங்கப்பட்டு, அதன் நிறுவனர்கள் கோடீஸ்வரர்களாயினர்.

பேபால் இணையம் மூலமான பணப் பரிவர்த்தனையை பிரபலமாக்கி, இணையத்தில் இயங்கக்கூடிய பிரிவினரின் விரும்பத்தக்க பணப் பரிவர்த்தனை வழியாகவும் உருவானது. பேபாலின் வெற்றியை மீறி, ரொக்கமில்லா பரிவர்த்தனை என்பது வெகுஜனமயமாகும் நிலை ஏற்படவில்லை. செல்போன்களின் எழுச்சிக்குப்பிறகே இது சாத்தியமானது.

செல்போன் மூலமே பணப் பரிவர்த்தனை செய்யும் வசதி மொபைல் பண வடிவில் அறிமுகமானது. குறுஞ்செய்தி மூலம் பணம் அனுப்பு முடிவதும் பெற முடிவதுமே மொபைல் பணம் என குறிப்பிடப் படுகிறது. பிலிப்பைன்சில் 2001ம் ஆண்டில் மொபைல் பண சேவை அறிமுகமானாலும், 2007ல் ஆப்பிரிக்க நாடான கென்யாவில் அறிமுகமாகி பெரும் வெற்றி பெற்ற பிறகுதான் மொபைல் பண அலை வீசத் தொடங்கியது. பெரும்பாலான மூன்றாம் உலக நாடுகளில் மொபைல் பணப் புரட்சி நிகழ்ந்து கொண்டிருந்த நிலையில், 2007ல் ஆப்பிளின் ஐபோன் அறிமுகம் செய்யப்பட்டது. தொடர்ந்து ஆண்ட்ராய்டும் அறிமுகப்படுத்தப்பட்டது. உடனே ஸ்மார்ட்போன்கள் பற்றி உலகம் வியப்புடன் பேச ஆரம்பித்தது. ஸ்மார்ட்போன் சார்ந்த பல சேவைகள் செயலி வடிவில் உருவாக்கப்பட, பணப் பரிவர்த்தனை வசதியும் மொபைல் வாலெட்கள் வடிவில் அறிமுகமாகி, பிரபல மானது. வாலெட்கள் பெருக்கத்துக்குப் பிறகே ரொக்கமில்லா பரிவர்த்தனையின் சாத்தியம் சாதாரண மக்களும் உணரக்கூடியதாக மாறியது.

தொழில்நுட்ப தீர்க்கதரிசி

ரொக்கமில்லா பரிவர்த்தனையை நினைத்து வியப்பவர்களும் சரி, இந்த வசதியைச் சர்வசாதாரணமாக எடுத்துக்கொண்டிருப்பவர்களும் சரி, ஜான் டிபோல்டை அவசியம் அறிந்து கொள்ளவேண்டும். அதே போல ரொக்கமில்லா பரிவர்த்தனையின் அடுத்த கட்டம் குறித்து நம்பிக்கை யோடும், அவநம்பிக்கையோடும் பேசுபவர்களும் டிபோல்டை அறிமுகம் செய்துகொள்வது நல்லது. ஏனெனில் டிபோல்ட் ரொக்க மில்லா பரிவர்த்தனையின் முன்னோடிகளில் ஒருவர். இதற்கான கருத்தாக்கத்தை முன்வைத்ததோடு, அதைச் செயல்படுத்துவதற்கான ஆரம்பக் கட்டமைப்பை ஏற்படுத்தித் தந்ததிலும் அவருக்கு முக்கிய பங்கு இருக்கிறது.

ஜான் டிபோல்ட்டை கம்ப்யூட்டர் யுகத்தின் தீர்க்கதரிசி என 79 வயதில் அவர் மறைந்தபோது எழுதிய நினைவுக்கட்டுரையில் நியூயார்க் டைம்ஸ் குறிப்பிடுகிறது. தொலைநோக்கு கொண்டு சிந்தனை யாளரான அவர் கம்ப்யூட்டர் மற்றும் இதர புதுமைகளின் பயன்பாடு குறித்து ஆரம்பத்திலேயே மற்றும் இடைவிடாமல் வலியுறுத்தி வந்ததே அமெரிக்கா மற்றும் உலக அளவில் தொழில்துறை வளர்ச்சியை மாற்றி அமைக்க உதவியதாகவும் அந்தக் கட்டுரை பாராட்டுகிறது.

டிபோல்டின் தீர்க்கதரிசனத்தோடு முன்வைத்த பல கருத்துகளில் மிகவும் முக்கியமானது, கம்ப்யூட்டர்களின் பயன்பாடு தொடர்பானது.

வருங்காலத்தில் கம்ப்யூட்டர்கள் எல்லா இடங்களிலும் பயன்படப் போகிறது எனக் கூறியவர், அனைத்து வகையான வர்த்தகங்களின் தினசரி செயல்பாடுகளையும் கம்ப்யூட்டர்கள் மாற்றி அமைக்கப் போவதாகக் குறிப்பிட்டார்.

1950களின் தொடக்கத்தில் அவர் இந்தக் கருத்துக்களை வெளியிடத் துணிந்தது தான் ஆச்சரியமான விஷயம். அந்தக் காலகட்டத்தில் கம்ப்யூட்டர்கள் பரவலாகவில்லை என்பது மட்டுமல்ல, அப்போதைய கம்ப்யூட்டர்கள் ஐந்து டன் எடை கொண்ட ராட்சத இயந்திரங்களாக இருந்தன. மெயின்பிரேம் கம்ப்யூட்டர்கள் எனக் குறிப்பிடப்பட்ட அவற்றை இயக்குவது என்பது யானையைக் கட்டி தீனி போடுவதைப் போன்ற கடினமான செயலாக இருந்தது. நாம் அறிந்த வகையில் எளிதாகப் பயன்படுத்தக்கூடிய பர்சனல் கம்ப்யூட்டர்களின் ஆரம்ப வடிவம் அறிமுகமாவதற்குப் பல ஆண்டுகளுக்கு முன்பாகவே, டிபோல்ட், இனி கம்ப்யூட்டர்தான் எல்லாமுமாக இருக்கப்போகிறது எனும் அசைக்க முடியாத நம்பிக்கை கொண்டிருந்தார்.

இதற்கான காரணங்களை வலியுறுத்தி அவர், 1952ல் ஆட்டோமேஷன் எனும் புத்தகத்தை எழுதினார். இந்தப் புத்தகத்தில் கம்ப்யூட்டர்களின் எதிர்காலப் பலன்களை விவரித்திருந்தார். அதோடு தானியங்கிமய மாக்கல் (ஆட்டோமேஷன்) எனும் கருத்தாக்கத்தையும் முன்வைத் திருந்தார். தானியங்கிமயம் எனும் சொல் அதற்கு முன்னரே பயன் படுத்தப்பட்டாலும், அது போர்டு மோட்டார் நிறுவனத்தில் இயந்திரங் களின் தானியங்கி செயல்பாட்டைக் குறிப்பதாகவே அமைந்திருந்தது. ஆனால் டிபோல்ட், மனிதர்கள் செய்யக்கூடிய பணிகளைச் செய்யக் கூடியவையாக இயந்திரங்கள் இருக்கும் என்பதோடு நின்றுவிடாமல், அவை தங்கள் தவறுகளைத் தாங்களே சரி செய்து கொள்ளக்கூடியவை யாகவும் விளங்கும் எனப் பொருள்படும் வகையில் தானியங்கிமயம் எனும் பதத்தை முன்வைத்தார். இந்தப் புத்தகத்தை எழுதியபோது அவருக்கு 26 வயதுதான் ஆகியிருந்தது.

புகழ்பெற்ற ஹார்வர்ட் பல்கலைக்கழகத்தில் வர்த்தகம் மற்றும் பொறியியல் பட்டம் பெற்றிருந்தவர், பல்கலைக்கழக வகுப்புக்காக மேற்கொண்டிருந்த ஆய்வை விரிவாக்கி இந்தப் புத்தகத்தை எழுதியிருந்தார். வர்த்தகப் பணிகளை கம்ப்யூட்டர் எளிதாக்கும் என இந்தப் புத்தகத்தில் அவர் வலியுறுத்தியிருந்தார்.

ஹார்வர்டில் இருந்து பட்டம் பெற்ற பிறகு, டிபோல்ட் பணியாற்றிய நியூயார்க் ஆலோசனை நிறுவனம், அவரை மூன்று முறை பணிநீக்கம் செய்ததாக லாஸ் ஏஞ்சல்ஸ் நாளிதழ் நினைவுக்கட்டுரை குறிப்பிடு கிறது. வாடிக்கையாளர்கள் கம்ப்யூட்டர்மயமாக்கலில் ஈடுபட

வேண்டும் என்று அவர் வலியுறுத்தியதே இதற்குக் காரணம். வர்த்தகப் பயன்பாட்டுக்காக முதல் கம்ப்யூட்டர் நிறுவப்படுவதற்கு முன்பாக அவர் இப்படிக் கூறினார் என்றால் பார்த்துக்கொள்ளுங்கள். 1954 ல் தான் ஜெனரல் எலெக்ட்ரிக் நிறுவனத்தில் முதல் முழு அளவு கம்ப்யூட்டர் நிறுவப்பட்டது.

தன்னைச்சுற்றி இருந்தவர்களைப் பற்றிக் கவலைப்படாமல், கம்ப்யூட்டர்களின் வர்த்தகப் பலன்களை வலியுறுத்தி கட்டுரைகள் எழுதிய டிபோல்ட் நிறுவனங்களுக்கு இது தொடர்பான ஆலோசனை களை வழங்குவதற்காகத் தனது பெயரிலேயே ஒரு நிறுவனத்தைத் தொடங்கினார். போயிங், ஜெராக்ஸ், ஐபிஎம் உள்ளிட்ட பெரிய நிறுவனங்களுக்கு நவீன தொழில்நுட்பப் பயன்பாடு குறித்து வழி காட்டிய டிபோல்ட், நிறுவனங்கள் தங்கள் ஆவணங்களை எல்லாம் டிஜிட்டல் வடிவில் மாற்றவேண்டும் என்றும் ஆலோசனை கூறினார். அலுவலகங்களுக்கு இடையே தொடர்பு ஏற்படுத்தும் கம்ப்யூட்டர் வலைப்பின்னல் தேவை என்றும் எடுத்துக் கூறினார்.

அப்போது பிரபலமாகத் தொடங்கியிருந்த கம்ப்யூட்டர், தொலைத் தொடர்பு வசதி இரண்டையும் இணைத்துப் பல மாயங்களைச் செய்ய முடியும் என்று அவர் நம்பினார். இந்த நம்பிக்கையின் அடிப்படையில் தான் அவர் வங்கிகள் தங்கள் செயல்பாடுகளுக்கு கம்ப்யூட்டரை முழுமையாகப் பயன்படுத்தவேண்டும் என்று கூறினார். அப்போது வங்கிகள் பணப் பரிமாற்றத்துக்கு காசோலைகளைத்தான் அதிகம் பயன்படுத்தின. காசோலை பயன்பாடு அதிகரித்த நிலையில், வங்கி களின் சுமையும் செலவும் அதிகரித்தன. இதைச் சமாளிக்க வங்கிகள் தடுமாறிய நிலையில்தான் அவர், காசோலை/ரொக்கம் இல்லாத சமூகம் எனும் கருத்தாக்கத்தை முன்வைத்தார். ரொக்கமில்லா சமூகம் என்பது இனியும் ஒரு வாய்ப்பு அல்ல, ஒரு தேவை என அவர் எழுதினார். இந்தச் சமூகம் எப்படி இருக்கும் என்பது பற்றி அப்போது அவருக்குத் துல்லியமான தகவல்கள் தெரியாவிட்டாலும், பணம் துரிதமாகவும், பாதுகாப்பாகவும் பரிமாறிக்கொள்ள ஏதேனும் வழி உண்டாகும் எனக் குறிப்பிட்டிருந்தார்.

அவரது கணிப்புகள் தொலைநோக்குடன் அமைந்திருந்த நிலையில், அவர் அவற்றை வெளியிட்டது நின்றுவிடவில்லை; அவற்றின் செயலாக்கத்துக்கான அடிப்படையிலும் கவனம் செலுத்தினார். 1961 ல் நியூ யார்க்கில் உள்ள போவரி சேவிங்ஸ் பாங்குக்காக, அதன் ஆவணங் களை டிஜிட்டல்மயமாக்கி, மின்னணு வலைப்பின்னல் மூலம் இணைத்துக்கொடுத்தார். இதன் பயனாகப் பணம் செலுத்தப்பட்ட மற்றும் பெற்றுக்கொள்ளப்பட்ட விவரம் உடனடியாகப் பதிவேற்றப்

பட்டது. அதற்குமுன் இந்தத் தகவலுக்காக மணிக்கணக்கில் காத்திருக்கவேண்டும். இப்போது உடனடியாகப் பரிவர்த்தனை விவரங்கள் பதிவேறியதால், வாடிக்கையாளர்கள் வங்கியின் எந்தக் கிளையிலும் சேவை பெற முடிந்தது. விரைவில் மற்ற நியூ யார்க் வங்கிகளும் இந்த வசதிக்கு மாறின. இந்த வசதிதான் இன்று டிஜிட்டல் மயமாகி இருக்கும் நவீன வங்கிச்சேவைக்கான அடிப்படையாக அமைந்தது. இதேபோல பல ஆண்டுகளுக்கு முன்பாகவே தேசிய அளவில் இணைக்கப்பட்ட ஏடிஎம் இயந்திரங்களின் வலைப்பின்னல் பற்றி அவர் குறிப்பிட்டிருக்கிறார்.

டிபோல்ட், வர்த்தக நிறுவனங்கள் தகவல் தொழில்நுட்பத்துக்குத் தயாராவதிலும் முக்கிய உந்துசக்தியாக இருந்திருக்கிறார். இன்றைய இயந்திரங்கள் தொழில்புரட்சி கால இயந்திரங்களைவிட மனித குலத்துக்கான முற்றிலும் புதிய சூழலை உருவாக்கியிருப்பதாகவும் குறிப்பிட்ட டிபோல்ட், கார்கள் தங்களுக்குள் தொடர்புகொண்டு இயங்கும் தன்மை பெறும் வாய்ப்பிருப்பது பற்றி எல்லாம்கூட விரிவாக எழுதியும், பேசியும் வந்திருக்கிறார்.

தொழில்நுட்ப வளர்ச்சியே மாற்றங்களுக்கும், புதிய சேவைகளுக்கும் வித்திட்டு வருகிறது. நம் காலத்து தொழில்நுட்பங்களின் எதிர்கால சாத்தியங்களை நாம் புரிந்து கொள்ளச்செய்வதில் டிபோல்ட் போன்ற தீர்க்கதரிசிகள் முக்கிய அங்கம் வகிக்கின்றனர்.

ரொக்கமில்லா சமூகத்தைக் கணித்த கம்ப்யூட்டர் முன்னோடி

செல்போன் மூலம் வங்கிச்சேவை பெறுவதும், பணப் பரிவர்த்தனை செய்வதும் சாத்தியமாகி இருக்கும் நிலையில்கூட ரொக்கமில்லா சமூகத்தின் தேவை அல்லது சாத்தியம் குறித்து கேள்விகளும், சந்தேகங்களும் உள்ளவர்கள் ஜார்ஜ் மாரோ பற்றித் தெரிந்துகொள்ள வேண்டும். அமெரிக்கரான ஜார்ஜ் மாரோ கம்ப்யூட்டர் முன்னோடி களுள் ஒருவர். கம்ப்யூட்டர் என்பது புரியாத மாயமாக இருந்த காலத்தில் மைக்ரோ கம்ப்யூட்டர்களின் மகத்துவம் பற்றியும், எதிர்காலப் பயன்பாடு பற்றியும் எடுத்துரைத்தவர் மாரோ. கம்ப்யூட்டர் வடிவமைப்பிலும் அவர் ஈடுபட்டிருக்கிறார். பர்சனல் கம்ப்யூட்டர் துறை பெற்ற வளர்ச்சிக்கான அடித்தளத்தை அமைத்ததில் மாரோவும் ஒருவர்.

கம்ப்யூட்டர் வர்த்தக முயற்சியில் மாரோ சறுக்கல்களைச் சந்திக்காமல் இருந்திருந்தால் இன்னொரு பில் கேட்ஸாகவோ ஸ்டீவ் ஜாப்ஸாகவோ வந்திருப்பார். அவரது மறைவை முன்னிட்டு சீனெட் இணையத்தளம் எழுதிய நினைவுக்கட்டுரை அவரது கம்ப்யூட்டர்

சார்ந்த முயற்சிகளை விவரித்து வியக்க வைக்கிறது. ஆனால் மாரோவை இப்போது நினைவில் கொள்ள வேண்டிய முக்கிய காரணம் கம்ப்யூட்டர்களின் எதிர்காலப் பலன்கள் குறித்து அவருக்கு இருந்த தீர்க்கதரிசனம்தான். இதுவே அவரை ரொக்கமில்லா சமூகம் பற்றிப் பேச வைத்தது.

கிரெடிட் கார்டு அளவுக்கு ஒரு கம்ப்யூட்டர் உருவாக்கி, அதில் நம்முடைய எல்லா நிதி பரிவர்த்தனைகளையும் மேற்கொள்ளமுடியும் என்றும் இதுவே ரொக்கமில்லா சமூகத்துக்கு வழிவகுக்கும் என்றும் அவர் கணித்திருக்கிறார் என்றால் பார்த்துக்கொள்ளுங்கள்.

இது தொடர்பான கருத்துகளை 1984ம் ஆண்டு வெளியான அட்டயர் மேகஸின்ஸ் இதழில் அவர் கட்டுரையாக எழுதியிருக்கிறார். கம்ப்யூட்டர்மயமாக்கப்பட்ட ரொக்கமில்லா சமூகம் எனும் தலைப்பிலான அந்தக் கட்டுரையை அவர் தொடங்கும் விதம் கவனிக்கத்தக்கது: 'நம்முடைய வங்கிகள், நிதி அமைப்புகள் இரண்டுமே ஒவ்வொரு நாளும் சமாளிக்க முடியாதவையாக மாறி வருகின்றன. இரண்டு பிரச்னைகளை அவை எதிர்கொண்டு வருகின்றன. ஒன்று அவை காகிதத்தில் மூழ்கிக் கொண்டிருக்கின்றன. ஆண்டின் ஒவ்வொரு நாளும் நிகழும் லட்சக்கணக்கான தனிநபர் மற்றும் வர்த்தகப் பரிவர்த்தனைகளைப் பதிவு செய்யவும், சரி பார்க்கவும் தேவைப்படும் காகிதங்களின் அளவைச் சமாளிக்க நடைமுறை சார்ந்த வழி இல்லை. இரண்டாவதாக பரிவர்த்தனைகளின் எண்ணிக்கை அதிகரிப்பதோடு மட்டும் அல்லாமல், முன் எப்போதையும்விட அவை அதிக அளவிலான பணம் கொண்டதாக இருக்கும்போது இந்தப் பரிவர்த்தனைகள் மீதான கட்டுப்பாடு இல்லாமல் இருக்கிறது. காசோலைகளில் நிகழும் தவறு, பணம் செலுத்தப்படாத நிகழ்வுகள் ஆகியவை அதிகரிக்கின்றன'.

இந்த இடத்தில் நாம் நிச்சயம் பின்னோக்கிச் சென்று யோசித்தாக வேண்டும். கிட்டத்தட்ட அலுவலகம் என்றால் டைபிஸ்ட் கோபுகளும், கிளர்க் சீதாராமன்களும் இருந்த காலம் அது. எல்லா அலுவலக மேஜைகளிலும் கோப்புக்கட்டுகள் தவறாமல் இடம்பெற்றிருக்கும். அலுவலகத்தில் பணிகள் நடைபெற காகிதக் கோப்புகளும் பதிவேடுகளும்தான் அடிப்படை. சின்ன வேலை என்றால்கூட, பதிவேட்டில் எழுதி வைத்து, கோப்பை நகர்த்தவேண்டும். பெரிய அளவிலான வேலை என்றால் மேலதிகாரி அல்லது மைய அலுவலகத்தில் இருந்து அனுமதி தேவைப்படலாம். உடனே கோப்புகளையும் பதிவேடுகளையும் தூக்கிக்கொண்டு ஓடவேண்டும். தலைமை அலுவலகம் வெளியூரில் இருந்தால் இந்த நடைமுறைக்கு மாதக்கணக்கில் ஆகலாம்.

ஆரம்பக் கால நிறுவனங்களுக்கு இந்த நிலை ஏற்றதாக இருந்தது. ஆனால் வர்த்தகம் பெரிய அளவில் வளர்ந்தபோது காகிதக் கட்டு ஆவணங்களை வைத்துக்கொண்டு எப்படிச் சமாளிக்கமுடியும்? நல்லவேளையாக கம்ப்யூட்டர்கள் அறிமுகமாகி, ஆவணங்கள் டிஜிட்டல்மயமானதால் வளர்ச்சிக்கு ஈடுகொடுக்க முடிந்தது.

வேறு எந்தத் துறையையும்விட வங்கித்துறையில் இந்தச் சிக்கலை அதிகம் உணர்ந்திருப்பர் என்பதை எளிதாகப் புரிந்துகொள்ள முடியும். பணப் பட்டுவாடா விரைவாக நடக்கவேண்டும் என்றால் பணம் செலுத்தப்பட்ட தகவலையும், பெறப்பட்ட தகவலையும் பதிவு செய்து வைக்கவேண்டும். அவற்றைப் பரிமாறிக்கொள்ளவேண்டும், சரி பார்க்கவேண்டும். அப்போதுதான் காசோலைகள் பணமாக மாறும்.

வாடிக்கையாளர்கள் சொற்பமாக இருந்த காலத்தில் வங்கிகள் இதை எல்லாம் சமாளித்திருக்கும். ஆனால் வங்கித்தேவை அதிகரித்து வாடிக்கையாளர்களும் பெருகிய நிலையில் காகித நடைமுறையை வைத்துக்கொண்டு வங்கிகள் திண்டாடியிருக்கும் அல்லவா? இந்த நிலையைத்தான் மாரோ தனது கட்டுரையின் ஆரம்பத்தில் குறிப்பிட்டு வங்கிகள் காகிதக் கடலில் மூழ்கிக் கொண்டிருப்பதாகக் குறிப்பிடு கிறார். காசோலைகளைச் சரி பார்ப்பதில் உள்ள சவால்களையும் சுட்டிக்காட்டுகிறார். தொழில்நுட்பம் இந்தச் சிக்கல்களைத் தீர்க்க உதவியாக இருந்தன. இதை மாரோ குறிப்பிடுகிறார். காகித ஆவணங் கள் குவியும் பிரச்னைக்கு வங்கிகள் ஏற்கெனவே மின்னணு நிதி பரிவர்த்தனை மூலம் தீர்வு கண்டுவிட்டதாக அவர் குறிப்பிடுகிறார். கம்ப்யூட்டர்களின் பயன்பாடு காகிதச் சுமையைச் சமாளிக்க வழி செய்துவிட்டது என்கிறார் அவர்.

காசோலையும் பரிவர்த்தனை கட்டுப்பாடும் எனும் இரண்டாவது பிரச்சனை தான் இன்னும் சிக்கலாக இருக்கிறது. இதற்கும் கம்ப்யூட்டர் தான் தீர்வு என்று கட்டுரையைத் தொடர்கிறார்: 'நாம் எல்லோருமே பொருள்களை வாங்க வழக்கமாக கிரெடிட் கார்டுகளைப் பயன் படுத்துகிறோம். ரொக்கம் சார்ந்த பாரம்பரிய சமூகத்தில் இருந்து ஏற்கெனவே விலகி வந்திருக்கிறோம். இந்தப் போக்கின் அடுத்தக் கட்ட முன்னேற்றம் நம்முடைய எல்லா நிதித்தேவைகளையும் நிறை வேற்றக்கூடிய வகையிலான கிரெடிட் கார்டு அளவிலான கம்ப்யூட்டரை உருவாக்குவதாக இருக்க வேண்டும்'.

'இந்த கார்டு - இது வரும் காலம் தூரத்தில் இல்லை- உங்களை அடையாளம் காணக்கூடியதாக, உங்களுக்கும் வங்கிக்கும் தனிப்பட்ட கணக்கு சரிபார்த்தலைத் தரக்கூடியதாக , போன் இணைப்பு மூலம் காசோலை புத்தகத்தைச் சரி பார்க்கக் கூடியதாக, உணவு, உடை வாங்க

உதவக்கூடியதாக இருக்கும். இந்த கார்டு உங்கள் வாடகை மற்றும் பில் தொகையைச் செலுத்த உதவும். நீங்கள் இனியும் ரொக்கத்தைக் கையில் வைத்திருக்கவேண்டிய அவசியம் இல்லை.' இப்படி விவரித்துக் கொண்டே செல்கிறார் மாரோ.

தனிநபர்கள், சமூகம், ஏன் அரசுகளுக்கும்கூட இந்த கார்டு பயனுள்ள தாக இருக்கும். தனிநபர்களைப் பொருத்தவரை இனியும் காசோலைகளைக் குறித்து வைக்கவேண்டாம். கார்டிலேயே எல்லாப் பரிவர்த்தனைகளும் இருக்கும் என்கிறார் மாரோ.

இந்த கார்டு மூலம் உடன் கார் வாங்க நினைத்தால் வாங்கலாம், கார்டு தொலைந்து போனால் உடனே புகார் செய்து நிறுத்தி வைக்கலாம் என்பதால் திருட்டு பயம் இல்லை என்றும் அடுக்கிக் கொண்டு செல்கிறார். ஒட்டுமொத்த சமூகத்துக்கும் பலன் இருக்கும். திருடர் களுக்கு வேலை இல்லாமல் போகும். ஏனெனில் திருட ரொக்கம் இருக்காது என்றெல்லாம் விளக்குகிறார். சட்ட விரோதமான நிழல் பொருளாதாரத்தைக் கட்டுப்படுத்த அரசுக்கு இது உதவும் என்கிறார். நலத்திட்ட உதவிகளையும் இனி சரியாக வழங்க முடியும் என்கிறார்.

இந்தக் கட்டத்தில் ஜார்ஜ் ஆர்வெல் கற்பனை செய்ததை எல்லாம் மிஞ்சும் வகையில் கம்ப்யூட்டர் என்பது எங்கும் ஊடுருவும் தன்மை கொண்டதாக இருக்கும் என்றும் அவர் குறிப்பிடுகிறார். குற்றவாளிகள் குறைந்து, கம்ப்யூட்டரில் கைவரிசை காட்டத் தெரிந்த தாக்காளர்கள் மட்டுமே குற்றவாளிகளாக இருப்பார்கள் என்றும் குறிப்பிடுகிறார். இந்தக் கில்லாடிகளைக் கட்டுப்படுத்தும் வகையில் சமூகம் தீவிரமாக இருக்கும் என்றும் குறிப்பிடுகிறார்.

ஆர்வெல் முன்வைத்த கண்காணிப்பு சமூகம் பற்றிக் குறிப்பிட்டு மாரோ கூறும் கருத்துகள் சிந்திக்கத்தக்கவை. ஆனால் இந்தக் கட்டுரையில் முக்கியமாக மனதில் கொள்ள வேண்டிய விஷயம், நடைமுறை வாழ்க்கையில் கம்ப்யூட்டரின் பயன்பாடு தொடர்பாக அவருக்கு இருந்த புரிதல்தான். இதுவே அவரை கிரெடிட் கார்டு அளவு கம்ப்யூட்டரில் நிதிப் பரிவர்த்தனையை அடக்கிவிடும் சாத்தியம் பற்றிப் பேசவைத்தது.

இதை மாரோ எழுதி 25 ஆண்டுகளுக்குப் பிறகே மொபைல் போனில் பரிவர்த்தனை செய்வது சாத்தியமாகி இருக்கிறது. டிஜிட்டல் வாலெட், தொடர்பில்லா கார்டு, பயோமெட்ரிக் போன்ற வசதிகள் எல்லாம் வந்து கம்ப்யூட்டர் சிப்களின் ஆற்றலும் பலமடங்கு அதிகரித்துள்ளது. இந்தத் தொழில்நுட்பப் பாய்ச்சல் உண்டாக்கக்கூடிய சாத்தியங்களைச் சரியாகப் புரிந்துகொள்வதே முக்கியம்.

5

ரொக்கமில்லா வர்த்தகம் என்றால் என்ன?

கேஷ் ஈஸ் கிங் எனும் வாசகம் அடிக்கடி பயன்படுத்துவதுண்டு. ஆனால், உண்மையில் மணி ஈஸ் கிங் என்று சொல்வதே பொருத்தமாக இருக்கும். ரொக்கமில்லா பரிவர்த்தனையின் முக்கியத்துவத்தையும் புரிந்துகொள்ள இது உதவும்.

கேஷ் ஈஸ் கிங் என்பதற்கு, ரொக்கம்தான் ராஜா என்று பொருள். கிரெடிட் கார்டு, டெபிட் கார்டு உள்ளிட்ட பணப் பரிவர்த்தனை வழிகள் பல இருந்தாலும் இன்னமும், ரொக்கப்பணம் கொடுத்து வர்த்தகம் செய்வது அதிகமாக இருப்பதைக் குறிக்கும் வகையில் இவ்வாறு குறிப்பிடப்படுகிறது. இன்னும் சில காலத்துக்கு இதே நிலைதான் நீடிக்கும் என்பதில் சந்தேகமில்லை.

டிஜிட்டல் பணப் பரிவர்த்தனை பலருக்கு வசதியானதாக இருக்கும் அதே நேரத்தில், பெரும்பாலானோருக்கு ரொக்கமாகப் பணத்தைக் கொடுத்து பரிவர்த்தனை செய்வதும் வசதியாகவே இருக்கிறது. அதுவே இயல்பாகவும் இருக்கிறது. சொல்லப்போனால் ரொக்கத்துடன் பலருக்கும் உணர்ச்சிப்பூர்வமான பிணைப்பு இருக்கிறது. இந்தப் பிணைப்பை ரொக்கமில்லா பரிவர்த்தனை அசைத்துப் பார்க்கத் தொடங்கியிருக்கிறது. அதன் காரணமாகவே பலரும், ரொக்கமில்லா பரிவர்த்தனைக்கு மாறுவதில் உள்ள சிக்கல்

களையும், ரொக்கப்பணத்தைக் கையில் வைத்திருப்பதன் அருமையையும் வலியுறுத்தி வருகின்றனர்.

ஆனால், இந்த வாதங்களுக்குப் பொருளியல் பலம் இருப்பதாகத் தெரியவில்லை. ரொக்கப்பணத்தின் மீதான பந்தமே அவர்களை இப்படிப் பேச வைப்பதாகக் கொள்ளலாம். காலம் இந்தப் பந்தத்தைக் கைவிட வைக்கும். ஏனெனில் ரொக்கம் என்பது பணம் அல்ல; அதன் ஒரு வடிவமே. அதைவிட மேம்பட்ட, கையாள எளிதான வடிவத்தைத் தொழில்நுட்பம் சாத்தியமாக்கி இருக்கும்போது, பழைய பாணியிலான ரொக்கத்துக்கான முக்கியத்துவத்தைக் குறைத்துக்கொள்வது தானே சரி!

ரொக்கம் முற்றிலுமாக விலகிவிடும் என்று எதிர்பார்க்க முடியா விட்டாலும், நாம் அறிந்த வகையில் ரொக்கப்பணப் பயன்பாட்டின் தேவை குறைந்துகொண்டே வருகிறது. இது மேலும் எந்த அளவு குறையும், எத்தனை விரைவாக என்பதே இப்போதுள்ள கேள்வி.

ரொக்கப்பணத்தின் தேவையும் முக்கியத்துவமும் குறையும் என்று சொல்லப்படுவதே பலருக்கு ஏற்புடையதாக இல்லாமல் போகலாம். அவர்கள் இன்றைய யதார்த்தத்தைச் சரியாக உணராமல் இருப்பதோடு, ரொக்கப் பணத்தையும் சரியாகப் புரிந்துகொள்ளவில்லை என்றே கருத வேண்டியிருக்கிறது. ஏனெனில், ரொக்கமில்லா பரிவர்த்தனை என்று சொல்லும்போது, காகித வடிவில் பணம் இல்லா பரிவர்த்தனை என்று தான் சொல்லப்படுகிறதே தவிர பணமில்லா பரிவர்த்தனை என்று அல்ல.

இரண்டுக்கும் முக்கிய வேறுபாடு இருக்கிறது. ரொக்கம் என்பது ஆங்கிலத்தில் கேஷ் எனச் சொல்லப்படுகிறது. தமிழில் பணம் என்ற சொல்லையும் இதற்குப் பலர் பயன்படுத்தினாலும், கேஷ் என்பது பணம் அல்ல; பணத்தாள் அல்லது காகிதப் பணம் என்று வேண்டு மானாலும் சொல்லலாம். இது மொழி சார்ந்த பிரச்னை அல்ல: புரிதல் சார்ந்த பிரச்னை. பணம் என்பது ஆங்கிலத்தில் மணி எனச் சொல்லப் படுகிறது. இதன் வடிவமே ரொக்கப்பணம்.

டிஜிட்டல் பரிவர்த்தனையில் ரொக்கமாகப் பணத்தைக் கையாளாமல் அதனை டிஜிட்டல் வடிவில் கையாள்கிறோம். அதனால்தான் அதை ரொக்கமில்லா பரிவர்த்தனை எனச் சொல்கிறோம். கிரெடிட் கார்டு பயன்படுத்தினாலும் சரி, வேறு வகையான நவீன பணப் பரிவர்த்தனை வழியைப் பயன்படுத்தினாலும் சரி, எல்லா நேரங்களிலும் பணப் பரிவர்த்தனைதான் செய்கிறோம். ஆனால் ரொக்கப்பணத்தை நேரடியாக மாற்றிக்கொள்ளாமல் இதை மேற்கொள்கிறோம். தொடர்ச்சியான தொழில்நுட்ப வளர்ச்சியால் இது சாத்தியமாகிறது.

இப்போது இந்த வசதி இன்னும் தீவிரமாக இருப்பதால் ரொக்கமில்லா சமூகம் பற்றிய கருத்தாக்கமும் வலுபெற்றிருக்கிறது. கருப்புப்

பணத்தைக் கட்டுப்படுத்தும், வரி ஏய்ப்பைக் குறைக்கும் என்பது உள்பட பல காரணங்கள் ரொக்கத்துக்கு எதிராகக் கூறப்பட்டாலும், உண்மையில் தொழில்நுட்பச் சாத்தியமே இதற்கான அடிப்படை என்பதைப் புரிந்துகொள்ளவேண்டும்.

ரொக்கமில்லா பரிவர்த்தனையில் என்ன நிகழ்கிறது என்றால், ஒருவருக்குப் பணம் கொடுக்கும்போது ரொக்கப்பணமாக அதைக் கொடுக்காமல், அதற்கு நிகரான மதிப்பை டிஜிட்டல் முறையில் மாற்றித் தருகிறீர்கள். மறுமுனையில் இருப்பவர் அந்த டிஜிட்டல் முறை மதிப்பை ரொக்கமாக மாற்றிக்கொள்ளலாம் எனும் நம்பிக்கையில் ஏற்றுக்கொள்கிறார். இந்த முறையில் உள்ள வசதி காரணமாக இருதரப்பினருமே பெரும்பாலான நேரங்களில் ரொக்கம் மீது கைவைக்காமலே பரிவர்த்தனை மேற்கொள்கின்றனர். இதுதான் ரொக்கமில்லா பரிவர்த்தனையின் அடிப்படை. ரொக்கமாகப் பணம் கைமாறவில்லையே தவிர இருமுனையிலும் ரொக்கத்துக்கான உத்திர வாதம் இருக்கிறது.

உதாரணமாகக் காசோலை கொடுக்கும்போது, அதில் குறிப்பிடப் பட்டுள்ள தொகைக்கு நிகரான பணம் வங்கியில் இருப்பு உள்ளது. கிரெடிட் கார்டு அல்லது டிஜிட்டல் பணப் பரிவர்த்தனையின்போதும், பரிமாற்றத்துக்கு நிகரான பணம் ஏதோ ஓரிடத்தில் வங்கி கணக்கில் இருக்கிறது. வெவ்வேறு அடுக்குகளில் அதன் மதிப்புப் பரிமாற்றம் செய்யப்படுகிறது. இது எளிதாகவும், வசதியாகவும் அமைகிறது. ரொக்கப்பணத்தைக் கையில் எடுக்காமலே பரிவர்த்தனை செய்ய முடிகிறது.

நமது தரப்பில் அரசு அல்லது வங்கி போன்ற மூன்றாம் அமைப்பு பணத்தை நிர்வகிக்கிறது.இந்த எண்ணம் சிக்கலை ஏற்படுத்தலாம் என்றாலும், நடைமுறையில் இது செயல்படும் விதம் ஏற்புடைய தாகவே அமைகிறது.

இதற்காக கிரெடிட் கார்டு போன்றவை எப்படி செயல்படுகின்றன என்பதைப் புரிந்துகொள்வதைவிட, ஒரு கற்பனையான உதாரணத்தைப் பார்க்கலாம். நீங்கள் வெளியூர் செல்கிறீர்கள் என வைத்துக்கொள்வோம். கையில் கொஞ்சம் பணம் எடுத்துச்செல்ல விரும்புவீர்கள். ஆனால் பாதுகாப்பு கருதி அது பெருந்தொகையாக இருக்கவேண்டாம் என நினைப்பீர்கள். எனவே ஓரளவு ரொக்கத்தை மட்டும் வைத்துக்கொண்டு மற்ற தேவைகளை வேறுவிதமாகப் பார்த்துக்கொள்ளலாம் எனத் தீர்மானிப்பீர்கள். வேறு விதமான வழிகள் என்பது கார்டாக இருக்கலாம். டிஜிட்டல் வாலெட்டாக இருக்கலாம்.

ஆனால், இந்த வசதி எல்லாம் அறிமுகம் ஆகாத காலத்தில் என்ன செய்திருப்போம்? அதாவது காசோலைகூட இல்லாத காலத்தில் என்ன

செய்திருப்போம். கையில் பணம் எடுத்துச்செல்லாமல், ஊருக்கு வந்தால் பணம் தருவதாக உறுதி அளித்திருப்போம். இந்த உறுதியை வார்த்தைகளாக மட்டும் அல்லாமல், ஒரு காகிதத்திலும் உத்திரவாத மாக எழுதிக் கொடுக்கலாம். இது நம்பகத்தன்மையை அதிகரிக்கும். ஆனால் இதில் உள்ள சிக்கல் என்னவென்றால், இந்த உத்திரவாதத்தைப் பெறும் நபர், அதைக் காண்பித்துப் பணம் பெற்றுக்கொள்ள ஊருக்கு வரவேண்டும். அதோடு அவர் பணத்தை வாங்கிக்கொண்டு செல்லும் போது , அவருக்கும் பாதுகாப்பு பிரச்னைகள் ஏற்படலாம்.

இதைத் தவிர்க்க இருவரும் மூன்றாம் தரப்பை ஒப்பந்தம் செய்து கொள்வதாக வைத்துக்கொள்வோம். அதாவது இங்கிருப்பவர் பயணத்தில் தனக்குத் தேவையான பணத்தை உள்ளூரில் உள்ள ஒரு நம்பகமானவரிடம் கொடுத்து வைக்கிறார். அதைப் பரிமாற்றம் செய்ய ஒரு காகிதக் குறிப்பைப் பயன்படுத்த இருப்பதாகவும் தெரிவிக்கிறார். அந்தக் காகிதக் குறிப்பைக் காண்பிக்கும் நபருக்கு அந்தப் பணத்தைக் கொடுத்துவிட வேண்டும் என்பது ஏற்பாடு. ஆனால் இங்குள்ளவர் பணத்தை அனுப்பிவைக்க வேண்டாம். ஏனெனில் மறுமுனையில் இருப்பவரும், தன்னிடம் உள்ள பணத்தை இப்படி மூன்றாவது நபர் ஒருவரிடம் கொடுத்து வைத்துக் காகிதக் குறிப்பு ஏற்பாட்டைச் செய்து கொண்டிருப்பார்.

ஆக, பயணம் செய்த நபர் பரிவர்த்தனை செய்ய விரும்பினால், பணமாகக் கொடுக்காமல் காகிதக் குறிப்பு ஒன்றைக் கொடுப்பார். அது துண்டுச் சீட்டாகக் கூட இருக்கலாம். அதைப் பெறுபவர், உள்ளூர் நம்பகமான பிரமுகரிடம் அதைக் காண்பித்து அதில் குறிப்பிடப் பட்டுள்ள தொகையைப் பெற்றுக்கொள்வார். ஏனெனில் அது வெறும் துண்டுச் சீட்டு அல்ல, அதற்குப் பின்னே பணம் உள்ளது என்பது அவருக்குத் தெரியும். அதே வகை பணத்தைத்தான் அவரும் நிர்வகித்து வருகிறார். எனவே, அந்தப் பிரமுகரும் அந்தச் சீட்டை ஏற்றுக்கொள்வார்.

இந்தமுறை சிறப்பாகச் செயல்பட, சீட்டைப் பெற்றதும், அவர் அது பற்றித் தகவல் தெரிவித்து, பணம் இருப்பதை உறுதி செய்து கொள்ளலாம். இதற்கான ஏற்பாட்டையும் செய்து கொண்டிருக்கலாம். இந்த முறையில் உள்ள ஒரே சிக்கல், காகிதக் குறிப்பை உறுதி செய்துகொள்ள, தொடர்பு கொள்வதற்கான அஞ்சல் சேவையே ஒரே வழி என்பதால் இதற்குப் பல நாள்கள் அவகாசம் தேவைப்படும். ஆனால், இத்தகைய தாமதம் இயல்பாகக் கருதப்பட்ட அந்தக் காலத்தில் இதை யாரும் பொருட்படுத்தியிருக்க மாட்டார்கள். பணத்தைப் பாதுகாப் பாகப் பரிமாற்றம் செய்ய இது ஏற்ற வழி என நினைத்திருக்கலாம்.

ஆனால் இந்தக் கற்பனை வழியில் நிறைய நடைமுறை ஓட்டைகள் உள்ளன. காகிதக் குறிப்புக்குச் சட்டப்பூர்வ அங்கீகாரம் உண்டா?

யாரேனும் ஒரு தரப்பினர் ஏமாற்றினால் என்ன செய்வது? அப்போது யார் பொறுப்பு? இந்தக் கேள்விகளை விட்டுவிடலாம். ஏனெனில் சில நேரங்களில் கையில் ரொக்கத்தை எடுத்துச்செல்லாமல் பணப் பரிவர்த்தனை செய்ய விரும்பும் நிலை ஏற்படலாம் என்பதும், அதைச் சாத்தியமாக்கக் கூடிய நம்பகமான நிதிப் பரிவர்த்தனை முறை தேவை என்பதையும் புரிந்துகொள்ளவே இந்த உதாரணம்.

இந்தத் தேவையின் அடிப்படையில்தான் வங்கிகள் உண்டாயின. அவை காசோலை உள்ளிட்ட பரிவர்த்தனை வசதிகளை அறிமுகம் செய்தன. காசோலை பரிமாற்றத்தில் இன்னும் வேகம் தேவைப்பட்ட போது, கம்ப்யூட்டர் மற்றும் தொலைபேசி உதவியுடன் காசோலை களைப் பரிசோதித்து உறுதிசெய்யும் வசதி அறிமுகமானது. எனினும் காசோலை பயன்பாட்டில் வரம்புகள் உள்ளன.

ரொக்கமில்லாமல் பணம் கொடுக்க காசோலையைவிட வசதியான ஏற்பாடாக கிரெடிட் கார்டுகள் அறிமுகமாயின. பின்னர் கணக்கில் உள்ள பணத்தைக் கழித்துக்கொண்டு பணம் செலுத்த உதவும் டெபிட் கார்டுகள் அறிமுகமாயின. கார்டுகளின் தொடர்ச்சியாகவே இணையம் மூலம் பணம் செலுத்தும் வசதி மற்றும் மொபைல் மூலம் பணம் செலுத்தும் வசதி ஆகியவை அறிமுகமாயின. இத்தகைய டிஜிட்டல் பரிவர்த்தனை வசதிகள் பலவகைப்பட்டவை என்றாலும், அவை செயல்படும் விதம் அடிப்படையில் ஒன்றுதான்.

கார்டு மூலம் பணம் செலுத்தும்போது, வங்கிக் கணக்கில் இருந்து குறிப்பிட்ட தொகை செலுத்துபவரின் கணக்கில் இருந்து பெறுபவர் கணக்குக்கு மாற்றப்படுகிறது. பின்னர் அந்தக் கணக்கில் இருந்து அவர் அந்தத் தொகையை எடுத்துக்கொள்ளலாம். தொழில்நுட்பம் மூலம் இந்தப் பரிமாற்றம் கிட்டத்தட்ட உடனடியாகவே நிகழ்கிறது.

இணையம் மூலம் பணம் அனுப்பும்போதும், அனுப்புகிறவர் கணக்கில் உள்ள பணத்தில் இருந்து குறிப்பிட்ட தொகை பெறுபவர் கணக்குக்கு மாற்றப்படுகிறது. மொபைல் மூலம் பரிவர்த்தனை செய்யும்போதும் இவ்வாறு நிகழ்கிறது. பணத்தை அனுப்பி வைப்பதற்குப் பதிலாக, அதற்கு நிகரான தொகை மாற்றப்படுகிறது. பின்னர் அங்குள்ள கணக்கில் இருந்து எடுத்துக்கொள்ளலாம்.

தொலைதூரத்தில் உள்ள ஒருவருக்குப் பணம் கொடுக்கவேண்டும் எனில், ஊரில் உள்ள உறவினருக்குத் தொலைபேசி செய்து, அங்குள்ள ஒருவருக்குப் பணம் கொடுக்குமாறு கூறுவது போலத்தான் இதுவும். பின்னர் பணம் கொடுப்பவரிடம் முடிந்தபோது பணத்தைக் கொடுக்க லாம் அல்லது நாம் சொன்னவுடன் பணம் கொடுக்கும் அளவுக்கு அவர் நமக்குக் கடன் பட்டிருக்கலாம். எப்படியோ இந்த ஏற்பாடு தனிப்பட்ட

நோக்கில் செயல்படக்கூடியது. மாறாக இதே முறையை, யாருக்கு வேண்டுமானாலும் பணம் கொடுக்கப் பயன்படுத்துவது என்றால், நம்பகத்தன்மை, கோரிக்கையை உறுதிசெய்வது, பணப் பட்டுவாடாவுக்கான ஏற்பாடு, கணக்கு வழக்கு சரி பார்ப்பு என்ற பல பிரச்னைகள் வருகின்றன. இவற்றைக் கவனிக்க முறையான அமைப்பும், சாத்தியமாக்க தொழில்நுட்பமும் தேவை. நவீன தொழில் நுட்பத்தின் உதவியால் வங்கிகள் இதைப் பலவிதமான டிஜிட்டல் பரிவர்த்தனைமூலம் சாத்தியமாக்குகின்றன.

ரொக்கமில்லாமல் பரிவர்த்தனை செய்யும்போது, கையில் ரொக்கப் பணம் வைத்திருப்பதில்லையே தவிர, இந்தப் பரிவர்த்தனைக்குப் பின்னே உள்ள கணக்கில் பணம் வைத்திருக்கவேண்டும். அந்தப் பணம் ஓரிடத்தில் இருந்து இன்னொன்றுக்குச் செல்லாமலே அதன் மதிப்பு மட்டும் சிக்கல் இல்லாமல் இடம் மாறுகிறது. ஆக எந்தப் பரிவர்த்தனைக்கும் அடிப்படையில் பணம் இருக்கிறது. அதைக் காகித வடிவில் கையாளாமல், டிஜிட்டல் வடிவில் மாற்றி பரிமாற்றம் செய்து கொள்கிறோம். இது எளிதாகவும், வசதியானதாகவும் அமைகிறது, கையில் ரொக்கம் வைத்திருக்க வேண்டிய தேவையைக் குறைக்கிறது. ஆனால் பின்னணியில் பணம்தான் அடிப்படையாக இருக்கிறது. ரொக்கப்பணம்தான். ஆனால் கொடுப்பவர் கையிலும் இல்லாமல், பெறுபவர் கையிலும் இல்லாமல் மூன்றாம் தரப்பிடம் பாதுகாப்பாக இருக்கிறது. இடையே அதன் மதிப்பை டிஜிட்டல் வடிவில் மாற்றிக்கொள்கிறோம். தேவை எனில் அதை எப்போது வேண்டு மானாலும் ரொக்கமாக எடுத்துக்கொள்ளலாம். தேவை இல்லை எனில் டிஜிட்டல் வடிவிலேயே பரிமாற்றம் செய்யலாம்.

ஆக, பணம்தான் இன்னமும் ராஜாவாக இருக்கிறது. இதைக் குறிப்பிடக் காரணம், பணத்தையே இல்லாமல் செய்வது பற்றிய கருத்தாக்கமும் ஒரு தரப்பினரால் முன் வைக்கப்படுவதைக் கவனிக்கவேண்டும் என்பதுதான். மறை பணம் அல்லது டிஜிட்டல் பணமான பிட்காயின் இந்தப் பிரிவினரின் நம்பிக்கை நட்சத்திரமாக இருக்கிறது. ரொக்கமில்லா பரிவர்த்தனையில் இந்த வாதம் ஏற்கப்படுவதில்லை. இங்கு பணம்தான் பிரதானம். இந்தக் கோட்பாடுகளைத் தனியே பார்க்கலாம்.

அதேபோல, காகிதப் பணத்துக்கு மாற்றாக டிஜிட்டல் வடிவில் பணம் வெளியிடுவது பற்றியும் விவாதிக்கப்படுகிறது. அது வருங்காலத்தில் சாத்தியமாகலாம். ஆனால் இப்போதைக்குப் பரிவர்த்தனை மட்டுமே டிஜிட்டல்மயமாகிறது. பணம்தான் அதை இயக்குகிறது.

6

மொபைல் பணம் எனும் அற்புதம்

ரொக்கமில்லா பரிவர்த்தனை எனும்போது டிஜிட்டல் பணப் பரிவர்த்தனை என்றே புரிந்து கொள்ளப்படுகிறது. உண்மையில் டிஜிட்டல் பரிவர்த்தனை வசதிகளே ரொக்கமில்லா பரிவர்த்தனை பற்றிப் பேச வைத்திருக்கிறது. டிஜிட்டல் பணப் பரிவர்த்தனை என்பது, கார்டுமூலம் பணம் செலுத்துவது, இணையம் வழியே பணப் பரிவர்த்தனை செய்வது, செல்போன் மூலமான பணப் பரிவர்த்தனை உள்ளிட்ட பல அம்சங்களைக் கொண்டிருக்கிறது. பழைய காலம் போலக் கையில் பணம் ரொக்கமாகப் பணம் வைத்திருக்கவேண்டிய அவசியமில்லை, கார்டு அல்லது செல்போன் இருந்தால் போதும் எல்லா வகை பணப் பரிவர்த்தனைகளையும் சிக்கல் இல்லாமல் மேற்கொள்ளலாம் எனும் நிலை ஏற்பட்டுள்ளது. இவை எல்லாம் சேர்ந்தே, ரொக்கமில்லா பரிவர்த்தனைக்கு மாறிக்கொள்ளலாம் எனும் நம்பிக்கையை ஏற்படுத்தியிருக்கின்றன. அரசும்கூட இதையே வலியுறுத்திக்கொண்டிருக்கிறது.

டிஜிட்டல் பரிவர்த்தனை வசதிகளை வசதியுள்ளவர்களும் விருப்பமுள்ளவர்களும் பயன்படுத்திக்கொள்ளட்டும். ஏழைகள் மீது இதைத் திணிப்பது ஏன் எனப் பலரும் பொங்குவதைப் பார்க்க முடிகிறது. இந்த ஆவேசம் நியாயமானதுதான். பண மதிப்பு நீக்க நடவடிக்கைக்குப்பிறகு நாட்டில் கடும் பணத்தட்டுப்பாட்டு ஏற்பட்டு, சராசரி மக்கள் இதனால் கடுமையாகப் பாதிக்கப்பட்டுள்ள நிலையில்,

டிஜிட்டல் பணப் பரிவர்த்தனை வசதிகளைத் தீர்வாக முன்வைப்பது சரியா? இது எப்படி எல்லோருக்கும் சாத்தியமாகும்? இப்படி அடுக்கடுக்காகக் கேள்விகள் எழலாம்.

இந்தக் கேள்விகளுக்கான பதில்தான் மொபைல் பணம். அதென்ன மொபைல் பணம்? செல்போன் மூலம் பணம் அனுப்பிவைப்பதும் பணம் பெறுவதுமே மொபைல் பணம் எனக் குறிப்பிடப்படுகிறது. கார்டும், இணையப் பரிவர்த்தனையும் வசதி படைத்தவர்களுக்கும், மத்தியதர மக்களுக்கும் ஏற்றவை என்றால் மொபைல் பணம் எல்லோருக்குமானது, குறிப்பாக ஏழைகளுக்கும், அடிதட்டு மக்களுக்குமானது. ஏழைக்கு ஏற்ற எள்ளுருண்டை என்று சொல்வது போல மொபைல் பணம் என்பது ஏழைகளுக்கான டிஜிட்டல் பணம்.

செல்போன் மூலமே பணப் பரிவர்த்தனை செய்து கொள்ள உதவும் இந்த வசதி ஏழை, எளிய மக்கள் ரொக்கமில்லா பரிவர்த்தனையில் ஈடுபட வழி செய்கிறது. கென்யா உள்ளிட்ட ஆப்பிரிக்க நாடுகள் இதற்கான வெற்றிகரமான உதாரணமாகத் திகழ்கின்றன. இந்த நாடுகளில் உள்ள பெரும்பாலான மக்கள் செல்போன் மூலமே பொருட்களை வாங்குகின்றனர். பணம் அனுப்பி, பெறுகின்றனர். கென்யா போன்ற நாடுகளில் அனைத்துத் தரப்பு மக்களும் மார்க்கெட்டுகளிலும் கடைகளிலும் செல்போன் மூலம் பணம் செலுத்தும் காட்சியைச் சர்வ சாதாரணமாகப் பார்க்கலாம். வர்த்தகர்களும் சிறு வியாபாரிகளும் செல்போன் மூலம் பணத்தைப் பெற்றுக்கொள்கின்றனர். பலரும் அநேகமாக ரொக்கத்தைத் தொடுவதுகூட இல்லை. அதற்கான தேவையும் இல்லை. இவற்றுக்கெல்லாம் அடிப்படை மொபைல் பணம்தான்.

செல்போனில் டிஜிட்டல் வடிவில் குடிகொண்டிருக்கும் இந்த மொபைல் பணம் மிகவும் பின்தங்கிய சமூகங்களில் பெரும் மாற்றத்தைக் கொண்டு வந்துள்ளது. இது பணப் பரிமாற்றத்தை எளிதாக்கி இருக்கிறது. திருட்டைக் குறைத்திருக்கிறது. வியாபாரத்தைப் பெருக்கியிருக்கிறது. சேமிப்புப் பழக்கத்தைச் சாத்தியமாக்கியுள்ளது. இன்னும் நிறைய மாயங்களைச் செய்துள்ளது.

மொபைல் பணம் தொடர்பாக முக்கியமாகத் தெரிந்துகொள்ள வேண்டிய விஷயம் என்ன தெரியுமா? இந்தப் பரிவர்த்தனைக்கு விலையுயர்ந்த ஸ்மார்ட்போனும் தேவையில்லை. இணைய இணைப்பும் அவசியமில்லை. நம்மில் பலரும் மறந்துவிட்ட பழைய நோக்கியா போன் போன்ற சாதாரண போனே போதுமானது. அதனால் இது வளரும் நாடுகளுக்கும், வங்கிச்சேவை சென்று சேராத ஏழை மக்களுக்கும் ஏற்றது என்கின்றனர்.

மொபைல் பணத்தைத் தள்ளுவண்டி வைத்திருப்பவரும் பயன் படுத்தலாம், தலையில் கூடை சுமந்து செல்லும் சிறு வியாபாரியும் பயன்படுத்தலாம். சுருக்குப் பை வைத்திருக்கும் பாட்டியும் பயன் படுத்தலாம். மொபைல் பணம் நாம் பரவலாக அறிந்திருக்கும் பேடிஎம் போன்ற மொபைல் வாலெட்களில் இருந்து வேறுபட்டவை. மொபைல் வாலெட்கள் மூலம் ஸ்மார்ட்போனில் பணப் பரிவர்த்தனை வசதி அறிமுகமாவதற்குச் சில ஆண்டுகள் முன்பே மொபைல் பணம் அறிமுகமாகிவிட்டது. அதுவும் எங்கு தெரியுமா? ஆப்பிரிக்காவில், கென்யாவில்.

2007ம் ஆண்டு கென்யாவில் எம்-பெசா எனும் பெயரில் சோதனை முறையில் அறிமுகமான மொபைல் பணம் அந்நாட்டில் பெரும் வெற்றி பெற்று, அதன் பிறகு மற்ற ஆப்பிரிக்க நாடுகளிலும் பரவி, இன்று மொபைல் பரிவர்த்தனையில் உலகுக்கே முன்னுதாரணமாக இருக்கிறது.

போரால் பாதிக்கப்பட்ட சோமாலியாவிலும், ஆப்கானிஸ்தானிலும் மொபைல் பணம் வெற்றி பெற்றிருக்கிறது. பிலிப்பைன்சிலும் வங்கதேசத்திலும், ஏன் பாகிஸ்தானிலும்கூட மொபைல் பணம் பயன்பாட்டில் இருக்கிறது. இந்த நாடுகள் எல்லாவற்றிலும், ஏழை மக்களாலேயே இந்தச் சேவை பெருமளவு பயன்படுத்தப்படுகிறது. பொருளாதார நோக்கில் பின்தங்கிய மக்கள் வாழ்க்கையில் மாற்றத்தை ஏற்படுத்தவேண்டும் என்றால் மொபைல் பணமே அதற்கான வாகனம் என்று பொருளாதார வல்லுனர்கள் பலரும் வலியுறுத்துகின்றனர். எல்லோருக்கும் நிதிச்சேவைகளைக் கொண்டு செல்வதில் மொபைல் பணம் பெரும் பங்காற்றும் என்றும் நம்புகின்றனர்.

மொபைல் பணத்துக்கு இவ்வளவு ஆற்றல் இருக்கிறதா? என ஆச்சரியம் உண்டாகலாம். ஆனால், மொபைல் பணத்தின் அடிப்படையைப் புரிந்துகொண்டால் ஆச்சரியம் விலகி, மொபைல் பணத்தின் ஆற்றல் முழுவதும் தெரியவரும்.

இப்போது மொபைல் பணத்தைக் கொஞ்சம் விரிவாகப் பார்க்கலாம். பொதுவாக டிஜிட்டல் பரிவர்த்தனை என்பது, இணையம் உள்ளிட்ட நவீன தொழில்நுட்ப வசதிகள் மூலம் பணம் பரிவர்த்தனை செய்வது ஆகும். அதாவது பணத்தை பௌதீக வடிவில் பரிமாற்றம் செய்யாமலேயே அதன் மதிப்பைப் பரிமாற்றம் செய்வது. வங்கிக் கணக்கில் இருக்கும் பணத்தை, எடுக்காமலேயே இன்னொருவருக்கு டிஜிட்டல் முறையில் மாற்றுவதன்மூலம் இது சாத்தியமாகிறது. இந்தப் பரிவர்த்தனையின்போது பணம் டிஜிட்டல் வடிவில் அல்லது மின்னணு வடிவில் இருக்கிறது. எனவேதான் இது மின்னணு பணம் அல்லது டிஜிட்டல் பணம் எனக் குறிப்பிடப்படுகிறது. இந்தப்

பரிவர்த்தனையை மேற்கொள்ள பலவழிகள் இருக்கின்றன. டெபிட் கார்டு மூலம் பணம் செலுத்தலாம். இணையம் வழியே பரிவர்த்தனை செய்யலாம். (நெட் பாங்கிங்). ஸ்மார்ட்போன் வழியே பரிவர்த்தனை செய்யலாம். (மொபைல் பாங்கிங்). பர்சில் பணம் வைத்திருப்பது போல, கார்டில் உள்ள பணத்தைக் கொஞ்சம் போல ஸ்மார்ட் போனுக்கு மாற்றிக்கொண்டு பயன்படுத்துவது மொபைல் வாலெட் வசதி எனச் சொல்லப்படுகிறது.

இவை எல்லாவற்றுக்குமே வங்கிச்சேவை அவசியம். ஆனால், வங்கிச்சேவை இல்லாமலே செல்போன் மூலம் பணம் அனுப்பி, பெறும் வசதியாக மொபைல் பணம் இருக்கிறது. செல்போன் ரீசார்ஜ் செய்வது போலவே இது நிகழ்கிறது. மொபைல் பண சேவையில், பயனாளிகள் உள்ளூர் முகவர் ஒருவரிடம் குறிப்பிட்ட தொகையிலான பணத்தைக் கொடுக்கிறார். முகவர் அதைப் பெற்றுக்கொண்டு பயனாளி கணக்கின் சார்பில் அதை மொபைல் நெட்வொர்க்கில் அனுப்பி வைக்கிறார். மறுமுனையில் அந்தப் பணத்தை இன்னொரு பயனாளி குறுஞ்செய்தி வடிவில் பெற்றுக்கொள்வார். பணம் வந்த குறுஞ் செய்தியை அங்குள்ள முகவரிடம் காட்டி பணம் பெற்றுக் கொள்ளலாம். இப்படிதான் மொபைல் பணம் செயல்படுகிறது. இதற்கென செயலி இருக்கிறது. ரகசிய பின் எண் அடிப்படையில் இதை இயக்கலாம் என்பதால் இந்தச் சேவை பாதுகாப்பானது.

தொலை தொடர்பு நிறுவனங்களே இத்தகைய மொபைல் பணச் சேவையை வழங்கி வருகின்றன. ஆப்பிரிக்காவில் அறிமுகமாகி உலகின் கவனத்தை ஈர்த்த மொபைல் பணச் சேவை 93 உலக நாடுகளில் விரிவாகி இருக்கிறது. மொபைல் பணப் பரிவர்த்தனை ஒரு செல்போன் சேவையில் இருந்து இன்னொரு செல்போன் சேவையிலும் பயன்படுத்தக்கூடியதாக இருக்கவேண்டும் எனப் பேசப்படும் அளவுக்கு இந்தச் சேவை பரவலாகி இருக்கிறது.

வங்கிக் கணக்கு இல்லாமலேயே மொபைல் பணத்தைப் பயன் படுத்தலாம். இதற்கான அங்கீகரிக்கப்பட்ட முகவரிடம் பணத்தைக் கொடுத்து அதே போன்ற முகவரிடம் இருந்தே பணத்தைப் பெற்றுக் கொள்ளலாம். இந்தச் சேவையில் பயனாளிகள் டிஜிட்டல் பரிவர்த்தனையில் ஈடுபடுவதில்லை. அவர்கள் சார்பில் முகவர்களே டிஜிட்டல் முறையில் பணம் அனுப்பி வைக்கின்றனர். அதற்கான அடிப்படை கட்டமைப்பாக செல்போன் சேவை வலைப்பின்னல் அமைகிறது. இந்த வகையில் செல்போனே பயனாளியின் வங்கியாகி விடுகிறது. இப்போது இந்தச் சேவைமூலம் பணப் பரிவர்த்தனை மட்டும் அல்லாமல் பணத்தைச் சேமிக்கும் வசதியும் அளிக்கப் படுகிறது.

சொந்த ஊரைவிட்டு வந்தவர்கள் தொலைதூர கிராமத்தில் உள்ள குடும்பத்தினருக்குப் பணம் அனுப்பிவைக்க இந்தச் சேவை பேருதவியாக இருக்கிறது. சந்தையில் பொருள்களை வாங்கவும் கைகொடுக்கிறது. பணத்தை மொபைலுக்கு மாற்றமுடிவதால், வீட்டில் பானைக்கு அடியிலோ, பெட்டிக்குக் கீழோ வைத்திருக்கும் நிலை இருக்காது. குடிகாரக் கணவரோ, சில்லரை களவாணிகளோ பணத்தைக் கொண்டுசென்றுவிடமுடியாது. அதனால் மொபைல் பணம் என்பது வங்கிச்சேவை வசதியில்லாதவர்களுக்கான வங்கிச்சேவை எனப் போற்றப்படுகிறது.

அது மட்டுமல்ல, அரசின் நலத்திட்டங்கள் மற்றும் மானிய உதவிகளை மொபைல் பணமாகவே பெற்றுக்கொள்ளும் வசதி இருக்கிறது. இதனால் இடைத்தரகர் தயவை நாடுவதில் இருந்து விடுபடலாம். ஹைத்தி நாட்டில் பூகம்பம் உலுக்கியபோது, நிவாரண உதவி மொபைல் பணமாக அளிக்கப்பட்டது. போரால் பாதிக்கப்பட்ட ஆப்கானிஸ்தான் நாட்டில் காவலர்களுக்கான சம்பளம் மொபைல் பணமாகக் கணக்கில் சேர்க்கப்படுகிறது. இப்படி எண்ணற்ற உதாரணங்கள். எல்லாமே மூன்றாம் உலக நாடுகளில் அரங்கேறிய வெற்றிக்கதைகள் தொடர்பானவை. எனவேதான் மொபைல் பணச் சேவையை அனைவருக்கும் உள்ளடக்கிய நிதிச்சேவையைச் சாத்தியமாக்குவதில் முக்கிய ஆயுதமாக வர்ணிக்கின்றனர்.

மொபைல் பணம் முழுவதும் ரொக்கமில்லா சேவை அல்ல. இதன் துவக்கத்திலும், நிறைவுப்பகுதியிலும் ரொக்கம் இருக்கிறது. இடைப் பட்ட காலத்தில் பணம் டிஜிட்டல் வடிவில் மொபைல் பணமாக மாறுகிறது. இந்த காரணத்தினாலும் கூட சாமானிய மக்களுக்கு ஏற்ற சேவையாக அமைகிறது.

மொபைல் பணச் சேவையைப் பயன்படுத்த செல்போன் கூடத் தேவையில்லை. சிம்கார்டு இருந்தாலே போதுமானது. மொபைல் பண வசதி நிறுவனத்திடம் இருந்து சிம் கார்டை மட்டும் பெற்றுக்கொண்டு கணக்கைத் தொடங்கி, தேவை ஏற்படும்போது ஒரு போனை கடன் வாங்கி பணப் பரிவர்த்தனை செய்துகொள்ளலாம். இப்படி ஏழை களுக்காக வளைந்து கொடுக்கக் கூடிய சேவையாக மொபைல் பணம் அமைந்துள்ளது. தொழில்நுட்பம் சாத்தியமாக்கியுள்ள இந்த வசதியை கொஞ்சம் திட்டமிடலும், முனைப்பும் இருந்தால் குக்கிராமங்கள் தோறும் எடுத்துச்செல்லலாம்!

7

எம்—பெசா வெற்றிக்கதை : உலகுக்கு வழிகாட்டிய கென்யா!

மொபைல் பணத்தின் முன்னோடி முயற்சியான எம்-பெசா கென்யாவில் வெற்றி பெற்ற கதையைப் பார்க்கலாம்.

கென்யாவில் 2007ம் ஆண்டு சபாரிகாம் நிறுவனத்தால் மாதிரி திட்டமாக அறிமுகம் செய்யப்பட்ட எம்-பெசா சேவையே மொபைல் மூலமான பணப் பரிவர்த்தனையின் முன்னோடியாகக் கருதப்படுகிறது. இந்தச் சேவை கென்யாவில் சாதாரண மக்கள் மத்தியில் பெற்ற வரவேற்பை அடுத்து, தான்சானியா, உகாண்டா போன்ற மற்ற ஆப்பிரிக்க நாடுகளிலும் விரிவாக்கம் செய்யப்பட்டது. பிலிப்பைன்ஸ், ஆப்கானிஸ்தான் உள்ளிட்ட நாடுகளிலும் இந்த வசதியை அறிமுகப்படுத்துவதற்கான முயற்சிகள் தொடங்கியிருக்கின்றன.

இன்று கென்யா உலகின் மொபைல் பணத் தலைநகரம். அது மட்டு மல்ல, மொபைல் மூலம் ஏற்படக்கூடிய பொருளாதார மாற்றத்துக்கான வெற்றிகரமான அடையாளமாகவும் கென்யா மாறியிருக்கிறது.

2013ம் ஆண்டில் கென்யாவின் மொத்த உள்நாட்டு உற்பத்தியில் (ஜி.டி.பி) 43% எம்-பெசா மூலம் பாய்ந்தோடியதாக போர்ப்ஸ் கட்டுரை தெரிவிக்கிறது. 23.7 கோடி பரிவர்த்தனைகள் அதன் மூலம் நிகழ்ந்திருக் கின்றன. கென்யாவில் அதற்கு 2 கோடிக்கும் மேல் வாடிக்கையாளர்

களும், அவர்கள் சேவை பெற வழிகாட்டும் 83,000 க்கும் மேற்பட்ட முகவர்களும் இருக்கின்றனர். கென்யா மக்கள் உள்ளூர் பஸ் பயணம் முதல் கொண்டு, சந்தையில் இறைச்சி வாங்குவதுவரை பெரும் பாலான தேவைகளை மொபைலில் இருந்து எம்-பெசா மூலமே நிறைவேற்றிக்கொள்கின்றனர். பணம் அனுப்பவும், பணம் பெறவும் இந்த வசதியை நாடுகின்றனர். (முதலில் பணப் பரிவர்த்தனை சேவையாகத்தான் அறிமுகமானது).

கென்யாவிலும் அதன் தாக்கத்தால் அருகே உள்ள ஆப்பிரிக்கா நாடுகளிலும் கையில் செல்போன் இருந்தால் போதும், சமாளித்துக் கொள்ளலாம். ரொக்கம் வேண்டும் என்ற அவசியமில்லை. சாதாரண பழைய போன் போதும். டேட்டா பேக் கவலையும் இல்லை. ஸ்மார்ட்போன் மூலம் இணையத்தை அணுகும் வசதி ஏற்பட்ட பிறகே வளரும் நாடுகளில் செயலிகளும் மொபைல் வாலெட்களும் பிரபலமாகத் தொடங்கின. ஆனால் அதற்குச் சில ஆண்டுகள் முன்பே கென்யா, மொபைல் பண வசதியில் உலகுக்கே பாடங்களை வழங்கக்கூடியதாக உருவாகியிருந்தது.

கென்யாவில் இது எப்படிச் சாத்தியமானது?

இந்தக் கேள்விக்கான பதில் எம்-பெசா வரலாற்றில் இருக்கிறது என்பதைவிட, ஆப்பிரிக்க நாடுகளின் மொபைல் பயன்பாட்டில் இருக்கிறது என்று சொல்வதே சரியாக இருக்கும். எம்-பெசா, வோடோபோன் நிறுவனத்தின் துணை நிறுவனமான சபாரிகாம், பிரிட்டன் தொண்டு நிறுவனத்தின் உதவியுடன் இணைந்து அறிமுகம் செய்த சேவை என்ற போதிலும் அதை ஏற்றுக்கொள்ளக்கூடிய அளவுக்கு ஆப்பிரிக்க சமூகம் மொபைல் பயன்பாட்டில் வளர்ச்சி அடைந்ததாக இருந்ததாலேயே வரவேற்பும் வெற்றியும் சாத்தியமானது.

மொபைல் பயன்பாட்டின் வரலாற்றைப் பார்க்கும்போது இதில் வியப்பதற்கு எதுவுமில்லை. மேற்கத்திய நாடுகள் புதிய மாதிரி போன்கள், இன்னும் மேம்பட்ட போன்களில் லயித்திருந்தன என்றால், ஏழை நாடுகளைச் சேர்ந்தவர்கள் பெரும்பாலும் சாதாரண செல்போனை ஒரு வரப்பிரசாதமாகவே பார்த்தனர். நடைமுறை வாழ்க்கையின் சிக்கல்களுக்குத் தீர்வுகாணும் வகையில் செல்போனை புதுமையான முறையில் பயன்படுத்தும் வேட்கை அவர்களிடம் இருந்தது. அதற்கான தேவையும் அதிகமிருந்தது. அடிப்படை வசதிகள் குறைவாக இருந்த நிலையில் அவர்கள் பிரச்னைகளுக்கான புதிய தீர்வுகள் செல்போன் சார்ந்தே உருவாயின. இதற்கு உதாரணமாகத் திகழக்கூடிய செல்போன் சார்ந்த மருத்துவச் சேவை திட்டங்களும், நிதி உதவி திட்டங்களும் அநேகம் இருக்கின்றன.

சொல்லப்போனால் மேலை நாடுகளை விட, ஆப்பிரிக்க நாடுகளிலும் இதர மூன்றாம் உலக நாடுகளிலுமே செல்போன் பயன்பாட்டில் தீவிரம் காட்டுகின்றனர். மற்ற எந்த நவீன சாதனங்களையும் விட செல்போனே அவர்களுக்கு எளிதில் சாத்தியமாகக் கூடியதாக இருப்பது இதற்கு முக்கிய காரணம்.

செல்போனை இப்படி எல்லாம்கூடப் பயன்படுத்த முடியுமா என அசந்து போகக்கூடிய அளவுக்கு, ஆப்பிரிக்க நாடுகளில் மக்கள் அவற்றை நூதனமான முறையில் பயன்படுத்தி வருவதற்கான எண்ணற்ற உதாரணங்கள் பதிவு செய்யப்பட்டுள்ளன. இத்தகைய ஒரு பயன்பாடே எம்-பெசா சேவையின் வெற்றிக்கு அடித்தளமானது.

அடிப்படையில் எம்-பெசா என்பது பணப் பரிவர்த்தனை சேவை. எம்-பெசா வாடிக்கையாளர்கள் தங்கள் செல்போன் மூலம் யாருக்கு வேண்டுமானாலும் பணம் அனுப்பலாம். யாரிடம் இருந்து வேண்டுமானாலும் பணம் பெறலாம். இதற்காக அவர்களுக்கு வங்கி கணக்கோ, டெபிட் கார்டு வசதியோ இருக்க வேண்டிய அவசிய மில்லை. அவர்கள் எந்தச் செயலியையும் தரவிறக்கம் செய்யவும் வேண்டாம். அவர்கள் செய்ய வேண்டியதெல்லாம், சபாரிகாம் நிறுவனம் வழங்கும் எம்-பெசா சேவையில் உறுப்பினராகப் பதிவு செய்து கொள்வதுதான். வங்கிக் கணக்கு தொடங்குவதைவிட இது எளிதானது. அருகாமையில் உள்ள எம்-பெசா முகவரிடம் சென்று விண்ணப்பப் படிவத்தைப் பூர்த்தி செய்து செல்போன் எண்ணைப் பதிவுசெய்து கொள்ளவேண்டும். இந்த முகவர் பெரும்பாலும், உள்ளூர் பெட்டிக்கடைக்காரராக அல்லது, மருந்து கடைக்காரராக இருக்கலாம். செல்போன் ரீசார்ஜ் சேவை வழங்குவது போலவே இவர்கள் எம்-பெசா சேவைக்கான முகவர்களாகவும் செயல்படுகின்றனர்.

சபாரிகாம் சிம்கார்டை வாங்கி, எம்-பெசாவில் இணைந்த பிறகு அதனை இயக்கும் வசதியை போன் மெனுவில் இருந்தே அணுகலாம். பட்டியலில் எம்-பெசாவைத் தேர்வு செய்த பிறகு, பணம் அனுப்ப, பணம் பெற, பில் செலுத்தத் தேவையான பட்டியல் தோன்றும். அதில் இருந்து தேவையானதைத் தேர்வு செய்து கொள்ள வேண்டும். உதாரணமாகப் பணம் அனுப்பும் வசதியைத் தேர்வுசெய்து ஊரில் உள்ளவர்களுக்குப் பணம் அனுப்பலாம். அதற்கான தொகையை முகவரிடம் கொடுத்தால் அவர் அதை உறுப்பினர் கணக்கில் வரவு வைப்பார். உடனே உறுப்பினர் போனுக்கு இதை உறுதி செய்யும் குறுஞ்செய்தி அனுப்பிவைக்கப்படும். இதன் பிறகு பணம் பெற வேண்டியவரின் செல்போன் எண்ணுக்கு அந்தத் தொகையைத் தனது கணக்கில் இருந்து அனுப்பி வைக்கலாம். இது அவரது போனில் குறுஞ்செய்தியாகப் போய்ச்சேரும். அதுதான் பணம் எடுப்பதற்கான

அனுமதிச் சீட்டு. ஊரில் உள்ள நபர் அந்த போனில் வந்த குறுஞ்செய்தியை உள்ளூர் முகவரிடம் காண்பித்து அதற்குறிய தொகையைப் பெற்றுக்கொள்ளலாம். ஆக அங்கும் இங்கும் அல்லாடாமல் இருந்த இடத்தில் இருந்தே பணம் அனுப்பமுடியும். சிறிய அளவு பரிவர்த்தனை கட்டணம் கழித்துக்கொள்ளப்படும்.

பணம் அனுப்பும்போதும் பெறும் போதும் உறுப்பினர்கள் தங்களுக்கான ரகசிய பின் எண்ணை உள்ளீடு செய்து பரிவர்த்தனையை உறுதி செய்ய வேண்டும். உறுப்பினர்கள் தங்கள் கணக்கில் பணத்தை டெபாசிட் செய்து வைத்துக்கொண்டு தேவைப்படும்போது அதிலிருந்து பணத்தை எடுத்து அனுப்பி வைக்கலாம். இதே முறையில் பொருட்களை வாங்குவதற்கான பில் தொகையையும் செலுத்தலாம். உறுப்பினர் செலுத்தும் பணத்துக்கு நிகரான மின்னணுப் பணம் அவரது கணக்கில் வரவு வைக்கப்படும் அதே நேரத்தில், அதே அளவு தொகை வங்கியில் செலுத்தப்படும். அதற்கேற்ப முகவர்கள் மொத்தமாகப் பணத்தைச் செலுத்துவது மற்றும் மின்னணுப் பணத்தை பெற்றுக் கொள்வது ஆகிய பணிகளை நிறைவேற்றுவார்கள். முகவர்கள், அவர்களுக்கு மேல் பிரதான முகவர்கள், பணப் பரிமாற்றத்திற்கான பதிவுகள் எனப் பின்னணியில் சிக்கலான அமைப்பு இருந்தாலும், வாடிக்கையாளர்களைப் பொருத்தவரை எல்லாமே எளிமையானது. அவர்கள் நினைத்த நேரத்தில் பணம் அனுப்பலாம். தங்களுக்கு வந்து சேரும் தொகையைப் பெற்றுக்கொள்ளலாம். வங்கி இல்லா வங்கிச்சேவை என இது பாராட்டப்படுகிறது.

40 சதவீதத்தினருக்கும் குறைவான மக்களே வங்கிச்சேவை பெற்றிருக்கும் கென்யா போன்ற நாட்டில் இந்தச் சேவை எந்த அளவு பயனுள்ளதாக இருக்கும் என்பதை எளிதாகப் புரிந்து கொள்ளலாம்.

எம்-பெசா அறிமுகமாவதற்கு முன் கிராமப்புறங்களில் உள்ளவர் களுக்குப் பணம் அனுப்பி வைப்பது மிகவும் கடினமான இருந்தது. பிழைப்பு தேடி நகரத்துக்குக் குடிபெயர்ந்த தொழிலாளர்கள் கிராமங்களில் உள்ள குடும்பத்தினருக்குப் பணம் அனுப்ப நினைத்தால் ஒன்று தானே நேரில் சென்று வர வேண்டும் அல்லது அஞ்சலக சேவையை நாடவேண்டும். ஆனால் அஞ்சல் சேவையைப் பயன்படுத்தினாலும்கூட, கிராமங்களில் உள்ளவர்கள் பணத்தைப் பெறுவதற்காக அஞ்சல் அலுவலகத்தை நாடி வர வேண்டும். இதற்குப் பல மைல் நடக்க வேண்டியும் இருக்கலாம். இதற்கு மாற்றாக, பலரும் ஊருக்குச் செல்லும் பேருந்து ஓட்டுனர்களிடம் பணம் கொடுத்து அனுப்பி உரியவரிடம் ஒப்படைத்துவிடுமாறு கூறுவதும் உண்டு. இந்த முறை அத்தனை நம்பகமானது இல்லை என்றாலும் வேறு மாற்று வழிகள் கிடையாது.

இந்தப் பின்னணியில்தான் பணப் பரிவர்த்தனைக்கான எளிய வசதியாக எம்-பெசா அறிமுகமானது. இப்படி ஒரு வசதிக்காகவே காத்திருந்தவர்கள் போல கென்யர்களும் அதை வரவேற்று ஏற்றுக்கொண்டனர். இங்கு சுவாரஸ்யமான ஒரு விஷயத்தை நினைவில் கொள்ள வேண்டும். கென்யாவில் உள்ள சராசரி மக்கள் சிலர் ஊரில் உள்ள உறவினர்களுக்கு பணம் அனுப்பி வைக்க ஏற்கெனவே செல்போனை நூதனமான முறையில் பயன்படுத்தி வந்தனர். யாருக்காவது பணம் அனுப்ப வேண்டும் என்றால், அந்தத் தொகைக்கு செல்போனை ரீசார்ஜ் செய்யும் கூப்பன் வாங்கிக் கொள்வார்கள். பின்னர் ஊரில் உள்ள தெரிந்த கடைக்காரருக்கு போன் செய்து அந்தக் கூப்பனில் உள்ள குறியீட்டு எண்ணைத் தெரிவிப்பார்கள். கடைக்காரர் அந்த எண்ணைத் தனது போனில் உள்ளீடு செய்து டாக் டைமை பயன்படுத்திக் கொள்வார். அதற்கு நிகரான தொகையை, தனக்கான கமிஷனை கழித்துக்கொண்டு, பணம் அனுப்பியவரின் உறவினரிடம் கொடுத்து விடுவார். இப்படித்தான் நகரங்களில் அல்லது வெளிநாடுகளில் வசிக்கும் பலர் குக்கிராமங்களில் உள்ள குடும்பத்தினருக்குப் பணம் அனுப்பி வந்தனர்.

இந்த முறையைப் பார்த்து ஊக்கம் பெற்ற சபாரிகாம் குழு, இதையே உரிய உள்கட்டமைப்பு வசதிகளுடன் முறையான சேவையாக அறிமுகம் செய்தது. முதல் சில மாதங்களிலேயே ஆயிரக்கணக்கானோர் இதில் உறுப்பினர்களாக இணைந்துகொண்டனர். இந்தச் சேவையைப் பயன்படுத்தியவர்களிடம் இருந்து எளிமையான முறையில் பணம் வந்துசேர்ந்த மாயத்தைப் பார்த்தவர்கள் தாங்களும் அதில் இணைந்துகொண்டனர். விளைவு, வாடிக்கையாளர்களின் எண்ணிக்கை அதிகமாகி, எம்-பெசா வலைப்பின்னலும் விரிவடைந்தது. பில் செலுத்துவது, பொருள்களை வாங்குவது போன்ற வசதிகளும் அறிமுகமாயின. திடீரென்று பார்த்தால் கென்யாவில் திரும்பிய இடமெல்லாம், எம்-பெசா விளம்பரங்களையும் அறிவிப்புகளையும் பார்க்க முடிந்தது. காய்கறி கடை, போக்குவரத்து, சந்தை என எல்லா இடங்களிலும் எம்-பெசாவைப் பயன்படுத்த முடிந்தது. சந்தைக்குவரும் பெண்கள், கூடையில் காய்கறிகளை அள்ளிப்போட்டுக்கொண்டு, கடைக்காரப் பெண்மணியை நோக்கி செல்போனை இயக்கிவிட்டுச் செல்வது போன்ற காட்சிகளைச் சர்வ சாதாரணமாகப் பார்க்கலாம். கடைக்காரப் பெண்மணியும் தன் செல்போனை எடுத்துப் பார்த்துவிட்டு அடுத்த வாடிக்கையாளரைக் கவனிக்கத் தொடங்கிவிடுவார்.

எம்-பெசா மேலும் பலவிதங்களில் கென்யா மக்களுக்கு உதவியது. எளிதாகப் பணம் அனுப்ப முடிந்ததோடு அது சேமிப்புக்கும்

வித்திட்டது. பலருக்கும் வங்கிச்சேவை இல்லாத நிலையில், கையில் இருக்கும் சொற்பப் பணத்தைப் பாதுகாப்பது என்பது சிக்கலானதாக இருந்தது. ஆனால் இப்போதோ பணத்தை எம்-பெசா கணக்காக மாற்றமுடிந்தது. இது வங்கி கணக்குக்கு நிகரான தன்மையைக் கொடுத்தது. கையில் ரொக்கமாக வைத்திருக்கும் தேவை இல்லாமல் மொபைல் பணத்தைப் பரிவர்த்தனை செய்வது வீண் செலவையும் தாமதத்தையும் குறைத்தது. அடித்தட்டு மக்களின் பொருளாதாரத்தை மாற்றி அமைக்கும் வகையில் இது அமைந்தது. கென்யாவில் எம்-பெசா (பெசா என்றால் ஆப்பிரிக்க மொழியில் பணம் என்று பொருள்) வெற்றி பெற்ற விதம் உலகின் கவனத்தை ஈர்த்து, இது பற்றிப் பேசவும், ஆய்வு செய்யவும் வைத்தது. அருகில் உள்ள நாடுகளுக்கும் இது விரிவாக்கம் செய்யப்பட்டது.

கிரெடிட் கார்டுகள், டெபிட் கார்டுகளுக்குப் பழக்கப்பட்ட மேலை நாட்டினர், அதிக நவீன வசதிகள் இல்லாத கென்யாவில் மக்கள் சாதாரண செல்போனை வைத்துக்கொண்டு வெற்றிகரமாகப் பணப் பரிமாற்றம் மற்றும் வர்த்தகம் செய்வதை வியப்புடன் பார்த்தனர். அமெரிக்கப் பத்திரிகையாளர் ஒருவர் இந்த மாயத்தை நேரில் உணர வேண்டும் என்பதற்காகவே கென்யா சென்று அங்கு பத்து நாட்கள் தங்கியிருந்து வியந்து கட்டுரை எழுதினார். ஏர்போர்ட்டில் இறங்கி கையில் இருந்த டாலர்களை செல்போனில் எம்-பெசாவாக மாற்றிக் கொண்டு, டாக்சி சேவை முதல், தங்குமிடம், உணவு, சுற்றிப்பார்ப்பது என எல்லாவற்றுக்கும் மொபைல் பணத்தையே கொடுக்கமுடிந்தது பற்றி விவரிக்கும் அந்தக் கட்டுரை கென்யாவில் பணப் பரிவர்த்தனையில் ஏற்பட்டிருக்கும் புரட்சிகரமான மாற்றத்தை உணர்த்துவதாக அமைந்திருந்தது.

ஆக மொபைல் பணத்தைப் பொருத்தவரை கென்யா தான் உலகுக்கு வழிகாட்டியாக இருக்கிறது. இதற்கான தொழில்நுட்பம் பிரிட்டனில் உருவாக்கப்பட்டாலும் செயலாக்கிய பெருமை கென்ய சமூகத்துக்கே உரியது. எம்-பெசா அறிமுகமாவதற்குச் சில ஆண்டுகளுக்கு முன் ஜப்பானில் மொபைல் பணப் பரிவர்த்தனை வசதி, பொருட்களை வாங்குவதற்காக டொக்கோமோ நிறுவனத்தால் அறிமுகம் செய்யப் பட்டது என்றாலும், மொபைல் பண வசதி கென்யாவில்தான் முதலில் விஸ்வரூபம் எடுத்தது.

எம்-பெசா சேவை தென்னாப்பிரிக்காவில் அறிமுகமானபோது பெரிய அளவில் வெற்றிபெறவில்லை. இதே சேவைதான் இந்தியாவில் 2013ம் ஆண்டில் வோடோபோன் நிறுவனத்தால் அறிமுகம் செய்யப்பட்டது. தொலைதொடர்பு நிறுவனங்களுக்கு வங்கிச்சேவை தொடர்பான

கட்டுப்பாடு இருப்பதால், ஐ.சி.ஐ.சி.ஐ வங்கியுடன் இணைந்து இது மொபைல் வாலெட் சேவையாக அறிமுகமானது.

எம்-பெசாவின் தாக்கம்

எம்-பெசாவைத் தொடர்ந்து மேலும் பல ஆப்பிரிக்க நாடுகளில் இதே போன்ற மொபைல் பணச் சேவைகள் அறிமுகமாகியுள்ளன. கென்யாவிலேயே கூட எம்-பெசா தவிர மேலும் சில மொபைல் பணச் சேவைகள் அறிமுகமாகியுள்ளன. ஆனால் மொபைல் பணத்தைப் பொருத்தவரை எம்-பெசா முன்னோடியாக இருப்பதோடு, மொபைல் பணம் ஏற்படுத்தக்கூடிய தாக்கத்துக்கான சிறந்த உதாரணமாகவும் இருந்து வருகிறது. எனவேதான் எம்-பெசா வெற்றிக்கதையாகக் கொண்டாடப்படுவதோடு, கென்ய சமூகத்தில் அதன் தாக்கம் குறித்தும் அறிய ஆய்வுகள் மேற்கொள்ளப்பட்டு வருகின்றன.

இப்படி நடத்தப்பட்ட ஆய்வுகளில் ஒன்று, எம்-பெசா பயன்பாடு காரணமாக கென்யாவில் 2% மக்கள் மோசமான வறுமை நிலையில் இருந்து மீண்டு வந்திருப்பதாகத் தெரிவிக்கிறது. இந்தச் சேவை வறுமை நிலை மேம்படுவதில் நீண்டகால தாக்கம் செலுத்தி வருவதாகவும், குறிப்பாகப் பெண்கள் வழிநடத்தும் குடும்பங்களில் இது அதிகமாக இருப்பதாகவும் ஆய்வில் தெரிவிக்கப்பட்டுள்ளது. எம்.ஐ.டி பல்கலைக்கழகப் பொருளாதார வல்லுனர் தவ்நீத் சூரி மற்றும் அவரது சகாவான வில்லியம் ஜேக் நடத்திய ஆய்வு இந்தத் தகவல் களைத் தெரிவிக்கிறது. இவர்கள் இருவரும் கென்யாவில் மொபைல் பணத்தின் தாக்கத்தைப் பல ஆண்டுகளாகத் தொடர்ந்து கவனித்துப் பதிவு செய்து வருகின்றனர். ஏற்கெனவே எம்-பெசா அறிமுகமான ஓராண்டுக்குப் பின் 2008ல் இதன் தாக்கம் தொடர்பாக ஆய்வு செய்து கட்டுரை சமர்ப்பித்தனர். கென்யாவின் ஏழை எளிய மக்கள் சேமிக்கவும், பொருளாதார நெருக்கடிகளை எதிர்கொள்ளவும் மொபைல் பணம் உதவுவதாக அந்த அறிக்கையில் தெரிவித்திருந்தனர்.

இதனையடுத்து 2010 ல் இந்தக் குழு மீண்டும் ஆய்வு நடத்தி, இந்தச் சேவை பயனாளிகள் எளிதாகச் சேமிக்கவும், கடன் வாங்கவும் உதவுவதாகத் தெரிவித்தது. பின்னர் 2012 ல் மீண்டும் ஆய்வு நடத்தி, கென்யாவில் உள்ள மக்கள் மோசமான விளைச்சல், வறட்சி அல்லது மருத்துவப் பிரச்னைகளால் ஏற்படக்கூடிய பொருளாதார நெருக்கடி களைச் சமாளிக்க எம்-பெசா கைகொடுப்பதாகத் தெரிவித்தனர். மோசமான சூழ்நிலையில் பரந்து விரிந்த வலைப்பின்னலில் இருந்து உதவி மற்றும் பணத்தைப் பெற முடிவதால் இது சாத்தியமாவதாகக் குறிப்பிட்டிருந்தனர். இந்த ஆய்வுகளின் தொடர்ச்சியாக நடத்தப்பட்ட

சமீபத்திய ஆய்வு தொடர்பான அறிக்கை, 2016 டிசம்பர் மாதம் சயின்ஸ் இதழில் வெளியாகியுள்ளது. இந்த ஆய்வறிக்கைதான், எம்-பெசா வறுமையைப் போக்குவதில் பெருமளவு உதவியுள்ளதாகத் தெரிவிக்கிறது.

இந்த அறிக்கையின் முக்கிய அம்சங்களைப் பார்க்கும் முன், முந்தைய அறிக்கைகளில் குறிப்பிடப்பட்டுள்ள சில தகவல்களைக் கவனித்தால் மொபைல் பணத்தின் விஸ்வரூபத்தை நன்றாகப் புரிந்து கொள்ளலாம். 2011ல் வெளியான அறிக்கையில், 850 வங்கிக் கிளைகள் மட்டுமே உள்ள நாட்டில், நான்கு ஆண்டுகளில் எம்-பெசா சார்பில் பணம் பெற்றுக்கொண்டு, பணம் அளிக்கும் முகவர்களின் எண்ணிக்கை 4,000 ல் இருந்து 25,000 ஆக உயர்ந்துள்ளதாகத் தெரிவிக்கப்பட்டிருந்தது. அண்மையில் வெளியான அறிக்கை எம்-பெசா 2.5 கோடி பயனாளி களைப் பெற்றுள்ளதாகவும், 1,20,000 முகவர்களைப் பெற்றிருப்ப தாகவும் தெரிவிக்கிறது. நான்கே ஆண்டுகளில் முகவர்களின் எண்ணிக்கை ஒரு லட்சத்தைக் கடக்கும் அளவுக்கு எம்-பெசா வலைப்பின்னல் விரிவடைந்திருக்கிறது. பாரம்பரிய வங்கிகள் நினைத்துக்கூடப் பார்க்க முடியாத விரிவாக்கம் இது.

இத்தகைய வீச்சின் காரணமாகவே தாக்கமும் அதிகமாகவே இருக் கிறது. முகவர்களின் எண்ணிக்கை அதிகரித்த பகுதிகளில் தாக்கமும் அதிகமாக இருப்பதாகப் புதிய ஆய்வு தெரிவிக்கிறது. கிட்டத்தட்ட 2 லட்சம் குடும்பங்களில் நுகர்வு அதிகரித்திருக்கிறது. அதாவது அந்தக் குடும்பங்கள் வறுமையின் பிடியில் இருந்து ஓரளவு வெளியே வந்துள்ளன. கென்யாவின் மக்கள் தொகையில் இது இரண்டு சதவீதம்.

மேலும், இந்தக் குடும்பங்களில் பெண்கள் சார்ந்துள்ள குடும்பங்களில் நிலைமை இன்னும்கூட மேம்பட்டுள்ளது. இந்தப் பெண்களில் பலர் விவசாயப் பணிகளை மட்டும் செய்து வந்ததற்கு மாறாகத் தற்போது சிறு வணிகத்திலும் ஈடுபட்டு வருகின்றனர். அவர்களால் பணத்தைச் சேமிக்கமுடிகிறது. பொருளாதார சுதந்தரம் சாத்தியமாகியிருக்கிறது. இதுவே அவர்கள் சிறுதொழில் தொடங்கவும் உதவியிருக்கிறது.

பொருட்களை விற்பது, பணம் பெறுவது ஆகியவற்றை மொபைல் பணம் சுலபமாக்கி இருக்கிறது. ஏற்கெனவே எம்-பெசா பயனாளிகள் மத்தியில் அவசர காலத்துக்கு எனச் சேமிக்கும் பழக்கமும் அதிகரித்திருப்பது ஆய்வில் தெரிய வந்துள்ளது.

மொபைல் பணம் அடித்தட்டு மக்கள் வாழ்க்கையில் எத்தகைய மாற்றத்தை ஏற்படுத்தக்கூடியது என்பதை இந்த ஆய்வுகள் உணர்த்துகின்றன.

8

மாற்றத்துக்கு வித்திடும் மொபைல் பணம்

'இப்போதெல்லாம் நான் கையில் ரொக்கம் வைத்திருப்பதில்லை' என்று ஜனநாயக செயற்பாட்டாளரான அடான் அபோகர் என்பவர் கூறுவது ஒரு செய்திக்கட்டுரையில் மேற்கோள் காட்டப்படுகிறது. 'நான் ரொக்கப்பணத்தைக் கண்ணால் பார்த்தே நீண்ட காலமாகி விட்டது. பஸ் டிக்கெட் போன்ற சிறிய பரிவர்த்தனைகள்கூட ஜாட் மூலம் தான்' என்று தொடர்ந்து கூறும் அடான், 'பள்ளியில் என் பிள்ளைகளுக்கு சாண்ட்விச் தேவை எனில் நான் ஜாட் மூலம் பணத்தை அனுப்பி வைக்கிறேன். அது உடனடியானது, காத்திருக்க வேண்டாம். ரொக்கத்தை எண்ணிக்கொண்டிருக்க வேண்டாம்' என்கிறார்.

யார் இந்த அடான் என்பதை ஊகிப்பது கடினம். ஆனால் அவர் எந்த நாட்டைச் சேர்ந்தவர் என்று உங்களால் ஊகிக்க முடிகிறதா?

ஆச்சரியப்படுவதற்குத் தயாராகிக் கொள்ளுங்கள். ஏனெனில் அடான் வசிக்கும் நாடு ஆப்பிரிக்காவில் உள்ள சோமாலிலாந்து. உள்நாட்டுப் போரால் மிக மோசமாகப் பாதிக்கப்பட்டு, வாழ்வாதாரமும் பொருளாதாரமும் சின்னாப்பின்னமாகிப்போன சோமாலிலாந்தில் இருக்கிறார் அடான். அந்நாடு இப்போது ரொக்கமில்லா தேசமாக மாறியிருக்கிறது.

தி குளோப் அண்ட் மெயில் நாளிதழில் வெளியான அந்தக் கட்டுரை, சோமாலிலாந்து நகரங்களில் எதிர்காலம் இப்போதே வருகை தந்துவிட்டது; அங்கு ரொக்கம் மறைந்து கொண்டிருக்கிறது; கிரெடிட் கார்டுக்கு வேலை இல்லை; தினசரி ஷாப்பிங் விரைவாகவும் டிஜிட்டல் மயமாகவும் இருக்கிறது என்று வர்ணிக்கிறது. எல்லா வர்த்தகர்களும், ஏன் சாலையோரக் கடைக்காரர்கள்கூட மொபைல்மூலம் பணத்தை ஏற்றுக்கொள்கின்றனர் என்றும் அந்தக் கட்டுரை தெரிவிக்கிறது.

இந்த மாற்றத்தை ஆராயும்முன், சோமாலிலாந்தின் சிக்கலான வரலாறு குறித்து ஒரு சிறு அறிமுகம். சோமாலிலாந்து, சோமாலியாவின் ஒரு பகுதியாக இருந்து பின்னர் 1991ல் அந்நாட்டில் இருந்து பிரிந்து தனிநாடாகத் தன்னைத்தானே அறிவித்துக்கொண்டது. பெரும்பாலான உலக நாடுகள் இன்னும் அதைத் தனி நாடாக அங்கீகரிக்காவிட்டாலும், சோமாலிலாந்து தனக்கென தனி அரசு, தனி நாடாளுமன்றம் அமைத்துக் கொண்டு சுதந்தரமாகச் செயல்பட்டு வருகிறது. சோமாலியாவில் அங்கம் வகித்த காலத்தில் ஏற்பட்ட இடைவிடாத போரின் பாதிப்பால் அந்நாட்டுப் பொருளாதாரம் தள்ளாடிக்கொண்டிருக்கிறது. அதோடு அந்நாட்டில் இன்னமும் முறையான நிதி அமைப்பு இல்லை. அந்நாட்டில் மத்திய வங்கி ஏற்படுத்தப்பட்டிருந்தாலும் இன்னமும் ஒரு வங்கிகூடத் தொடங்கப்படவில்லை. ஏதோ பொருளாதார சக்கரம் இயக்கப்பட்டுக்கொண்டிருக்கிறது.

ஆனால் பணப் பரிவர்த்தனை விஷயத்தில் மட்டும் ரொக்கத்தின் மீதான சார்பைப் பெருமளவு குறைத்துக்கொள்ளும் அளவுக்கு முன்னேறி இருக்கிறது. கையில் செல்போன் இருந்தால் போதும், பணப் பரிவர்த்தனை மேற்கொள்ளலாம் எனும் வசதி இருக்கிறது.

சந்தையில் ஆடுகளைப் பேரம் பேசி விற்பவர்கள்கூட ரகசியமாக விலை பேசி முடித்தபின், செல்போனை அசைத்து பணப் பரிவர்த்தனை செய்து கொள்கின்றனர். பெட்ரோல் நிலையத்தில் எரிபொருள் நிரப்பிக் கொள்கிறவர் காரில் இருந்து இறங்காமலேயே செல்போனில் தொகையைச் செலுத்திவிட்டுச் செல்கிறார். இன்னமும் நிலையான பொருளாதாரத்தைக்கூடப் பெற்றிராத ஒரு தேசம் டிஜிட்டல் பரிவர்த்தனை விஷயத்தில் உலகுக்கே முன்னோடியாக இருப்பது ஆச்சரியம்தான்.

இந்த மாற்றத்துக்கான காரணம் அந்நாட்டில் அறிமுகம் செய்யப்பட்ட மொபைல் பணப் பரிவர்த்தனை வசதிதான். தொலைத்தொடர்பு நிறுவனமான டெலிசாம் 2009ல் ஜாட் எனும் பெயரில் இதற்கான வசதியை அறிமுகம் செய்தது. இத்தனைக்கும் அந்நாட்டில் பெரிய அளவில் தொழில்கள் இல்லை. சிறு தொழில்களும், விவசாயம் சார்ந்த

சந்தை வியாபாரமும்தான் பொருளாதாரத்தைத் தாங்கிப் பிடித்துக் கொண்டிருந்தன. போரால் மற்ற நாடுகளுக்கு இடம்பெயர்ந்தவர்கள் அங்கிருந்து உறவினர்கள் மற்றும் குடும்பத்தினருக்கு அனுப்பிய டாலர்களைக் கொண்டுதான் எல்லாமே இயங்கி வந்தன. அந்தப் பணத்தையும் கொண்டு செல்வது சிக்கலானதாக இருந்தது. வங்கி என்று எதுவுமே இல்லாததால் பணத்தைப் போட்டு வைக்க இடமில்லை. பணமாற்றம் செய்பவர்களிடமும், வட்டிக்குக் கடன் தருபவர்களிடமும்தான் அவற்றைக் கொடுத்து வைக்கவேண்டும்.

இந்தச் சூழலில்தான் ஜாட் மொபைல் பணம் அறிமுகமானது. ஆரம்பத்தில் எல்லோரும் அதைச் சந்தேகத்துடனே பார்த்தனர். ஆனால் டெலிசாம் நிறுவனம் முதல் சில மாதங்களுக்கு தனது ஊழியர்களுக்கு மொபைல் பணமாகவே சம்பளம் கொடுத்தது. மேலும் மொபைல் மூலம் எளிதாகப் பணத்தை அனுப்பிவைக்கலாம், பொருட்களை வாங்கலாம் என இந்த வசதி பற்றி விளம்பரம் செய்தது. இதன் பயனாக மக்கள்மெல்லஜாட் பணப்பரிவர்த்தனையைப் பயன்படுத்தத் தொடங்கினர்.

மொபைல் பணப்பரிவர்த்தனை வசதி எளிதாக இருந்தது. மூன்று இலக்க எண்ணுக்கு அழைத்து, ரகசிய எண்ணை உள்ளீடு செய்வதன் மூலம் அதை இயக்க முடிந்தது. பணத்தை டிஜிட்டல் வடிவில் மாற்றிக் கொண்டு பரிமாற்றம் செய்துகொள்ள முடிந்தது. இதே முறையில் பணத்தைப் பெறவும் முடிந்தது. குறுஞ்செய்தி மூலம் பரிவர்த்தனை உறுதிசெய்யப்பட்டது. வங்கிக் கணக்குக்கு வழி இல்லாத நிலையில் இந்த வசதி பெரும் வரப்பிரசாதமாக அமைந்தது. விளைவு ஜாட் பரிவர்த்தனை பரவலாக ஏற்கப்பட்டது.

மொபைல்மூலம் பணப் பரிவர்த்தனை செய்வது சாத்தியமானது நுகர்பொருட்களுக்கான தேவையை உண்டாக்கியது. இது உள்ளூர் சந்தையைப் பொலிவு பெற வைத்தது. வர்த்தகர்கள் முதல் கடைக்காரர்கள் வரை எல்லோரும் ஜாட் பணப் பரிவர்த்தனைக்கு மாறினர். பல நிறுவனங்கள் ஊழியர்கள் சம்பளத்தையும் இதே முறையில் வழங்குகின்றன. மக்களும்கூட ரொக்கத்தைக் கையில் எடுக்காமல் மொபைல் பண வடிவிலேயே பொருட்களை வாங்கவும் சேவைகளைப் பெறவும் பழகிவிட்டனர். மேலும் மொபைல் பணப் பரிவர்த்தனை திருட்டு போன்ற குற்றங்களையும் குறைத்தது. காகிதப் பணத்தை மொபைல் பணமாக மாற்றி பாதுகாப்பாகக் கொண்டு செல்கிறோம் எனப் பலரும் சொல்கின்றனர்.

ஜாட் பரிவர்த்தனை உள்ளூர் பணமான சோமாலிலாந்து ஷில்லிங்கை அடிப்படையாகக் கொண்டிராமல் டாலரை அடிப்படையாகக் கொண்டிருப்பதால் பண வீக்கத்துக்கு வழிவகுத்திருப்பதாகச் சின்ன விமரிசனம் இருந்தாலும், அது அந்நாட்டு மக்களை ரொக்கமில்லா

பொருளாதாரத்துக்கு மாற்றிப் பேருதவி செய்திருக்கிறது என்பதில் மாற்றுக் கருத்து இல்லை. தற்போது மேலும் ஒரு தொலைத் தொடர்பு நிறுவனமும் மொபைல் பண வசதியை அறிமுகம் செய்துள்ளது.

சோமாலிலாந்தில் வங்கி அமைப்பு என்பது இனிமேல்தான் உருவாக வேண்டும். ஆனால் அதற்கு முன்பே அந்நாடு ரொக்கமில்லா பரிவர்த்தனைக்குப் பழகிவிட்டது. மிகவும் பின்தங்கிய சமூகத்திலும் கூட மொபைல் பணம் எத்தகைய மாற்றத்தைக் கொண்டு வரக்கூடும் என்பதற்கு சோமாலிலாந்து நல்ல உதாரணம்.

சோமாலியாவும் இந்த விஷயத்தில் பின்தங்கிவிடவில்லை. தீராத உள்நாட்டுப் போரால் பாதிக்கப்பட்ட அந்நாட்டிலும் இன்னமும் பொருளாதாரம் நிலைபெறாத நிலையில் மொபைல் பணம்தான் கைகொடுத்து வருகிறது. இன்னமும் நிலையான அரசோ அல்லது வங்கி அமைப்போ இல்லாத அந்நாட்டில் தொலைத்தொடர்பு நிறுவனம் ஹார்முட், இவிசி பிளஸ் எனும் மொபைல் பணச் சேவையை அளித்து வருகிறது. சோமாலிலாந்தின் ஜாட் மொபைல் பணம் போலவே இதுவும் அமெரிக்க டாலரை அடிப்படையாகக் கொண்டது. கென்யாவில் வெற்றிகரமாகச் செயல்பட்டுவரும் எம்-பெசா சேவையை வழங்கி வரும் சபாரிகாம் நிறுவன உதவியுடன் இந்த வசதியை ஹார்முட் நிறுவனம் சோமாலியாவில் கொண்டு வந்திருக்கிறது.

இந்த மொபைல் பணத்தைக் கொண்டு உள்ளூர் மக்கள் பொருள்களை வாங்கலாம், பரிவர்த்தனைகளை மேற்கொள்ளலாம். இது தொடர்பாக குவார்ட்ஸ் இணைய இதழில் வெளியான கட்டுரையில், அகமது ஹசன் எனும் உள்ளூர் ஓட்டுனர் ஒருவர், 'நான் ரொக்கத்தைக் கையில் வைத்திருக்கும் தேவை இல்லை. பொருட்கள் மற்றும் சேவைகளை வாங்கும் இடங்களில் எல்லாம் மொபைல் மூலம் பணம் செலுத்துகிறேன்' எனக் கூறுகிறார். 'இங்குள்ள எல்லோருக்கும் சொந்த வங்கி இருக்கிறது, இது பாதுகாப்பானது' என்று இந்த வசதி பற்றி அவர் மேலும் குறிப்பிடுகிறார்.

சோமாலியாவின் தலைநகர் மொகடிஷுவில் உள்ள கடைக்காரர்கள் மற்றும் வர்த்தகர்கள் அனைவரும் மொபைல் பணத்தை ஏற்றுக் கொள்கின்றனர். எனவே காய்கறிகள் முதல் எல்லாவற்றையும் செல்போன் மூலமே வாங்கிவிடமுடியும். இது தவிர மின் கட்டணம் செலுத்துவது, பணப் பரிவர்த்தனை செய்வது ஆகியவற்றுக்கும் பயன்படுத்தலாம். குறுஞ்செய்தி மூலம் நினைவூட்டும் வசதியையும் பெறலாம். எதற்கும் இணைய வசதி தேவை இல்லை.

இன்னமும் தீவிரவாதத் தாக்குதல் பிரச்னை இருப்பதால் ரொக்கத்தைக் கையில் கொண்டு செல்வது ஆபத்தானது. ஆனால் மொபைல் பணம் வைத்திருப்பது பாதுகாப்பாக அமைகிறது. 'என்னிடம் இருந்து

பொருட்களை வாங்கவேண்டும் என்றால் வாடிக்கையாளர்கள் செல்போனில் பணம் செலுத்தினால் போதும். நான் ரொக்கத்தை ஏற்பதில்லை' என்று உள்ளூர் கடைக்காரர் ஒருவர் கூறுகிறார். அந்த அளவுக்கு மொபைல் பணம் பரவலாக இருக்கிறது.

ஆப்கனிஸ்தான்

போரால் பாதிக்கப்பட்ட ஆப்கானிஸ்தானில் மொபைல் பணம் அறிமுகம் செய்யப்பட்டு பரவலாகப் பயன்படுத்தப்பட்டு வருகிறது. வன்முறையால் பாதிக்கப்பட்ட ஆப்கனிஸ்தானில் மொபைல் பணம், வங்கிச்சேவைகளை அணுக முடியாத பெரும்பாலான மக்களின் பணப் பரிவர்த்தனை தேவைகளைப் பூர்த்தி செய்து வருவதோடும், ஊழல் மற்றும் லஞ்சத்தைக் கட்டுப்படுத்தவும் உதவி வருகிறது.

ஆப்கானிஸ்தானில் 2009ம் ஆண்டு சோதனை முறையில் மொபைல் பணச் சேவையான எம்-பைசா அறிமுகம் செய்யப்பட்டது. முதல் கட்டமாக அந்நாட்டு காவல்துறையினருக்கு சம்பளப் பணம், ரொக்கமாக அளிக்கப்படாமல் மொபைல் பணமாக அளிக்கப்பட்டது.

ஆப்கானிஸ்தானின் தொலைத்தொடர்பு சேவை நிறுவனமான ரோஷன், வோடோபோன் நிறுவனத்துடன் இணைந்து இந்தச் சேவையை அறிமுகம் செய்தது. கென்யாவின் எம்-பெசா போலவே இந்தச் சேவையையும், தனிநபர்கள் இடையே பணப் பரிவர்த்தனை செய்யவும், பில் தொகை செலுத்த, குறுங்கடன்களை அடைக்க, சம்பளப் பணம் பெற உள்ளிட்ட தேவைகளுக்காகப் பயன்படுத்திக் கொள்ளலாம். உறுப்பினர்கள் செல்போன் முகவர்கள் மூலம் இதில் இணையலாம். அவர்களிடம் ரொக்கப்பணத்தைக் கொடுத்து அதை மொபைல் பணமாக மாற்றிக்கொள்ளலாம். அதே போலவே மொபைல் பணத்தை முகவர்களிடமும் ரொக்கமாக மாற்றிக்கொள்ளலாம்.

தீவிரவாதிகள் தாக்குதல் நடத்தும் அபாயம் அதிகம் என்பதால் ஆப்கானிஸ்தானில் ரொக்கப்பணத்தைக் கொண்டு செல்வது பாதுகாப் பானது இல்லை என்பதால், மொபைல் பணம் என்பது பெரும் வரப்பிரசாதமாக அமைந்தது. இதன் காரணமாகவே காவலர்களுக்கு செல்போனில் சம்பளத்தைப் பட்டுவாடா செய்வதும் பொருத்த மானதாகக் கருதப்பட்டது.

இப்படிக் காவலர்கள் சம்பளத்தை மொபைல் பணமாக வழங்கத் தொடங்கியவுடன் சின்னதாக இரண்டு விஷயங்கள் நடைபெற்றன. ஒன்று, அரசுக்கு 10 சதவீதம் வரை பணம் மிச்சமானது. இரண்டா வதாகக் காவலர்கள் தங்களுக்குச் சம்பள உயர்வு கிடைத்துள்ளதாக மகிழ்ச்சி அடைந்தனர். இவை இரண்டுக்குமான காரணம் தெரிய வந்த போது மொபைல் பணத்துக்கு இப்படி ஒரு சக்தியா எனும் வியப்பு உண்டானது.

விஷயம் என்னவென்றால், ஆப்கானிஸ்தான் உலகின் வன்முறை மிகுந்த தேசம் மட்டுமல்ல, ஊழல் மலிந்த தேசமும்கூட. குறிப்பாக அரசு மற்றும் காவல்துறையில் அதிகாரிகள் மட்டத்திலேயே ஊழல் உண்டு. காவல் துறையில் உயரதிகாரிகள் இல்லாத போலி காவலர் களைக் கணக்கு காட்டி அவர்களுக்குச் சம்பளம் கொடுத்ததாகக் கூறி அந்தத் தொகையைத் தங்கள் வசமாக்கிக் கொள்வதை வழக்கமாகக் கொண்டிருந்தனர். மொபைல் பணம் மூலம் சம்பளம் அளிக்கப்பட்ட போது இந்த ஏமாற்று வேலையைச் செய்வது சாத்தியமாகவில்லை. எனவே இதற்கு முன்னர் போலி சம்பளமாகச் சென்ற தொகை அரசுக்கு மிச்சமானது. அதேபோல உயரதிகாரிகள் தங்களுக்குக் கீழ் பணியாற்றும் காவலர்களின் சம்பளத்தில் ஒரு தொகையை எடுத்துக் கொண்டு எஞ்சிய பணத்தைக் கொடுக்கும் வழக்கம் வைத்திருந்தனர். காவலர்களும் தங்கள் சம்பளம் அவ்வளவுதான் என நினைத்துக் கொண்டிருந்தனர். ஆனால் மொபைல் பணம் அறிமுகமானவுடன் அதிகாரிகளால் அதில் கை வைக்க முடியவில்லை. இதனால் முழுச் சம்பளமும் காவலர்களுக்கு கிடைக்கவே அவர்கள் திடீரென்று சம்பள உயர்வு கிடைத்துள்ளதாக நினைத்துக்கொண்டனர்.

இதே காரணத்தினால்தான் மொபைல் பணம் நிவாரண உதவிகளை வழங்கவும், அரசு நிதியுதவியை விநியோகிக்கவும் ஏற்றதாகக் கருதப்படுகிறது. பயனாளிகளுக்கு மானியத்தொகையை நேரடியாக வழங்க மொபைல் பணம் கைகொடுக்கிறது. அதேபோல பேரிடர் பாதித்த பகுதிகளிலும் நிவாரணப் பணிகளை மேற்கொள்ள மொபைல் பணம் பேருதவியாக இருக்கிறது. இதற்கு மத்திய அமெரிக்க நாடான ஹைத்தி நல்ல உதாரணம்.

2010ம் ஆண்டில் ஹைத்தியைச் சக்தி வாய்ந்த பூகம்பம் தாக்கியது. இதனால் தலைநகர் போர்ட் அவு பிரின்ஸ் மற்றும் சுற்றியுள்ள பகுதிகள் கடுமையாகப் பாதிக்கப்பட்டன. சாலைகள் சின்னாபின்னமாகி, கட்டடங்கள் தரைமட்டமான நிலையில் சர்வதேச நாடுகளின் நிதியுதவி குவிந்தது. ஆனால் பாதிக்கப்பட்ட மக்களுக்கு நிவாரண உதவி சென்றடைவதில் பலவித சிக்கல்கள் இருந்தன. ஹைத்தி வங்கி அமைப்பு ஏற்கெனவே போதாமைகள் நிறைந்தது. பூகம்பத்தால் சாலை போக்குவரத்து வசதிகளும் கடுமையாகச் சீர்குலைந்திருந்த நிலையில், நிதியுதவி மற்றும் நிவாரணம் அளிப்பதில் பெரும் தடைகள் இருந்தன. களத்தில் இறங்கி பணியாற்றிக்கொண்டிருந்த தன்னார்வத் தொண்டு நிறுவனங்களும் திணறின.

இந்தப் பின்னணியில்தான், பில்கேட்ஸ் அறக்கட்டளை அமெரிக்க அரசுடன் இணைந்து, ஹைத்தியில் மொபைல் பண வசதியை அறிமுகம் செய்யும் நிறுவனங்களுக்குப் பத்து மில்லியன் டாலர் பரிசு

வழங்குவதாக அறிவித்தது. கூடுதலாக 5 மில்லியன் டாலர் நிதி உதவியும் அறிவிக்கப்பட்டது.

இதனையடுத்து ஹைத்தி தொலைத்தொடர்பு நிறுவனங்களில் ஒன்றாக டிஜிசெல், ஸ்காட்டியா வங்கியுடன் இணைந்து டோக்கோ டோக்கோ எனும் பெயரில் மொபைல் பணம் சேவையை அறிமுகம் செய்தது. தொடர்ந்து வயோலா எனும் நிறுவனம் டி-கேஷ் எனும் பெயரில் மொபைல் பணச் சேவையை அறிமுகம் செய்தது. இதன்மூலம் செல்போனில் ரீசார்ஜ் செய்வது போலவே முகவர்களிடம் பணம் கொடுத்து அதை மொபைல் பணமாக மாற்றமுடிந்தது.

மொபைல் பண வசதி அறிமுகமானதும், நிவாரண உதவியை மொபைல் பணமாகவே அனுப்ப முடிந்தது. இதனால் நிவாரணம் அளிக்கமுடியாத பகுதிகளுக்குக்கூட எளிதாக மொபைல் பண வடிவில் உதவி சென்றடைந்தது. மேலும் இடைத்தரகர்களின் கைவரிசையும் குறைந்தது. விளைவு செல்போனில் பணம் பெற்ற மக்கள் அதைக்கொண்டு தேவையான அத்தியாவசியப் பொருட்களை வாங்கிக்கொண்டனர்.

பூகம்பத்தின் பாதிப்பிலிருந்து மீட்கும் முயற்சியில் ஹைத்தியில் மொபைல் பணம் பெருமளவு கைகொடுத்தது. பின்னர் மறுநிர்மானப் பணிகளிலும் உதவியது. இதன் தொடர்ச்சியாக ஹைத்தி மக்களும் மொபைல் பணச் சேவைக்குப் பழகிவிட்டனர். இப்போது, பாதுகாப்பான பணப் பரிவர்த்தனைக்காக மொபைல் பணத்தை நாடுகின்றனர். கையில் ரொக்கம் எடுத்துச்செல்வதைவிட, மொபைல் பணமாகக் கையாள்வது பாதுகாப்பானது எனக் கருதுகின்றனர்.

இதே போல் கவுதமாலா நாட்டில், ஊட்டச்சத்து குறைப்பாட்டால் பாதிக்கப்பட்டவர்களுக்கு உதவிக்கரம் நீட்டவும் மொபைல் பணம் பயன்படுத்தப்படுவதை அறியமுடிகிறது. அந்நாட்டின் சிக்கிமுலா மாகாணத்தில் சில ஆண்டுகளுக்குமுன் கடும் வறட்சி நிலவியபோது, ஏழை மக்கள் மிகவும் பாதிக்கப்பட்டனர். உணவு பொருள்களுக்குப் பற்றாக்குறை ஏற்பட்டு மக்கள் பசியால் வாடும் நிலை உண்டானது. இந்த மக்களுக்கு உதவும் வகையில் தொண்டு நிறுவனமான ஆக்ஸ்பாம், உள்ளூர் தொலைத்தொடர்பு நிறுவனமான டைகோ மூலம் பாதிக்கப்பட்டவர்களுக்கு மொபைல் பண வடிவில் உதவிகளை வழங்கியது. அவர்களுக்கு முதலில் சிம் கார்டுகள் அளிக்கப்பட்டு அதன்மூலம் மொபைல் பணம் வழங்கப்பட்டது. இந்தப் பணத்தைக் கொண்டு மக்கள் அத்தியாவசியப் பொருட்கள் மற்றும் மருந்துகளை வாங்கிக்கொண்டனர்.

உணவுப் பொருட்களை விநியோகம் செய்வதைவிட மொபைல் பண வடிவில் உதவி அளிப்பது மிகவும் பயனுள்ளதாகக் கருதப்படுகிறது.

9

பிலிப்பைன்சில் மொபைல் பணம்

மொபைல் பணம் பற்றிப் பேசும்போது கென்யா தான் முதலில் நினைவுக்கு வரும் தேசமாக இருக்கிறது. கென்யாவில் எம்-பெசா பெரும் வெற்றி பெற்றதால் மொபைல் பணத்துக்கான முன்னோடியாக கென்யாவே அறியப்படுகிறது. ஆனால் கென்யாவை மொபைல் பணத்துக்கான முன்னுதாரணமாகக் கொண்டு பேசுவதில் ஒரு சின்ன திருத்தம் தேவைப்படுகிறது. மொபைல் பணத்தின் ஆற்றலை உணர்த்திய தேசமாக கென்யா திகழ்ந்தாலும், மொபைல் பணம் முதலில் அறிமுக மானது அந்நாட்டில் இல்லை. அந்தப் பெருமை ஆசிய நாடான பிலிப்பைன்ஸுக்கு உரியது.

மொபைல் பயன்பாட்டில் தனக்கென தனியிடம் பிடித்த நாடு பிலிப்பைன்ஸ். அதிலும் குறிப்பாகக் குறுஞ்செய்தி வசதியைப் பயன் படுத்துவதில் பிலிப்பைன்ஸ் மக்கள் தங்களுக்கு என தனி கலாசாரத்தையே உருவாக்கிக் கொண்டிருந்தனர். இதன் காரணமாகவே பிலிப்பைன்ஸ் உலகக் குறுஞ்செய்தி தலைநகர் என வர்ணிக்கப்படுகிறது.

இத்தகைய பெருமை கொண்ட பிலிப்பைன்ஸ் நாட்டில்தான் 2001ம் ஆண்டு மொபைல் பணம் அறிமுகமானது. அந்நாட்டின் ஸ்மார்ட் தொலைத்தொடர்பு நிறுவனம், ஸ்மார்ட் மணி எனும் பெயரில் இந்தச் சேவையை அறிமுகம் செய்தது. செல்போனுக்கான தொகையை டாப் அப் செய்வது போலவே பணப் பரிவர்த்தனைக்கு உதவும் வகையில் இந்தச் சேவை அமைந்திருந்தது. இதன் பிறகு ஆறு ஆண்டுகள் கழித்து 2007ம் ஆண்டில்தான் கென்யாவில் எம்-பெசா சேவை அறிமுகமானது.

ஸ்மார்ட் மணி அறிமுகமாகி சில ஆண்டுகள் பின்னரே அறிமுகமானாலும்கூட, மொபைல் பணம் தொடர்பான விவாதத்தில் கென்யாவே எப்போதும் பிரதானமாக மட்டுமல்ல முன்னோடியாகவும் குறிப்பிடப்படுகிறது. மொபைல் பணம் சார்ந்த முயற்சிகளுக்கு எல்லாம் எம்-பெசாவே முன்னுதாரணமாக முன்வைக்கப்படுகிறது. எம்-பெசா பெற்ற வெற்றி விரிவாக ஆய்வுக்கும் உட்படுத்தப்பட்டுள்ளது.

இவற்றுக்கு காரணம் என்ன? மொபைல் பண வல்லுனர்கள் எம்-பெசாவை பற்றியே பெரிதாகப் பேசுவது ஏன்? பிலிப்பைன்சை பின்னுக்குத் தள்ளி கென்யா எப்படி மொபைல் பணத்தின் தலைநகர மாக மாறியது? கென்யாவில் மொபைல் பணம் பெரிய அளவில் வெற்றி பெற்றதால் அது உலகின் கவனத்தைத் தன் பக்கம் ஈர்த்ததா?

இத்தகைய கேள்விகளை எழுப்ப நேர்ந்தாலும், பிலிப்பைன்சை வஞ்சித்து கென்யா பெயர் வாங்கியதாகக் கருதவேண்டிய தேவையில்லை. ஏனெனில், பிலிப்பைன்சில் மொபைல் பணம் முதலில் அறிமுகமானது, கென்யா இதன் முன்னோடியாக விளங்குவது இரண்டுமே ஏற்றுக் கொள்ளப்பட வேண்டிய உண்மையாக இருக்கிறது. இந்த வித்தியாசத்தை மொபைல் பண வல்லுனரான இக்னாசியோ மாஸ் அழகாக விளக்குகிறார்.

மொபைல் பணத் துவக்கம் தொடர்பான மாயைகள் எனும் தலைப்பில் அவர் எழுதிய கட்டுரையில் மொபைல் பணத்தின் முன்னோடி என கென்யா, பிலிப்பைன்ஸ் மற்றும் பிரேசில் கருதப்படுவதைக் குறிப்பிடுகிறார். பிலிப்பைன்ஸ் அதன் ஸ்மார்ட் மணி சேவைக்காகவும், பிரேசில் அதன் வங்கி முகவர் வலைப்பின்னலுக்காக வும் இவ்வாறு கருதுவதாக அவர் குறிப்பிடுகிறார். ஆனால், பிலிப்பைன்ஸைப் பொருத்தவரை ஸ்மார்ட் மணி சேவை 2001ல் அறிமுகமானாலும், அது பிரதானமாக செல்போன் டாப் அப் சேவை சார்ந்ததாகவே இருந்திருக்கிறது என்கிறார். மொபைல் பண ஆர்வலர்கள் எதிர்பார்க்கக்கூடிய அம்சங்களோடு அது வளர்ச்சி பெறவில்லை என்கிறார் அவர். அதோடு அதன் பயன்பாடு கார்டுடன் இணைக்கப்பட்டிருந்தது என்றும், பணத்தைப் பெற்றுக்கொள்வதற் கான வசதி பிரதானமாக இல்லை என்றும் அவர் குறிப்பிடுகிறார்.

ஆனால் கென்யாவில் மொபைல் பணம், தனிநபர்களிடையே பணப் பரி வர்த்தனைக்கான சேவையாக அறிமுகமாகி அதன் காரணமாகவே ஏற்றுக் கொள்ளப்பட்டது, அதை அதிகம் கவனிக்க வைத்தது என்கிறார் மாஸ்.

மற்றொரு மொபைல் பண வல்லுனரான கரோல் ரியாலினி, Financial Inclusion எனும் புத்தகத்தில் இது பற்றி மேலும் விரிவாக விளக்கியிருக்கிறார். கார்ல் மேத்தா என்பவருடன் இணைந்து எழுதிய இந்தப் புத்தகத்தில் அவர் ஸ்மார்ட் மணி மற்றும் எம்-பெசா ஆகிய இரண்டு சேவைகள் குறித்தும் தனி அத்தியாயங்கள் எழுதியுள்ளார்.

செல்போனை பணப் பரிவர்த்தனைக்கான வாகனமாக, அதாவது மொபைல் வாலெட்டாகப் பயன்படுத்துவது எனும் யோசனை ஆய்வு லகில் மட்டுமே விவாதிக்கப்பட்டு வந்த நிலையில், ஸ்மார்ட் நிறுவனம், 2000 மாவது ஆண்டிலேயே, வங்கிச்சேவை இல்லாத ஒருவருக்கு வாலெட் சேவையை அளிப்பது எப்படி எனும் கேள்வியை எழுப்பி அதற்கான பதிலாக ஸ்மார்ட் மணி சேவையை அறிமுகம் செய்தது. ஏற்கெனவே இந்நிறுவனம் அடித்தட்டு மக்களுக்கு செல்போன் சேவையை வழங்குவதில் கவனம் செலுத்தி அதற்கான டாப் அப் செய்ய விரிவான வலைப்பின்னல் வசதியை ஏற்படுத்தி யிருந்ததால், அதைக் கொண்டு வாடிக்கையாளர்கள் மொபைல் பணச் சேவையை அளிக்கத் தீர்மானித்தது.

பணப் பரிவர்த்தனைக்கான எளிய வழியாக இது அமைந்தது. இந்தச் சேவையின்படி, ரீசார்ஜ் செய்யும் முகவர்கள் வங்கி முகவர்களாகவும் மாற்றப்பட்டனர். அவர்கள்மூலம் செல்போன் சார்ந்த கணக்கில் பணம் போடவும் எடுக்கவும் முடியும். முகவர்களிடம் அடையாள அட்டை உள்ளிட்ட ஆவணங்களைச் சமர்ப்பித்து ஸ்மார்ட் மணியின் உறுப்பினராக இணைந்தவுடன், அவர்கள் முகவர்களிடம் பணம் கொடுத்துத் தங்கள் கணக்கில் சேர்த்துக்கொள்ளலாம். வாடிக்கையாளர்களைப் பொருத்த வரை அவர்கள் செல்போனே வங்கியின் இணையதளம் போலவும் டிஜிட்டல் வடிவிலான டெபிட் கார்டு போலவும் அமைந்தன. அதன் மூலம் அவர்கள் தங்கள் கணக்கை இயக்கிக் கொள்ளலாம். இவர்களுக்கு ஸ்மார்ட் மணி கார்டும் வழங்கப்பட்டது.

இந்தச் சேவை மூலம் வங்கிக் கணக்கு இல்லாதவர்களும் பணம் எடுக்க முடிந்தது. வங்கி கணக்குக்குப் பணம் அனுப்ப முடிந்தது . இதன் மூலம் வங்கிச்சேவை பெற முடியாதவர்களையும் வங்கி அமைப்புடன் இது இணைத்தது. ஸ்மார்ட் மணி சேவையை செல்போன் மூலமும் பயன்படுத்தலாம். ஸ்மார்ட் மணி கார்டு மூலமும் பயன்படுத்தலாம்.

எம்-பெசா போலவே ஸ்மார்ட் மணி வங்கியுடன் நேரடியாக இணைந்திருக்கவில்லை.ஆனால் அதில் கையாளப்பட்ட பணம் ஒரு தனி வங்கிக் கணக்கில் நிர்வகிக்கப்பட்டது. ஸ்மார்ட் மணி வெற்றியை அடுத்து, ஜி கேஷ் போன்ற மொபைல் பணச் சேவைகளும் அறிமுகமாயின. சூறாவளி பாதிப்பு போன்ற பேரிடர்களின்போது நிவாரண உதவிகள் மொபைல் பண வடிவில் வழங்கப்பட்டன.

கென்யாவில், எம்-பெசா சேவை தொடக்கம் முதல் தனிநபர்கள் இடையில் எளிதான பணப் பரிவர்த்தனை சேவையாக அறிமுகமானது. அதில் செல்போன் நிமிடங்களை டாப் அப் செய்வது முக்கியமாக இல்லை. இதன் காரணமாக அந்தச் சேவை பணப் பரிவர்த்தனைக்கான வாகனமாக அமைந்து பெரும் வெற்றி பெற்றது.

10

இந்தியாவில் மொபைல் பணம் வெற்றிபெற என்ன செய்யவேண்டும்?

மொபைல் பணம் பற்றி அறிந்துகொள்ளும் போது, இந்தியாவுக்கு இந்த நுட்பம் பொருத்தமாக இருக்கும் என்ற எண்ணம் ஏற்படுவது இயல்பானது. அதிலும் குறிப்பாக மொபைல் பணச் சேவை ஆப்பிரிக்க நாடான கென்யாவில் அறிமுகமாகி சாமானிய மக்களிடம் பெருமளவு வரவேற்பைப் பெற்று மற்ற ஆப்பிரிக்க நாடுகளில் பயன்படுத்தப்பட்டு வருவதையும், அந்நாடுகளில் சாதாரண மக்கள் வாழ்க்கையில் மொபைல் பணம் பொருளாதார நோக்கில் குறிப்பிடத்தக்க மாற்றத்தை ஏற்படுத்தியுள்ளதையும் அறியும்போது, இந்தியாவுக்கு மொபைல் பணம் நிச்சயம் தேவை என்ற எண்ணம் வலுப்பெறும்.

சாதாரண செல்போனில் குறுஞ்செய்தி வழியாகப் பணப் பரிவர்த்தனை செய்துகொள்ள வழி செய்வதும், இதைப் பயன்படுத்த வங்கிக் கணக்கு தேவையில்லை என்பதும், மொபைல் பணத்தின் ஆதார குணமாக இருப்பதால் இந்தியா சூழலில் மொபைல் பணம் மிகவும் ஏற்றதாக இருக்கும் என்பதிலும் சந்தேகமில்லை. சாமானிய மக்களுக்கான, டிஜிட்டல் பரிவர்த்தனை வசதியாக மொபைல் பணம் அமையும். எனவே ரொக்கமில்லா கொள்கையை வெற்றிகரமாக செயல் படுத்தவும் இது கைகொடுக்கும்.

ரொக்கமில்லா பரிவர்த்தனைக்கு மாறுவதற்கு மொபைல் பணம் உதவும் என்பதைக்கூட விட்டுவிடலாம். வங்கிச்சேவை முழுவதும் பரவலாகாத இந்தியா போன்ற தேசத்தில் வங்கி அமைப்புகளுக்கு வெளியே உள்ளவர்களுக்கு எளிமையான, பாதுகாப்பான பணப் பரிவர்த்தனை வசதியாக மொபைல் பணம் அமையும் என்பதே முக்கியமாக மனதில் கொள்ள வேண்டியது.

ஆனால் இந்தியா மொபைல் பணக் கருத்தாக்கத்துக்கு முற்றிலும் அந்நியமான தேசம் என்று சொல்லிவிட முடியாது. இந்தியாவில் மொபைல் பணம் இல்லாமலும் இல்லை. வோடோபோனின் எம்-பெசா, ஏர்டெல் மணி உள்பட இந்தியாவில் பத்துக்கும் மேற்பட்ட மொபைல் பணச் சேவைகள் செயல்பட்டு வருகின்றன. இந்தச் சேவைகள் எவையும் இந்தியச் சூழலில் பெரிய அளவில் வெற்றி பெற்றுவிடவில்லை என்பதே கொஞ்சம் கசப்பான நிஜம்.

ஆப்பிரிக்க நாடுகள் மொபைல் பணத்தின் வெற்றிக்கதைகளுக்கான ஆய்வுக்களமாக இருக்கிறது என்றால், இந்தியாவில் மொபைல் பணம் ஏன் வெற்றிபெறவில்லை எனக் கேள்வி கேட்டு ஆய்வு செய்யும் நிலையே இருக்கிறது. கென்யாவிலும், தான்சானியாவிலும் சாதாரண மக்களும், கூலித்தொழிலாளர்களும் செல்போன் மூலம் மொபைல் பணப் பரிவர்த்தனை செய்வது சகஜமாக இருக்கும் நிலையில், இந்தியாவில் கிராமப்புர மக்கள் மத்தியில் மொபைல் பணப் பரிவர்த்தனை ஏன் எதிர்பார்த்த வரவேற்பைப் பெறவில்லை?

இந்தக் கேள்வியை மையமாகக் கொண்ட பத்திரிகை கட்டுரைகளும், ஆய்வுகளும் வெளியாகி இருக்கின்றன. தற்போது, நாட்டில் பண மதிப்பு நீக்க நடவடிக்கையால் கடும் பணத்தட்டுப்பாடு ஏற்பட்டுள்ள நிலையில், ரொக்கமில்லா பரிவர்த்தனைக்கு மாற வேண்டும் எனும் கருத்து அரசு மற்றும் வல்லுநர்கள் தரப்பில் முன்வைக்கப்பட்டு வரும் நிலையில், இந்தியாவில் மொபைல் பணம் ஏன் வெற்றிபெறவில்லை எனும் கேள்விக்கான பதிலைத் தேடுவது இன்றியமையாததாகிறது. வங்கிகள் மற்றும் தொலைத்தொடர்பு நிறுவனங்களிடையேயான மோதல், மைய வங்கியின் கட்டுப்பாடு, பொதுமக்களிடம் போதிய விழிப்புணர்வு இல்லாதது என இந்த நிலைக்குப் பலவித காரணங்கள் சொல்லப் படுகின்றன. இந்தக் காரணங்கள் ஒன்றுக்கொன்று தொடர்புள்ளவை யாகவும் இருப்பது நிலைமையை மேலும் சிக்கலாக்குகிறது.

இந்தியாவில் மொபைல் பணத்தின் நிலையை அறிந்துகொள்ள முதலில், மொபைல் பணத்தின் அடிப்படையைப் புரிந்துகொள்வது நல்லது. மொபைல் பணம் என்பது, மொபைல் வங்கிச்சேவை அல்லது மொபைல் வாலெட்களில் இருந்து மாறுபட்டது. மொபைல்

பணத்தைப் பயன்படுத்த இணைய வசதி இல்லாத சாதாரண போன் போதும். மேலும் இந்தச் சேவையைப் பயன்படுத்த வங்கிக் கணக்கும் தேவையில்லை. மொபைல் பண வசதியை அளிக்கும் தொலைத் தொடர்பு நிறுவனம் மூலம் குறுஞ்செய்தி வாயிலாகவே பணத்தை அனுப்பவோ பெறவோ முடியும். இந்த எளிமையே மொபைல் பணத்தை ஏழைகள் மத்தியில் பிரபலமாக்கியது.

கென்யாவில் அறிமுகமாகி வெற்றி பெற்ற இந்த வடிவில் இந்தியாவில் மொபைல் பணம் அறிமுகமாகவில்லை. இதற்குக் காரணம் ரிசர்வ் வங்கியின் கட்டுப்பாடு என்கின்றனர். இந்தியாவில் தொலைத்தொடர்பு நிறுவனங்கள் தனியே மொபைல் பணச் சேவையை வழங்க அனுமதியில்லை. வங்கிகளுடன் இணைந்து இந்தச் சேவையை வழங்கவே தொலைத்தொடர்பு நிறுவனங்களுக்கு ரிசர்வ் வங்கி அனுமதி வழங்கியுள்ளது. உதாரணமாக வோடோபோன் நிறுவனம் எம்-பெசா மொபைல் பண வசதியை ஐ.சி.ஐ.சி.ஐ வங்கியுடன் இணைந்தே அறிமுகம் செய்துள்ளது.

ஆக, இந்தியாவில் மொபைல் பணம் என்பது மொபைல் வாலெட் வடிவிலேயே இருப்பதாகக் கருதலாம். இணைய வங்கிச்சேவை அல்லது டெபிட் கார்டு மூலமே வாலெட்டுக்குப் பணத்தை மாற்ற முடியும். இது மொபைல் பணச்சேவையின் ஆதார வசதியையே பலவீனமாக்குகிறது. இந்தச் சேவையை அதிகம் பயன்படுத்துபவர்கள் வங்கிக் கணக்கு தொடங்கும் வசதி இல்லாதவர்கள்தான். அவர்களைப் பொருத்தவரை, முகவர் ஒருவரிடம் பணத்தைக் கொடுத்து அதை செல்போன் மூலம் பரிவர்த்தனை செய்யக்கூடிய டிஜிட்டல் பணமாக மாற்றுவதுதான் சுலபமாக இருக்கிறது. பரிவர்த்தனையை உறுதி செய்யும் நம்பகமான அமைப்பு இருக்கும் சூழலில் பயனாளிகள் மொபைல் பண முகவர்களிடம் பணத்தைச் செலுத்தித் தங்கள் கணக்கில் வரவு வைத்துக்கொள்கின்றனர். இப்படி வரவு வைக்கும் பணத்தை மொபைல் போன் மூலமே பொருட்களை வாங்க பணம் செலுத்துவதும் சாத்தியமாகிறது. ஆனால் இத்தகைய வசதியுடன் இங்கு மொபைல் பணம் புழக்கத்தில் இல்லை.

பொதுவாக செல்போன் நிறுவனங்கள் முகவர்களை நியமித்து பணம் வசூலித்து அதை மொபைல் வடிவில் மாற்றும் சேவையை அளிக்கவே விரும்புகின்றன. ஆனால் வங்கி அமைப்புக்கு வெளியே பணப் பரிவர்த்தனை நிகழ்வதை அனுமதிக்க ரிசர்வ் வங்கி விரும்பவில்லை. மேலும் தொலைத்தொடர்பு நிறுவனங்களும், வங்கிகளும் இணைந்து செயல்பட வேண்டியிருப்பதால் அவற்றின் நலன்களுக்குள் மோதல் ஏற்படும் சூழலும் உள்ளது. வங்கிகளும், தொலைத்தொடர்பு நிறுவனங்களும் அரைகுறை மனதுடன் மொபைல் பணத்தைக் கொண்டு

செல்ல முற்படும் இடங்களில் எல்லாம் தோல்வியே ஏற்படுவதாக மொபைல் பணப் பரிவர்த்தனை வல்லுனர்கள் கருதுகின்றனர்.

மொபைல் பணத்தை மக்கள் மத்தியில் கொண்டு செல்லவேண்டும் என்றால் அதற்கேற்ற முகவர் வலைப்பின்னல், அவர்களுக்கான ஊக்கத்தொகை, எளிமையான சேவை எனப் பல அம்சங்கள் தேவைப் படுகின்றன. கென்யாவில் இது மிக அழகாகச் செயல்பட்டிருக்கிறது. எம்-பெசா சேவையை வழங்கும் சபாரிகாம் நிறுவனம் முகவர்களை நியமித்து அவர்களுக்கு முறையாகப் பயிற்சியும் அளித்துத் தயார் செய்தது. அவர்கள் வாடிக்கையாளர்களை மொபைல் பணத்துக்கான கணக்கில் சேர்த்துக்கொண்டனர். பணப் பரிவர்த்தனைக்கான கட்டணம் தெளிவாக வரையறுக்கப்பட்டிருந்தது. மேலும் பரிவர்த்தனைக்கு ஏற்ப முகவர்களுக்கு கமிஷன் தொகை அளிக்கப் பட்டது தொடர்ந்து வாடிக்கையாளர்களை ஈர்ப்பதற்கான ஊக்கமாக அமைந்தது. இதற்கு மாறாக இந்தியாவில் மொபைல் பணம் குறித்துத் தொலைக்காட்சிகளில் விளம்பரம் செய்யப்பட்டதே தவிர களத்தில் மக்களை தேடிச் சென்றடையும் முயற்சிகள் குறைவாகவே இருந்தன. பரிவர்த்தனை கட்டண விகிதங்களும் தெளிவில்லாமல் இருந்ததோடு, நிச்சயம் வாடிக்கையாளர்களை ஈர்க்கும் வகையில் இல்லை. எல்லா வற்றையும்விட முக்கியமாகப் புதிய வாடிக்கையாளர்களைச் சேர்ப்பதில் ஊக்கத்துடன் செயல்படக்கூடியவர்கள் என யாரும் இல்லை. மொபைல் பணம் தொடர்பாக நடத்தப்பட்ட ஆய்வுகளில் இந்தத் தகவல்கள் முன்வைக்கப்படுகின்றன. அதோடு வங்கிகளுக்கும் மொபைல் பணத்தைப் பெரிய அளவில் முன்னிறுத்த எந்த ஊக்கம் இல்லை. உண்மையில் தொலைத்தொடர்பு நிறுவனங்களை மட்டுமே சார்ந்திருக்கக்கூடிய பணப் பரிவர்த்தனை சேவையை வங்கிகள் எப்போதும் எதிர்க்கவே செய்யும் என்ற கருத்தும் முன்வைக்கப் படுகிறது. வங்கிகளின் இந்த அணுகுமுறையில் மொபைல் பணம் விஸ்வரூபம் எடுக்கவிடாமல் செய்வதாகவும் வாதிடப்படுகிறது.

ஆனால், கென்யாவில் செயல்படுவது போலவே இந்தியாவிலும் மொபைல் பணம் செயல்பட வேண்டும் என எதிர்பார்க்க முடியாது தான். மொபைல் பணம் தொடர்பாக ரிசர்வ் வங்கி விதித்துள்ள கட்டுப் பாடுகளுக்கான காரணங்கள் இருக்கலாம். ஆனால் இந்தக் கட்டுப் பாடுகள் மொபைல் பணம் அதற்குறிய சாத்தியங்களோடு மக்களைச் சென்றடைய தடையாக இருப்பதாகக் கருதுவதைத் தவிர்க்க முடியாது.

கென்யாவுடன் ஒப்பிடும்போது இந்திய சந்தை 20 மடங்கு பெரியது எனும்போது, இந்தியாவில் மொபைல் பணம் வரவேற்பைப் பெறுமானால், கென்யாவில் நாங்கள் செய்ததை எல்லாம் மிஞ்சிவிடும் வாய்ப்பு இருக்கிறது என எம்-பெசா மொபைல் பணம் பிரிவின்

தலைவர் மைக்கேல் ஜோசப், பேட்டி ஒன்றில் கூறியிருக்கிறார். ஜோசப் மட்டுமல்ல, இந்திய சந்தையில் மொபைல் பணத்திற்கான சாத்தியங்களை அனைவருமே ஒப்புக்கொள்கின்றனர். இருப்பினும் களத்தில் இது நிகழாமல் இருப்பதுதான் வருத்தம் தருவதாக அமைகிறது. வங்கிக் கணக்குக்கான அவசியம் இல்லாமல் எளிதாகக் கையாளக் கூடிய மொபைல் பண வசதி, இந்தியாவில் இன்னும் வங்கிச்சேவைக்கு வெளியே உள்ள மக்களுக்குப் பலவித நன்மைகளை அளிக்கக் கூடியதாக அமையும்.

யோசித்துப்பாருங்கள், தள்ளுவண்டி கடைக்காரர் அன்றைய தின வசூலை, பாக்கெட்டில் வைத்து வீட்டுக்கு எடுத்துச்செல்வதற்குப் பதில், மொபைல் பண முகவராகவும் செயல்படும் அருகே உள்ள மளிகைக் கடைக்காரரிடம் அதை ஒப்படைத்து தனது மொபைல் பணக் கணக்கில் வரவு வைக்கச் சொன்னால் எப்படி இருக்கும்! அவரது பணம் பாதுகாப்பாக இருக்கும் என்பதோடு, மறு நாள் காலை கோயம்பேடு சந்தையில் மொத்தமாகப் பழங்களைக் கொள்முதல் செய்யச் செல்லும்போது கையில் ரொக்கம் இல்லாமல், மொபைல் பணமாகவே தொகையைச் செலுத்திவிடலாம். வீண் செலவுகள் போன்ற விரயமும்கூடத் தடுக்கப்படும் வாய்ப்பு உள்ளது. இது ஒரு சேமிப்புப் பழக்கமாகவும் மாறலாம். இப்படிப் பல மாயங்கள் மொபைல் பணம் மூலம் நிகழும் என்கின்றனர். இந்தியாவிலும்கூட இந்த மாற்றம் நிகழ வாய்ப்புள்ளது. இதற்கான நம்பிக்கை கீற்றுதான் பேமெண்ட் வங்கிகள் கருத்தாக்கம்.

மொபைல் பண நுட்பத்தில் புதுமையை ஊக்குவிக்கும் வகையில் ரிசர்வ் வங்கியின் கொள்கை அமையவில்லை எனும் விமர்சனம் இருந்தாலும், மொபைல் பரிவர்த்தனையின் தேவையை மத்திய வங்கி உணராமல் இல்லை. இதன் அடையாளம்தான் பேமெண்ட் வங்கிகளுக்கான அனுமதி. பேமெண்ட் வங்கிகள் என்பவை புது வகையான வங்கிகள். இவையும் வழக்கமான வங்கிகள் போன்றவைதான், ஆனால் அவற்றின் மெலிந்த வடிவம். இந்த வங்கிகள் பணப் பரிவர்த்தனை வழங்கலாம். டெபாசிட் ஏற்கலாம். ஆனால் கடன் வழங்க அனுமதி இல்லை. அதே போல டெபிட் கார்டு வழங்கலாம். கிரெடிட் கார்டு வழங்க முடியாது.

அனைவருக்கும் நிதிச்சேவை எனும் இலக்கின் ஒரு பகுதியாக அமையும் இந்த வங்கிகள், மொபைல் போனிலேயே வங்கிச்சேவை அளிக்கக்கூடியவையாகச் செயல்படும். இதன் வாடிக்கையாளர்கள் வங்கிக் கிளையைத் தேடிச்செல்லாமல் மொபைல் மூலமே பரிவர்த்தனை செய்யலாம். பொருட்களை வாங்கலாம். அது மட்டுமல்ல, பெட்டிக் கடைகளும், மளிகைக் கடைகளும் இந்த

வங்கிகளின் கிளைகளாகச் செயல்படும் வாய்ப்பிருக்கிறது. இவை பேமெண்ட் வங்கிகளின் அங்கீகரிக்கப்பட்ட வர்த்தகப் பிரதிநிதிகளாகச் செயல்பட்டு, அவற்றின் சார்பில் டெபாசிட்களைப் பெற்றுக்கொண்டு, வாடிக்கையாளர்கள் கணக்கை இயக்க உதவுவார்கள். எனவே பணம் எடுக்க, பணம் செலுத்த அல்லது பணம் அனுப்ப, கையில் செல்போன் இருந்தால் போதுமானது. உரிய முகவரை அணுகிப் பரிவர்த்தனை மேற்கொள்ளலாம். இதுவும் மொபைல் பணம் போலத்தான். பேமெண்ட் வங்கிகள் செயல்படத் தொடங்கும்போது, ஏழை எளிய மக்கள் அதிகம் பயன்பெற வாய்ப்பிருக்கிறது. செல்போனே அவர்களின் வங்கி கிளையாக அமையும். அதிலேயே அவர்கள் சேமிக்கலாம். பணப் பரிவர்த்தனை செய்யலாம்.

ஏர்டெல், இந்தியா போஸ்ட், பேடிஎம் (விஜய் சேகர் சர்மா) உள்ளிட்ட நிறுவனங்கள் இதற்கான அனுமதியைப் பெற்றுள்ளன. இவற்றில் ஏர்டெல் சார்பில் ஏர்டெல் பேமெண்ட்ஸ் வங்கி ராஜஸ்தானில் முன்னோட்ட அடிப்படையில் செயல்படத் தொடங்கியிருக்கிறது. இந்தியா போஸ்ட் பேமெண்ட் வங்கிக்கான முயற்சிகள் முழு வீச்சில் நடைபெற்று வருகின்றன. பேடிஎம் நிறுவனமும் இதில் தீவிரம் காட்டி வருகிறது.

மொபைல் பணத்தில் இந்தியா தவறவிட்ட வாய்ப்பை பேமெண்ட் வங்கிகள் மூலம் மீட்டெடுக்கலாம் என்ற நம்பிக்கை இருக்கிறது. ஆனால், பண மதிப்பு நீக்க நடவடிக்கை அமல் செய்யப்பட்ட சூழலில், ஏற்கெனவே இந்த வங்கிகள் செயல்பாட்டைத் தொடங்கியிருந்தால் பணத்தட்டுப்பாடு சிக்கலை எதிர்கொள்வதில் பெருமளவு கைகொடுத்திருக்குமே என்ற ஏக்கம் ஏற்படாமல் இல்லை. அதிலும் நாட்டின் மூலை முடுக்குகளில் எல்லாம் கிளைகளைக் கொண்ட இந்தியா போஸ்ட் நிறுவனத்தின் சார்பில் பேமெண்ட் தொடங்கப் பட்டிருந்தால் சாமானிய மக்களுக்கு வரப்பிரசாதமாக அமைந்திருக்கும். இருப்பினும் புதிய கருத்தாக்கம் நடைமுறைக்கு வர கால அவகாசம் தேவைதான்.

இந்தியாவைப் பொருத்தவரை மொபைல் பணப் பரிவர்த்தனைக்கான தொழில்நுட்ப மேடை தயாராக உள்ளது. அதை மக்களிடம் கொண்டு செல்ல போதிய முனைப்பு மட்டுமே தேவை. பேமெண்ட் வங்கிகள் இதை இனி வருங்காலத்தில் சாத்தியமாக்கும் என எதிர்பார்க்கலாம்.

11

ஏழைகளுக்கு வங்கிச்சேவை அளிக்கும் எகோ

மொபைல் மூலம் பணம் செலுத்தும் வசதி என்றால் பேடிஎம் போன்ற நிறுவனங்கள் முதலில் நினைவுக்கு வரலாம். அதே போல மொபைல் வங்கிச்சேவை என்றால் உங்கள் மனதில் பதிந்த வங்கியின் பெயர் நினைவுக்கு வரலாம். இவற்றோடு 'எகோ' (Eko) நிறுவனம் பற்றியும் நீங்கள் தெரிந்துகொள்ளவேண்டும். குறிப்பாக செல்போன் மூலம் என்னவெல்லாம் சாத்தியம் என்பதை அறிந்து கொள்ள விரும்பினால் எகோவை அறிமுகம் செய்துகொள்வது அவசியம்.

எகோ செல்போன் மூலம் 'எளிதாக' பணப் பரிவர்த்தனை செய்யும் வசதியை அளிப்பதோடு, வங்கிச்சேவையையும் வழங்கி வருகிறது. இங்கு எளிதாக எனும் வார்த்தையை எளிதாக எடுத்துக்கொண்டுவிடக் கூடாது. ஏனெனில் 'எகோ' உண்மையில் செல்போன் மூலமான பணப் பரிவர்த்தனையை நினைத்துக்கூடப் பார்க்கமுடியாத அளவுக்கு எளிதாக்கித் தந்திருக்கிறது. 'எகோ' மூலம் பணம் அனுப்ப/செலுத்த எண்களைத் தொடர்ச்சியாக டயல் செய்தால் போதுமானது. செயலி உள்ளிட்ட வேறு எதுவும் தேவையில்லை. இந்த எளிமையே, எகோவை ஏழை எளிய மக்கள் மத்தியில் பிரபலமாக்கி இருக்கிறது. நகரங்களுக்குக் குடி பெயர்ந்தவர்களும், கூலித்தொழிலாளர்களும், இன்னும் பிற அடித்தட்டு மக்களும் எகோவைப் பயன்படுத்தி பலன்

பெற்று வருகின்றனர். இவர்கள் அனைவருக்கும் டிஜிட்டல் பணப் பரிவர்த்தனையையும், வங்கிச்சேவையையும் எகோ சாத்தியமாக்கியுள்ளது.

எகோ சேவை மொபைல் பணத்துக்கான வெற்றிகரமான உதாரணங் களில் ஒன்றாகக் குறிப்பிடப்படுகிறது. ரொக்கமில்லா சமூகம் தொடர்பாக வாதிட்டு வரும், டேவிட் வால்மன், தனது ‘தி எண்ட் ஆப் மணி’ புத்தகத்தில் எகோ சேவையை விசேஷமாகக் குறிப்பிட்டு விவரிக்கிறார். கென்யாவின் எம்-பெசா போலவே மொபைல் பண வசதியை அளித்து வந்தாலும், எகோ இந்தியாவுக்கு ஏற்ற மாற்றங் களோடு இந்தச் சேவையை வழங்கிவருவது குறிப்பிடத்தக்கது.

எகோ சேவை எப்படிச் செயல்படுகிறது என்பதைப் புரிந்துகொண்டால் ஆச்சரியமாக இருக்கும். வால்மன் தனது புத்தகத்தில், தில்லியைச் சேர்ந்த சோனு குமார் இந்தச் சேவை மூலம் எளிதாகப் பணம் அனுப்பு வதை விவரித்துள்ளார். இது தொடர்பான வீடியோ விளக்கங்களும் யூடியூப்பில் கொட்டிக்கிடக்கின்றன.

இந்தச் சேவையைப் பயன்படுத்த சாதாரண செல்போன் கையில் இருந்தால் போதுமானது. எகோ நிறுவன வலைப்பின்னலில் முகவராக உள்ள கடைகளில் இருந்து பணம் செலுத்தலாம் அல்லது பணம் அனுப்பலாம். அதே முறையில் பணம் பெறலாம். எல்லாமே எளிதானது. ஒரு உதாரணம் பார்க்கலாம். பிகாரில் இருந்து தில்லியில் குடியேறிய தொழிலாளர் ஒருவர், ஊரில் உள்ள தனது சகோதரருக்குப் பணம் அனுப்ப விரும்புகிறார். அவர் பணத்தை எடுத்துக்கொண்டு எகோ முகவர் ஒருவரது கடைக்குச் செல்கிறார். கடைக்காரரிடம் தான் அனுப்ப வேண்டிய பணத்தைக் கொடுத்துவிட்டு, செல்போனில், சில எண்களை வரிசையாக அழுத்துகிறார். கடைக்காரரும் தனது போனில் எண்களை வரிசையாக அழுத்துகிறார். அவ்வளவு தான் ஊரில் உள்ள சகோதரருக்கு பணம் சென்று சேர்ந்துவிடுகிறது. அந்தத் தகவல் அவரது செல்போனில் செய்தியாக சென்றடைகிறது. அவர் தனது ஊரில் உள்ள எகோ முகவரை தேடிச்சென்று பணத்தைப் பெற்றுக்கொள்கிறார். எல்லாமே செல்போனில்தான் நடக்கிறது.

அந்தத் தொழிலாளி பாரத ஸ்டேட் வங்கியின் வாடிக்கையாளர். ஊரில் உள்ள அவரது சகோதரரும் ஸ்டேட் வங்கி வாடிக்கையாளர். இருவரும் செல்போன் மூலம் பணத்தை அனுப்பி, பெற்றுக்கொள்கின்றனர். அவர்களைப் பொருத்தவரை செல்போன் தான் வங்கிக் கிளை. ஆனால் அந்த போன் இணைய இணைப்பு வசதி இல்லாத சாதாரண போன். இணையம் மூலமான மொபைல் வங்கிச்சேவை வசதி அதில் கிடையாது. அப்படியிருக்க, அந்த போன் மூலமாகப் பணப் பரிவர்த்தனை எப்படி சாத்தியமாகிறது?

இதற்குத் தேவையான புதுமையான தொழில்நுட்பம் எகோ இந்தியா பைனான்சியல் சர்வீசஸ் நிறுவனத்திடம் இருக்கிறது. அந்த நுட்பத்தின் பலத்துடன், ஸ்டேட் வங்கி உள்ளிட்ட வங்கிகளுடன் இணைந்து அது பணப் பரிவர்த்தனை உள்ளிட்ட வங்கிச்சேவைகளைச் சாத்தியமாக்கி வருகிறது.

எகோ இணை நிறுவனரான அபிஷேக் சின்ஹா சொல்வதுபோல, எகோ ஒரு வங்கியோ, குறுங்கடன் நிறுவனமோ அல்ல: வங்கிகளின் வர்த்தகப் பிரதிநிதியாகச் செயல்பட்டு, இந்தச் சேவைகளை அது சாத்தியமாக்குகிறது.

2006ம் ஆண்டில் ரிசர்வ் வங்கி வர்த்தகப் பிரதிநிதி மாதிரியை அறிமுகம் செய்தது. வர்த்தகப் பிரதிநிதி உரிமம் பெறும் நிறுவனங்கள் வங்கியின் நீட்டிக்கப்பட்ட கிளையாகச் செயல்பட்டு வங்கியின் சார்பாக, பணம் பெறுதல், அனுப்புதல் போன்ற வங்கிச்சேவைகளை வழங்கலாம். இந்த மாதிரியின் கீழ், அங்கீகாரம் பெற்ற மளிகை கடைக்காரர் கூட முகவராகச் செயல்பட்டு சேவை அளிக்கலாம். வங்கிச்சேவைக்கு வெளியே உள்ளவர்களுக்கு வங்கிச்சேவை அளிக்க வழி செய்யும் நோக்கத்துடன் ரிசர்வ் வங்கி வர்த்தகப் பிரதிநிதி மாதிரியை அனுமதித்தது.

ஸ்டேட் வங்கி, ஐசிஐசிஐ வங்கி, பெஸ் பாங்க் ஆகிய வங்கிகளிடம் இத்தகைய உரிமம் பெற்று எகோ நிறுவனம் செயல்பட்டு வருகிறது. அதாவது எகோ வங்கிகளுக்கும், வாடிக்கையாளர்களுக்கும் இடையே பாலமாக இருந்து குறைந்த வருமானம் பெறும் மக்களுக்கு வங்கிச்சேவை கிடைக்கச்செய்கிறது.

நம் நாட்டில் வங்கிச்சேவை பெறாதவர்களின் எண்ணிக்கை அதிகம் என்பது தெரிந்த விஷயம்தான். இதற்குப் பல காரணங்கள் இருக்கின்றன. புதிய கிளைகளைத் திறப்பதும், குறைந்த வருமானப் பிரிவினருக்கான சேவையை அளிப்பதும் வங்கிகளுக்குச் செலவு வைக்கக்கூடியது. அதோடு, வங்கி சேவைகளுக்கு வெளியே இருப்பவர்களுக்கு வங்கி செயல்முறை என்பது மிரட்சி அளிப்பதாகவே இருக்கிறது. கணக்கு தொடங்குவதற்கான விண்ணப்பப் படிவத்தைப் பூர்த்தி செய்யும்போதே அவர்களில் பலர் திகைத்துப் போய் விடுகின்றனர். அதைமீறி கணக்கு தொடங்கினாலும், கணக்கை இயக்குவது அவர்களுக்குச் சுலபமாக இருப்பதில்லை.

எகோ செயல்படும் விதத்தில் இந்தச் சிக்கல்கள் எல்லாம் இல்லை. எகோ மூலம் அதன் பங்குதாரர் வங்கியில் கணக்கு தொடங்குவது மிகவும் சுலபம். எகோ முகவராக இருக்கும் பெட்டிக்கடை அல்லது மளிகைக் கடைக்காரரிடம் சென்று படிவத்தைப் பூர்த்திசெய்து கொடுத்தால் போதும். பெயர் மற்றும் அடையாள அட்டையைக்

காண்பித்தால் கடைக்காரரே விவரங்களைப் பூர்த்தி செய்துவிடுவார். அதன் பிறகு, தனது போனில் இருந்து கடைக்காரர் விண்ணப்பதாரரின் செல்போன் எண் உள்ளிட்ட சில எண்களைத் தொடர்ச்சியாக அழுத்தினால், அவர் வங்கியில் உறுப்பினராக இணைந்துவிடுவார். இதற்கான வரவேற்பு செய்தி விண்ணப்பதாரர் போனுக்கு வந்து சேரும். அவரது செல்போன் எண்தான் இனி அவரது வங்கிக் கணக்கு எண்ணும்கூட! கடைக்காரர் அவரிடம் உறுப்பினர் புத்தகம் ஒன்றைத் தருவார். அதில்தான் வங்கிக் கணக்கை இயக்கும் சங்கேத எண் இருக்கும்.

இனி அந்த வாடிக்கையாளர் எப்போது வங்கிச்சேவையைப் பயன்படுத்த விரும்பினாலும், அதற்கான குறியீட்டு எண்ணை அழுத்தி விட்டு, தொகை எண்ணிக்கையைக் குறிப்பிட்டு சங்கேத எண்ணை அழுத்தினால் பரிவர்த்தனை நிறைவேறும். பணம் அனுப்புதாக இருந்தால் பெறுபவரின் செல்போன் எண்ணைக் குறிப்பிட வேண்டும். பணம் செலுத்துவதாக இருந்தால், தனது செல்போன் எண்ணைக் குறிப்பிட்டால் அவரது கணக்கில் பணம் சேர்ந்துவிடும். இப்படிக் கையில் உள்ள பணத்தைச் சேமித்து வைக்கலாம். ஊரில் உள்ளவர் களுக்கு அனுப்பி வைக்கலாம். வங்கிக் கிளையை அணுகுவதற்காக நெடுந்தூரம் பயணம் செய்ய வேண்டிய அவசியம் இல்லை. எகோ முகவர்களாக உள்ள கடைகளைத் தேடினால் போதும். வட இந்தியாவில் 15,000க்கும் மேற்பட்ட கடைக்காரர்களுக்கு முறையாகப் பயிற்சி அளித்து முகவர்களாக எகோ செயல்பட வைத்திருக்கிறது.

அனைவரையும் உள்ளடக்கிய நிதிசேவையை நோக்கி இந்தியா எடுத்து வைக்கும் ஒரு அடியாகவும் எகோ அமைந்துள்ளது. இதன் காரணமாகவே, எகோ சமூக தொழில்முனைவு நிறுவனங்களில் முன்னுதாரணமாகப் பார்க்கப்படுகிறது.

எகோ நிறுவனர்கள் இந்தப் பாதையைத் தேர்வு செய்தது தற்செயலானதுதான். பிகார் மாநிலத்தைச் சேர்ந்த அபினவ் மற்றும் அபிஷேக் சின்ஹா சகோதரர்கள்தான் எகோ நிறுவனர்கள். இருவருமே ஐஐடி பட்டதாரிகள். 2000ம் ஆண்டு தொடக்கத்தில் அபினவ் சத்யம் கம்ப்யூட்டர்ஸ் நிறுவனத்தில் பணியாற்றிக்கொண்டிருந்தார். சில ஆண்டுகள் கழித்து அவர் நண்பர்களுடன் இணைந்து 6டீ எனும் தொடக்க நிறுவனத்தை உருவாக்கினார். பின்னர் சகோதரர் அபிஷேக்கும் இந்த நிறுவனத்தில் இணைந்து கொண்டார். அப்போது பிரபலமடைந்து கொண்டிருந்த செல்போன் சார்ந்த துணை சேவை களுக்கான மென்பொருள்களை இந்த நிறுவனம் தயாரித்து வழங்கியது. இதன் வாடிக்கையாளர்கள் பெரும்பாலும் வளைகுடா மற்றும் தெற்காசிய நாடுகளில் இருந்தனர். ஓமன் நாட்டு வாடிக்கையாளர் நிறுவனம் ஒன்றுக்காக, இந்நிறுவனம், செல்போன் ரீசார்ஜ் செய்யும்

முறையை முற்றிலும் தானியங்கி மயமாக்கும் மென்பொருளை உருவாக்கிக் கொடுத்தது. இந்த உருவாக்கத்தில் அபினவ் முக்கியப் பங்காற்றினார். இந்த மென்பொருள் அச்சிட்ட ரீசார்ஜ் கார்டை தேவையில்லாமல் செய்தது.

செல்போன்களை ரீசார்ஜ் செய்ய பயன்படுத்தும் இதே நுட்பத்தை வங்கிச்சேவைக்கும் பயன்படுத்தலாம் என்ற எண்ணம் அபினவ் மனதில் பளிச்சிட்டது. ஒரு நாள் சகோதரர் அபிஷேக்குடன் பேசியபடி நடந்து சென்றுகொண்டிருந்தபோது, பெட்டிக்கடைகளைப் பார்த்தவர்கள், செல்போன் ரீசார்ஜ் செய்வது போலவே இந்தக் கடைகள் மூலம் வங்கிச்சேவை அளித்தால் எப்படி இருக்கும் எனக் கேட்டுக் கொண்டனர். ஏறக்குறைய இதே காலகட்டத்தில் கென்யாவில் செல்போன் மூலம் பணப் பரிவர்த்தனை செய்யும் எம்-பெசா சேவையும் அறிமுகமாகி, பிரபலமாகிக் கொண்டிருந்தது. இது ஊக்கம் அளித்தது. அதே நேரத்தில் இந்தியாவில் செல்போன்கள் பரவலாகி வருவதையும் கவனித்தனர். இந்தியர்கள் பலர் வங்கிச்சேவை அல்லது கார்டு வசதி இல்லாமல் இருப்பதையும் உணர்ந்தனர். இவை எல்லாவற்றையும் இணைத்து, ஏழை மக்களுக்கு செல்போன் மூலம் வங்கிச்சேவை அளிக்கத் தீர்மானித்தனர். சில மாத திட்டமிடலுக்குப் பிறகு, 6டீ நிறுவனத்தில் இருந்து விலகி, 2007ல் எகோ இந்தியா பைனான்ஷியல் நிறுவனத்தைத் தொடங்கினர்.

நிறுவனத்தைத் தொடங்கியதும் பல சவால்களைச் சந்திக்க வேண்டியிருந்தது. தொடக்கத்தில் பஞ்சாப் செஞ்சூரியன் வங்கியுடன் ஒப்பந்தம் செய்து கொண்டனர். ஆனால் இந்த வங்கி எச்.டி.எப்.சி வங்கியால் கையகப்படுத்தப்பட்டபோது சிக்கல் உண்டானது. இதனையடுத்து ஸ்டேட் வங்கி ஐசிஐசிஐ வங்கியுடன் ஒப்பந்தம் செய்து கொண்டது.

செல்போன் மூலமான பணப் பரிவர்த்தனை சேவைகளைப் பலவித நுட்பங்களில் வழங்கமுடியும் என்றாலும், இந்தியச் சூழலுக்கு ஏற்ற வகையில் சின்ஹா சகோதரர்கள் மிகவும் எளிதான வழியைத் தேர்வு செய்தனர். தங்கள் சேவைக்கான மென்பொருளை யு.எஸ்.எஸ்.டி நுட்பத்தின் அடிப்படையில் உருவாக்கி இருந்தனர். இதற்கு இணைய இணைப்பு தேவையில்லை. குறுஞ்செய்தி நுட்பத்தில் இருந்தும் இது மாறுபட்டிருந்தது. கூடுதலாக எந்த மென்பொருளையும் நிறுவும் தேவையில்லாமல் இதைப் பயன்படுத்தலாம். வாடிக்கையாளர்களைப் பொருத்தவரை மிஸ்டு கால் கொடுப்பது போலவே இதைப் பயன் படுத்தலாம். மேலும் இலக்கு வாடிக்கையாளர்களுக்கு எளிமையாக இருக்கவேண்டும் என்பதால், எல்லாவற்றையும் எண்களை உள்ளீடு செய்வதன் மூலமே இயக்கிக் கொள்ளும் வகையில் அமைத்திருந்தனர்.

எனவே இந்தச் சேவை மூலம் வங்கிச்சேவையைப் பயன்படுத்துவது மிக எளிதாக இருக்கிறது. மேலும் வாடிக்கையாளர்கள் செலுத்த வேண்டிய கட்டணமும் குறைவு. பரிவர்த்தனைகளின் அடிப்படையில் முகவர்களுக்கும் நிறுவனத்துக்கும் ஒரு தொகை கிடைக்கும்.

எகோ முகவர்கள் வலைப்பின்னலை உருவாக்குவதில் கவனம் செலுத்த, மெல்ல ஏழை, எளிய மக்கள் இதன் வாடிக்கையாளர்களாக இணைந்தனர். பிகார், ஜார்கண்ட் போன்ற மாநிலங்களில் இருந்து குடியேறிய கூலித் தொழிலாளர்கள் இந்தச் சேவையைப் பயன்படுத்திக் கொண்டனர். இதன்மூலம் ஊருக்கு எளிதாகப் பணம் அனுப்பி வைக்க முடிந்தது.

2011ம் ஆண்டில் எகோ பணப் பரிவர்த்தனை வசதியில் அதிகக் கவனம் செலுத்தி வருகிறது. தனது வலைப்பின்னலில் உள்ள வங்கி வாடிக்கை யாளர்களுக்கு இடையே பணப் பரிவர்த்தனை செய்வதைச் சாத்தியமாக்கி , ஏழை மக்களின் நம்பிக்கையைப் பெற்ற சேவையாக உருவாகி இருக்கிறது.

மொபைல் வாலெட்கள் உரிமம் வழங்கப்பட்டபோது, எகோ வாலெட் உரிமம் பெற்று இந்தச் சேவையையும் வழங்கி வருகிறது. மேலும் பல புதுமையான சேவைகளையும் அறிமுகம் செய்து வருகிறது. அருகாமையில் உள்ளவர்களைக் கண்டறிந்து அவர்களிடம் இருந்து பணம் வாங்கிக்கொண்டு, செல்போன் மூலம் அதற்கான தொகையைச் செலுத்தும் பண்டு செயலியை அறிமுகம் செய்துள்ளது. தனது தொழில் நுட்ப மேடையை ஓபன் சோர்சாக்கி, பரிவர்த்தனை சேவை வழங்க விரும்புகிறவர்களும் பயன்படுத்திக்கொள்ளலாம் என அறிவித்துள்ளது.

12

பீம் மணி: இந்தியாவுக்கான மொபைல் பணம்

பணப் பரிவர்த்தனை மேற்கொள்ள பாதுகாப்பான மற்றும் செலவு குறைந்த வழி மொபைல் மூலமான பரிமாற்றம் தான் என்கிறார் ஆனந்த் ஸ்ரீவத்சவா. அவரது நிறுவனம் பீம் மணி, மொபைல் பணம் மூலம் இதைச் சாத்தியமாக்கி வருகிறது.

பீம் மணியில் பரிவர்த்தனை செய்ய, எந்த மென்பொருளையும் தரவிறக்கம் செய்யத் தேவையில்லை. சாதாரண செல்போன் மூலமே பணப் பரிவர்த்தனை செய்யலாம். செல்போன் ரீசார்ஜ் செய்வது போலவே, பீம் மணியையும் ரீசார்ஜ் செய்து கொள்ளலாம்.

மொபைல் பணம் சேவை எத்தனை எளிமையாக இருக்கவேண்டும் என்பதற்கும், எல்லாத் தரப்பினரையும் சென்றடையக்கூடியதாக இருக்கவேண்டும் என்பதற்கும் பீம் மணி ஒரு சிறந்த உதாரணம் என்று சிகேப் வலைப்பதிவு பாராட்டுகிறது. எளிதாக உறுப்பினராகச் சேரலாம் என்பதுதான் இந்தச் சேவையின் சிறப்பம்சம் என்கிறது அந்த வலைப்பதிவு.

பீம் மணி ரீசார்ஜ் கூப்பன் ஒன்றை வாங்கி அதில் உள்ள எண்களைக் குறுஞ்செய்தியாக அனுப்பி வைத்தால் போதும் உறுப்பினராகி விடலாம். அதன் பிறகு ரீசார்ஜ் செய்த தொகையை மற்றவர்களுக்குப்

பணமாக அனுப்பலாம், பொருட்களை வாங்க அல்லது ரீசார்ஜ் செய்ய பரிவர்த்தனை செய்யலாம். இது தவிர நெட் பாங்கிங் அல்லது கார்டு மூலம் பணத்தை பீம் மணியில் ஏற்றிக்கொள்ளும் வசதியும் இருக்கிறது.

இந்த எளிமை காரணமாக யார் வேண்டுமானாலும் பீம் மணியைப் பயன்படுத்தலாம். பீம் ரீசார்ஜ் கூப்பன்களை விற்பனை செய்ய 50,000க்கும் மேற்பட்ட கடைக்காரர்களை நியமித்துள்ளது. மேலும் வீடு தேடி வந்து இந்தச் சேவை பற்றி விளக்கம் அளிக்கக்கூடிய சஹாயக் எனும் பெண் பிரதிநிதிகளையும் நியமித்துள்ளது.

இந்தச் சேவை மூலம் வாடிக்கையாளர்கள் எல்லாவித பரிவர்த்தனைகளையும் தங்கள் மொபைல் மூலமே மேற்கொள்ளலாம். எல்லாப் பரிவர்த்தனைகளும் டிஜிட்டல் வழியே நடைபெறுவதால் ரொக்கமில்லாமல் நடைபெறுகிறது என்கிறார் ஸ்ரீவத்சவா.

இந்தச் சேவையைப் பயன்படுத்த எந்தச் செயலியும் தேவையில்லை, இணைய வசதியும் அவசியம் இல்லை. குறுஞ்செய்தி அல்லது ஐவிஆர் எனப்படும் குரல் வழி வசதியேகூடப் போதுமானது என்கிறார்.

செல்போன் ரீசார்ஜ் செய்வது போல, கடைகளில் பணம் கொடுத்து மொபைல் பணமாக மாற்றிக்கொண்டு செயல்படலாம் என்பதால் ரொக்கமில்லா பரிவர்த்தனையைத் தடையில்லாமல் மேற்கொள்ள பீம் மணி வழி செய்கிறது.

வருங்காலத்தில் 10 கோடி வாடிக்கையாளர்களைச் சென்றடைய வேண்டும் என்றும், 6 லட்சம் பங்குதாரர்களுக்கு மேல் பெற்று, வழக்கமான பரிவர்த்தனை சேவைகளுடன் பணம் பெறும் வசதி, குறுங்கடன், குறும் காப்பீடு, வங்கிச்சேவை, குறும் பென்ஷன் திட்டங்கள் உள்ளிட்டவற்றை வழங்கவும் நிறுவனம் திட்டமிட்டுள்ளதாக அவர் கூறுகிறார். படித்த வேலையில்லாத இளம் பெண்கள் பீம் சஹாயக் பிரதிநிதிகளாகச் செயல்பட பயிற்சியும் ஊக்கமும் அளித்து வருவதாகவும் அவர் கூறுகிறார்.

இந்தியாவில் பொதுவாக வங்கிகளைச் சார்ந்தே பல நிதி நுட்ப நிறுவனங்கள் இயங்கி வரும் நிலையில், பீம் மணியின் மாதிரி அவற்றில் இருந்து மாறுபட்டதாக இருக்கிறது. பிரிபெய்ட் பரிவர்த்தனைக்கான அனுமதி பெற்று இந்நிறுவனம் இயங்கி வருகிறது.

மொபைல் பணம் தொடர்பாக ஸ்ரீவத்சவா சொல்லும் விஷயங்கள் அடிப்படையான பல அம்சங்களைப் புரிய வைக்கின்றன:

மொபைல் பணப் பரிவர்த்தனைக்கான வர்த்தகத்தை நடத்த விரும்பும் ஒரு நிறுவனம் வங்கிகள், வங்கிசாரா நிதி நிறுவனங்கள் உள்ளிட்டவை பின்பற்றவேண்டிய அதே நெறிமுறைகளைப் பின்பற்ற வேண்டும்.

மொபைல் பரிவர்த்தனை நிறுவனம் ரிசர்வ் வங்கியால் பரிவர்த்தனை வாயில் (பேமெண்ட் கேட்) என வகைப்படுத்தப்பட்டுள்ளது. அனுமதி பெறும் நிறுவனம், ஒரு வங்கிக் கணக்கைத் தொடங்கவேண்டும். ரீசார்ஜ் கூப்பன் மூலம் மொபைல் பணத்தை உருவாக்கும்போது அதற்கு இணையான தொகையை இந்தக் கணக்கில் வைத்திருக்கவேண்டும்.

மொபைல் வங்கிச்சேவைக்கான வாய்ப்புகள் பற்றி அவர் கூறும் கருத்துகளும் கவனிக்கத்தக்கவை.

இந்தியாவில் பணப் பரிவர்த்தனை வசதி போதுமானதாக இல்லை. 75 ஆண்டுகளில் வங்கிகள் மொத்தம் உள்ள 6,00,000 கிராமங்களில் 30,000 கிராமங்களுக்கே சென்றுள்ளன. ஆக, 60 சதவிகிதத்துக்கு மேல் இந்தியர்களுக்கு இன்னமும் வங்கிச்சேவை கிடைக்கவில்லை. இவர்கள் பொருளாதார வளர்ச்சி மற்றும் சர்வதேச வர்த்தக மேடையால் பயன் பெற முடியாமல் இருக்கின்றனர். மறுபக்கத்தில் மொபைல் சேவை 80 கோடி இந்தியர்களைச் சென்றடைந்திருக்கிறது. குக்கிராமங்களுக்கும் சென்றடைந்துள்ளது. மக்கள் மொபைல் மூலம் பரிவர்த்தனை மேற்கொள்ளச்செய்வதில் 600 பில்லியன் டாலர் அளவுக்கு வாய்ப்புகள் கொட்டிக்கிடக்கின்றன.

இந்தியாவில் கிளையில்லா வங்கிச்சேவைகளைக் கொண்டு செல்வதற்கான மாதிரியாகவும், எளிமையான பணப் பரிவர்த்தனை வழியைக் கொண்டுள்ள பீம் மணி மாதிரி இருக்கும் என சிகேப் வலைப்பதிவு குறிப்பிடுகிறது. பீம் மணி போன்ற சேவைகள் மேலும் பரவலாகும்போது, டிஜிட்டல் பரிவர்த்தனை அதிகரிப்பதோடு, ஏழை எளிய மக்கள் தங்கள் நிதித்தேவைகளை மொபைல் மூலம் நிறைவேற்றிக்கொள்ளும் சூழலும் உருவாகும். இது அவர்கள் வாழ்க்கையில் சிறிய அளவிலேனும் மாற்றத்தை ஏற்படுத்தக்கூடியதாக அமையும்.

பீம் மணி நிறுவனம் தொடங்கிய விதத்தை அறியும்போது இந்த இலக்கு எத்தனை பொருத்தமானதாக இருக்கிறது என்பதையும் புரிந்து கொள்ளலாம். பீம் மணி நிறுவனரான ஆனந்த் ஸ்ரீவத்சவா, அமெரிக்காவில் பணியாற்றிவிட்டு இந்தியா திரும்பி வந்தவர். 1976ல் அமெரிக்காவின் ஹார்வர்டில் பட்டம் பெற்றவர், 1979 ல் இந்தியா திரும்பினார். கோகோ கோலா நிறுவனத்தின் ஒப்பந்த நிறுவனத்தில் பணியாற்றியவர் மார்க்கெட்டிங்கில் வேகமாக முன்னுக்கு வந்தார். இந்தப் பணியின் போது கிராமப்புறங்களில் செயல்பட்ட அனுபவம் அவருக்குப் பின்னாளில் மிகவும் உதவியாக அமைந்தது.

இதனிடையே அவரது வாழ்க்கையில் நடைபெற்ற சம்பவம் அவரை உலுக்கியது. அப்போது அவரிடம் பணியாற்றிய சமையல்காரர் ஊரில்

நோய்வாய்ப்பட்டிருந்த தனது அம்மாவுக்குப் பணம் அனுப்பிவைக்க விரும்பினார். அஞ்சல்துறை மூலம் அனுப்பிய பணம் சென்றடைவதற்குமுன் அவரது அம்மா இறந்துவிட்டார். சரியான நேரத்தில் சிகிச்சைக்குப் பணம் கிடைக்காததால் அந்தத் தாய் இறந்து போன சோகம் அவரை வாட்டியது. இந்தச் சம்பவம் அவருக்குள் ஆழமாகப் பதிந்து, இந்தியாவில் விரைவாகப் பணம் அனுப்பி வைக்க என்ன வழி என யோசிக்க வைத்தது. இது பற்றி அவர் பலவிதங்களில் முயற்சித்துக்கொண்டிருந்தார். பின்னர் 1990களின் பிற்பகுதியில் மொபைல் போன் அறிமுகமானபோது, சரியான தொழில்நுட்பம் கிடைத்துவிட்டதாக மகிழ்ந்தார். குறுஞ்செய்தியை வாகனமாகக் கொண்டு பணப் பரிவர்த்தனை செய்யலாம் எனத் தீர்மானித்தார். அதற்கான திட்டத்தையும் வகுத்தார்.

2002ல் அவர் வேலையை விட்டுவிட்டு, இந்தக் கருத்தாக்கத்தைக் கொண்டு பீம் நிறுவனத்துக்கான பணிகளைத் தொடங்கினார். அப்போது, மொபைல் மூலம் பணம் அனுப்புவது என்பது மிகவும் தொலைதூரக் கருத்தாகக் கருதப்பட்டாலும் அவர் நம்பிக்கையுடன் செயல்பட்டார். ஓராண்டுக்குள் இதற்கான தொழில்நுட்ப வசதியை உருவாக்கிவிட்டார். ஆனால் இந்தச் சேவைக்கான ரிசர்வ் வங்கி அனுமதியைப் பெறுவது பெரும் சிக்கலாக இருந்தது.

தொடர்ந்து அவர் முயற்சித்துக்கொண்டிருந்தார். 2005 ல் ரிசர்வ் வங்கி, வங்கிக்கான உரிமம் அல்லது வங்கி சாரா நிதி நிறுவன உரிமம் பெறுமாறு கூறியது. அதில் அவருக்கு உடன்பாடில்லை. அவர் தனது நிறுவன சேவை நுகர்வோர் சேவையாக இருக்கவேண்டும் என விரும்பினார். இடையே அவர் ஐசிஐசிஐ வங்கியுடன் இணைந்து செயல்பட்டு தனது சேவையின் தொழில்நுட்ப சாத்தியத்தை உணர்த்தினார். இதன்மூலம் வங்கித்துறை எப்படிச் செயல்படுகிறது எனும் அனுபவமும் கிடைத்தது.

2007ல் மீரட்டில் சோதனை முறையில் இந்தச் சேவையை அறிமுகம் செய்ய ரிசர்வ் வங்கி அனுமதி அளித்தது. வரவேற்பு திருப்தியாக இருந்தது. இதனிடையே பணப் பரிவர்த்தனை மற்றும் செட்டில் மெண்ட் சிஸ்டம்ஸ் சட்டம் இயற்றப்பட்டது. இதன் கீழ் உரிமம் பெற்று 2009ல் பீம் மணி சேவை அறிமுகமானது. அதன் பிறகு நிறுவனம் சீரான முறையில் வளர்ச்சி அடைந்துவருகிறது.

13

ஏழைகளுக்கும் டிஜிட்டல் சேவைகள்

ரொாக்கமில்லா பரிவர்த்தனைக்கு மாறுவது என்பது இந்தியாவுக்குப் பெரும் சவால்தான். பணமதிப்பு நீக்க நடவடிக்கைக்குப்பிறகு, ரொக்கமில்லா பரிவர்த்தனையில் உள்ள சிக்கல்கள், போதாமைகள் பற்றி நாளிதழ்களில் விரிவான கட்டுரைகளும், கள நிலவரங்களும் வெளியாகி இருக்கின்றன.

இந்த நிதர்சனம் மறுப்பதற்கில்லை என்றாலும், டிஜிட்டல் யுகத்தில், போதாமைகளைப் பேசிக்கொண்டே இதே நிலை நீடிக்க அனுமதிப்பது சரியாக இருக்குமா என்பதுதான் முக்கியக் கேள்வி. இதைவிட முக்கிய மான கேள்வி, வங்கிச்சேவைக்கும் நவீன வசதிகளுக்கும் வெளியே இருக்கும் சாமானிய மக்களும், ஏழைகளும் டிஜிட்டல் பரிவர்த்தனை சேவைகளைப் பெறமுடியாமல் இருப்பதை அனுமதிப்பது சரியா என்பதுதான். நகரங்களில் இருப்பவர்களும், வசதி படைத்தவர்களும் தங்கள் தேவைக்கேற்ப டிஜிட்டல் வசதிகளைப் பயன்படுத்திக் கொள்கின்றனர். கார்டில் பணம் எடுக்கின்றனர். இணையம்மூலம் பில் தொகை செலுத்துகின்றனர். செல்போன் மூலம் பரிவர்த்தனை செய்கின்றனர். வசதிக்கேற்ப ரொக்கத்தையும் கையாள்கின்றனர். மொபைல் வாலெட்களை வைத்துக்கொள்கின்றனர்.

ஆனால் சிறிய நகரங்களிலும், கிராமங்களிலும் இருப்பவர்கள் மட்டும், இன்னமும் ரொக்கத்தை விட்டால் வேறு வழியில்லை என்று

இருக்கவேண்டும். நினைத்த நேரத்தில் பணம் எடுப்பதும், இருந்த இடத்தில் இருந்தே பில் செலுத்துவதும், இன்னும் பிற டிஜிட்டல் சேவைகளும் அவர்களுக்கும் சாத்தியமாக வேண்டும் அல்லவா? எங்கோ ஒரு மூலையில் இருக்கும் குக்கிராமத்தில் இருந்து நகருக்குப் பிழைக்க வந்த தொழிலாளியும், டிஜிட்டல் வடிவில் ஊரில் உள்ள தன் குடும்பத்துக்குப் பணம் அனுப்பிவைப்பது சாத்தியமாகவேண்டும் அல்லவா? எல்லாவற்றையும்விட முக்கியமாகக் கூலித்தொழிலாளர் களும், தள்ளுவண்டி வியாபாரிகளும் தங்கள் கஷ்டப்பட்டு சம்பாதித்த பணத்தைச் சேமித்துவைக்கும் வசதி வேண்டும்தானே?

வேண்டும்தான். ஆனால் இதை அரசும், வங்கிகளும் தானே செய்ய வேண்டும்? இது அவர்கள் பொறுப்புதானே? இந்த இந்திய யதார்த்தத்துக்கு இன்னொரு பக்கமும் இருக்கிறது. இந்த இடை வெளியைத் தனியாரும் இட்டு நிரப்பலாம் என்பது மட்டுமல்ல, இது மகத்தான வர்த்தக வாய்ப்பாகவும் இருக்கிறது. இந்தியாவையும் அதன் தேவையையும் சரியாகப் புரிந்துகொண்டிருக்கும் தொலைநோக்கு தொழில்முனைவோர்கள் பலர், இதை நடைமுறையிலும் செயல் படுத்தி வருகின்றனர்.

குஜராத்தைச் சேர்ந்த பாரேஷ் ராஜ்டேவும், அவரது சுவிதா இன்போசர்வும் இதற்கு அழகான உதாரணம். ராஜ்டே, சுவிதா மூலம் இந்தியப் பிரச்னைக்கு இந்தியத் தீர்வை அளித்து வருகிறார். அதைவிட முக்கியமாக டிஜிட்டல் யுகத்து வசதிகளையும் சேவைகளையும் கிராமங்களுக்கும் கொண்டு சென்றிருக்கிறார். டிஜிட்டல் தொழில் நுட்பத்தை, பெட்டிக்கடை உள்ளிட்ட விற்பனை நிலைய வலைப்பின்னல் களுடன் இணைப்பதன் மூலம் இதைச் சாத்தியமாக்கி வருகிறார்.

கிரெடிட் கார்டு, டெபிட் கார்டு, ஸ்மார்ட் போன் போன்ற எதுவுமே இல்லாத சாமானியர்கள் டிஜிட்டல் பரிவர்த்தனை வசதிகளைப் பயன்படுத்திக்கொள்ளும் சேவையை இவரது சுவிதா இன்போசர்வ் நிறுவனம் அளித்து வருகிறது. ரயில் பயணிகளுக்கான டிக்கெட் முன்பதிவு வசதியை அளிக்கும் நோக்கத்துடன் தொடங்கப்பட்ட இந்நிறுவனம் இன்று, 300 க்கும் மேற்பட்ட சேவைகளை அளித்துவரும் அளவுக்கு விரிவாகி இருக்கிறது. நிதிச்சேவைகளும் பணப் பரிவர்த்தனையும் இதில் அடங்கும். அது மட்டுமா வங்கி கணக்குக்கூட இல்லாதவர்களுக்கு டெபிட் கார்டு வசதியையும், டிஜிட்டல் கடன் வசதியையும் இந்நிறுவனம் ஏற்படுத்தித் தந்துள்ளது.

சுவிதா சேவைகள் செயல்படும் விதம் ஆச்சரியத்தை அளித்தாலும், அதன் நடைமுறை எளிமை இன்னும் ஆச்சரியமாக இருக்கும். சுவிதா அளிக்கும் சேவை முகவர் உதவியுடனான சேவைப் பிரிவின் கீழ்

வருகிறது. இதை 'சேவை வர்த்தகம்' எனப் புதிய பெயரில் சுவிதா குறிப்பிடுகிறது.

பயனாளிகள், நேரடியாகச் சேவையைப் பெறும் வசதி இல்லாத சூழலும், முகவர் அல்லது இடைத்தரகர்கள் மூலம் சேவை அளிக்கும் அதே நடைமுறையின் அடிப்படையில்தான் சுவிதா செயல்படுகிறது. டிஜிட்டல் சேவையை நேரடியாகப் பெற முடியாதவர்களுக்கு அதை முகவர்கள் வாயிலாக சுவிதா அளிக்கிறது. பெட்டிக்கடை உள்ளிட்ட விற்பனை மையங்களைப் பயன்படுத்தி இதைச் சாத்தியமாக்குகிறது. ரயில் டிக்கெட் முன்பதிவு செய்வதாக இருந்தாலும் சரி அல்லது மொபைல் போன் ரீசார்ஜ் செய்வதாக இருந்தாலும் சரி வாடிக்கையாளர்கள் சுவிதா வலைப்பின்னலில் உள்ள மையத்துக்குச் சென்று கடைக்காரரிடம் பணத்தைக் கொடுத்தால் போதும் அதை நிறைவேற்றிக்கொள்ளலாம். கடைக்காரர் அவரது சார்பில் டிஜிட்டல் முறையில் பணம் செலுத்தி முன்பதிவு செய்த டிக்கெட்டை வழங்குவார். இதே முறையில் மொபைலையும் ரீசார்ஜ் செய்துகொள்ளலாம்.

ஆக, வாடிக்கையாளர்கள் கையில் டிஜிட்டல் பரிவர்த்தனைக்கான எந்தச் சாதனமும் இல்லாத நிலையிலும் டிஜிட்டல் சேவையைப் பயன்படுத்தலாம். பயண ஏற்பாட்டு மையங்கள், பயணிகள் சார்பில் டிக்கெட் முன்பதிவு செய்து தருவது போலத்தான் இதுவும். ஆனால் இதை சுவிதா பெரிய அளவில் மேற்கொண்டு ஒரே இடத்தில் பலவிதமான டிஜிட்டல் சேவைகளை அளிக்கிறது. இந்தச் சேவை இரண்டு முக்கிய அம்சங்களைக் கொண்டிருக்கிறது. முதலில் வருவது சுவிதா மையங்கள் (சுவிதா பாயிண்ட்). அதாவது சுவிதா வலைப்பின்னலில் இணைந்துள்ள விற்பனை நிலையங்கள். பெட்டிக் கடைகள், மருந்தகங்கள், மளிகைக் கடைகள், எஸ்.டி.டீ மையங்கள் என எல்லாம் இதில் அடங்கும். இந்த மையங்களின் உரிமையாளர்கள் வாடிக்கையாளர்களுக்குத் தேவைப்படும் சேவைகளை நிறைவேற்றித் தருபவர்களாகச் செயல்படுகின்றனர். இவர்கள் சேவை அளிப்பதற்குத் தேவையான டிஜிட்டல் உள்கட்டமைப்பு வசதியை சுவிதா வழங்குகிறது. இதற்கான பிரத்தியேகமான மென்பொருளை சுவிதா உருவாக்கியிருக்கிறது. டிக்கெட் முன்பதிவு உள்ளிட்ட சேவைகளுக் கான பின்புலமாக இந்த மென்பொருள் செயல்படுகிறது.

சேவை மைய உரிமையாளர்களின் கம்ப்யூட்டர் அல்லது மொபைல் போனில் இந்த மென்பொருள் நிறுவப்பட்டிருக்கும். இதிலிருந்து அவர்கள் எல்லா வகையான டிஜிட்டல் சேவைகளையும் அணுகலாம். இதற்காக முன்கூட்டியே சுவிதா நிறுவனத்துக்கு அவர்கள் குறிப்பிட்ட தொகையைச் செலுத்தவேண்டும். அந்தத் தொகைக்கு நிகரான மின்னணு பணம் வழங்கப்படும். வாடிக்கையாளர்கள் பெறும்

சேவைக்கேற்ப இந்தத் தொகை கழித்துக்கொள்ளப்படும். ஒவ்வொரு பரிவர்த்தனைக்கும் கமிஷன் தொகை உண்டு. வாடிக்கையாளர்களைப் பொருத்தவரை எந்தவித சேவைக்கட்டணமும் கிடையாது.

சுவிதா தனது வலைப்பின்னலில் விற்பனையாளர்களை இணைப்ப தோடு, பயனாளிகளுக்குச் சேவை வழங்குவதற்காக நிறுவனங்கள் மற்றும் அமைப்புகளுடன் ஒப்பந்தம் கொண்டு முறைப்படி அனுமதி பெறுகிறது. உதாரணமாக, ரயில் டிக்கெட் முன்பதிவு வசதிக்காக இந்திய ரயில்வேயுடன் ஒப்பந்தம் செய்து கொண்டுள்ளது. எனவே சுவிதா மையம் மூலம் பயனாளிகள் டிக்கெட் முன்பதிவு செய்யலாம். அவர்களைப் பொருத்தவரை, நேரடியாக ரயில்வே இணையதளம் மூலம் முன்பதிவு செய்வது போலத்தான் இதுவும். ஆனால் என்ன, ரொக்கமாகப் பணம் கொடுத்து இந்தச் சேவையைப் பெறலாம். இதற்குப் பின்னணியில் சுவிதாவின் மென்பொருள் செயல்படுகிறது.

2007ம் ஆண்டு, ரயில் டிக்கெட் முன்பதிவு சேவையை வழங்கும் நோக்கத்துடன் தொடங்கப்பட்ட சுவிதா இன்று 300 க்கும் மேற்பட்ட டிஜிட்டல் சேவைகளை வழங்குகிறது. நாடு முழுவதும் சுவிதா மையங்களைப் பெற்றுள்ளது. செல்போன் ரீசார்ஜ் செய்வது, மின் கட்டணம் செலுத்துவது, காப்பீடு பிரிமியம் தொகை செலுத்துவது, பணப் பரிவர்த்தனை வசதி, பொருட்களை வாங்குவது எனப் பல பிரிவுகளில் சேவை பெறலாம். பிறப்புச் சான்றிதழ் பெறுவது உள்ளிட்ட அரசு சேவைகளையும் பெற முடியும். இரண்டாம் கட்ட நகரங்கள் மற்றும் கிராமப்புறங்களில் உள்ளவர்கள்கூட சுவிதா மையங்கள் மூலம், டிஜிட்டல் சேவைகளை எளிதாகப் பெறமுடிகிறது.

சுவிதா நிறுவனரான ராஜ்டேவுக்கு, 2006ம் ஆண்டு ரயில் டிக்கெட் முன்பதிவு செய்ய முயன்றபோது ஏற்பட்ட சிக்கலால் இந்தச் சேவைக்கான எண்ணம் உண்டானது. படித்தவர்களாகிய நமக்கே டிக்கெட் முன்பதிவு செய்வது இவ்வளவு கடினமாக இருக்கிறதே, மற்றவர்கள் என்ன செய்வார்கள் என நினைத்தவர், தானே எளிய முன்பதிவு வசதியைத் தொடங்கலாமே என நினைத்து, ரயில்வே துறையுடன் பேசி அனுமதி பெற்று, டிக்கெட் முன்பதிவு சேவையை அளிக்கத் தொடங்கினார். இதற்கு நல்ல வரவேற்பு கிடைத்ததை யடுத்து மற்ற சேவைகளுக்கும் விரிவாக்கம் செய்தார்.

இந்தியா அடிப்படையில் ரொக்கத்தைப் பயன்படுத்தும் நாடாக இருக்கிறது. அதே நேரத்தில் புதிதாக அறிமுகமாகிக் கொண்டிருக்கும் டிஜிட்டல் சேவைகளைப் பயன்படுத்த ரொக்கமில்லா பரிவர்த்தனை அவசியமாகிறது. இந்த இரண்டுக்குமான இடைவெளியைக் குறைப்பதற்காக டிஜிட்டல் சேவைகளை அளிக்கத் தொடங்கினார்.

2011ம் ஆண்டு முதல் சுவிதா வங்கிகளுடன் இணைந்து பணம் அனுப்பும் வசதியையும் அறிமுகம் செய்தார். இதன்படி சுவிதா மையங்களில் பணம் செலுத்துவதன் மூலம் உறவினர்களின் வங்கிக் கணக்குக்குப் பணம் அனுப்பலாம். நகரங்களுக்குக் குடியேறிய தொழிலாளர்களுக்கு இந்தச் சேவை பெரும் வரப்பிரசாதமாக அமைந்துள்ளது. எந்த நேரத்திலும் அவர்கள் இந்தச் சேவையை அணுகலாம். அடுத்த கட்டமாக ஆக்சிஸ் வங்கியுடன் இணைந்து பிரிபெய்ட் கார்டு வசதியையும் அறிமுகம் செய்துள்ளது.

சுவிதா மையம் மூலம் வாடிக்கையாளர்களுக்கு ஆக்சிஸ் வங்கி இந்த கார்டை வழங்கும். இது வழக்கமான டெபிட் கார்டு போன்றதே. வாடிக்கையாளர்கள் சுவிதா மையத்தில் பணம் செலுத்தி இந்த கார்டை பெற்றுக்கொள்ளலாம். ஆதார் அடையாள அட்டையை அங்கீகாரத்துக்காகப் பயன்படுத்திக்கொள்ளலாம். இந்த கார்டை பணப் பரிவர்த்தனைக்குப் பயன்படுத்தலாம். ஏடிஎம் மூலம் பணம் எடுத்துக் கொள்ளலாம். தேவைப்படும்போது இதில் மேலும் பணத்தைச் செலுத்திக்கொள்ளலாம். ஆக வங்கிக் கணக்கு இல்லாமலே பயனாளிகள் டெபிட் கார்டு வசதியைப் பெறலாம். தொழிலாளர்கள் மற்றும் ஏழைகள் இதைச் சேமிப்பாகவும் பயன்படுத்தலாம்.

குக்கிராமங்களில் இருக்கும் சாமானியர்கள், சுவிதா மையங்கள் மூலமே டெபிட் கார்டும் பெறலாம், டிஜிட்டல் சேவைகளையும் நாடலாம். வங்கிச்சேனை என்பது இன்னமும் பெரும்பாலும் நகரம் சார்ந்த அம்சமாகவே இருக்கும் நாட்டில், ஏழைகள் வங்கிக் கணக்கு எட்டாக்கனியாகவே இருக்கும் சூழலில் சுவிதா சாமானியர்களை நிதிச்சேவை அமைப்புக்குள் கொண்டு வந்து, டிஜிட்டல் உலகிலும் இணைக்கிறது.

அனைவரையும் உள்ளடக்கிய நிதிச்சேவைக்கான அருமையான உதாரணமாக இது அமைகிறது. நிறுவனத்தைத் தொடங்கியபோது அனைவருக்குமான நிதிச்சேவை எனும் கருத்தாக்கம் பற்றித் தனக்குத் தெரியாது எனக் கூறும் சுவிதா நிறுவனர் ராஜ்டே, இன்று சிறிய நகரங்கள் மற்றும் கிராமப்புற மக்களுக்கு நிதிச்சேவை மூலம் அதிகாரம் அளிப்பதாகப் பெருமை கொள்கிறார். மக்களுக்கு டிஜிட்டல் சேவை அளிப்பதோடு, கடைக்கார்கள் கூடுதல் வருமானம் பெறவும், மேலும் பலர் வேலைவாய்ப்பு பெறவும் வழி வகுப்பதாகச் சொல்கிறார்.

பிரிபெய்ட் கார்டு சேவையின் அடுத்த கட்டமாக ஆக்சிஸ் வங்கியுடன் இணைந்து நுண் கடன் சேவையும் அளிக்கிறது. அதாவது, பிரிபெய்ட் கார்டு பயனாளிகளுக்குக் கடன் அளிக்கும் சேவை. பயனாளிகள் கார்டைப் பயன்படுத்தும் விதத்தை வைத்து அவர்களின் கடன்

தகுதியைத் தீர்மானித்து அவர்களுக்குச் சிறிய அளவில் கடன் வழங்க தேர்வு செய்கிறது. பயனாளிகள் இதை ஏற்றுக்கொண்டால், அடிப்படைத் தகவல்களைத் தெரிவித்து கடன் பெற்றுக்கொள்ளலாம். கடன் தொகை நேரடியாக அவர்கள் கார்டில் செலுத்தப்பட்டுவிடும். அதை ஏடிஎம் மையத்தில் இருந்து எடுத்துக்கொள்ளலாம். மாதத்தவணை களை சுவிதா மையங்களில் செலுத்தி அடைத்துவிடலாம்.

ஏழைகள் கடன் பெற வங்கிகளுக்கு நடையாக நடப்பது இயல்பாக இருக்கும் நிலையில் சுவிதா தனது வாடிக்கையாளர்களுக்கு எளிதாகக் கடன் பெற்றுத் தருகிறது. அதற்கான கடன் தகுதி அலசல் பொறுப்பை ஏற்றுக்கொள்கிறது. சாமானிய மக்களுக்கு வங்கி படிவங்களைப் பூர்த்தி செய்வது என்றாலே எட்டிக்காயாக இருக்கும் சூழலில், மிகவும் எளிதாகக் கடன் தகுதியை உறுதிசெய்து, கார்டு மூலம் உடனே கடன் தொகையைப் பெற்றுக்கொள்வது அருமையானது இல்லையா!

இதே போல் பேமேட் நிறுவனம் பல்லவன் கிராம வங்கி, இந்தியன் வங்கி மற்றும் நபார்டு வங்கியுடன் இணைந்து விவசாயிகளுக்கான மொபைல் போனில் செயல்படும் கடன் அட்டை வசதியை வழங்குகிறது. இதன் மூலம் விவசாயிகள் ரொக்கமாகப் பணத்தைக் கையாளாமல், வங்கி அளிக்கும் கடன் வசதியைத் தங்கள் மொபைல் போன் மூலம் பயன்படுத்தி விவசாய இடுபொருட்கள், உரங்களை வாங்கிக்கொள்ளலாம். தமிழகத்தின் விழுப்புரம் மாவட்டத்தில் இந்த வசதி முதலில் முன்னோட்ட அடிப்படையில் அறிமுகம் செய்யப் பட்டது.

14

பேடிஎம் முன்னால்...

டிஜிட்டல் பரிவர்த்தனை எனும்போது மொபைல் வாலெட்கள் பற்றித்தான் பெரிதாகப் பேசப்படுகிறது. இந்தப் பிரிவில் அதிகம் அறியப்பட்டதாக பேடிஎம் இருக்கிறது. பேடிஎம் தவிர, மொபிகுவிக் உள்ளிட்ட பத்துக்கும் மேற்பட்ட மொபைல் வாலெட்கள் இருக்கின்றன. வாலெட்களின் சாதக, பாதகங்கள் குறித்த அலசல்கள் ஒரு பக்கம் இருந்தாலும், டிஜிட்டல் பரிவர்த்தனை என்பது வாலெட்களை மட்டும் சார்ந்தது அல்ல. இவை டிஜிட்டல் பரிவர்த்தனையின் ஒரு பகுதி மட்டுமே!

வாலெட்கள் போக டிஜிட்டல் பரிவர்த்தனையை மேற்கொள்வதற்கு வேறு வழிகளும் இருக்கின்றன. இவற்றில் ஒன்றான கேஷ்கார்டு எனப்படும் ரொக்க அட்டைகள் சாமானியர்களும் எளிதாகப் பயன்படுத்தக்கூடிய டிஜிட்டல் பரிவர்த்தனை வசதியாக இருப்பதுதான் பலரும் கவனிக்கத் தவறும் ஆச்சரியம்.

கேஷ் கார்டுகளை டெபிட் கார்டுக்கான வசதியான மாற்று என வைத்துக்கொள்ளலாம். அல்லது இணைய பரிவர்த்தனை யுகத்திற்கு ஏற்ற பணம் செலுத்தும் வசதி என்றும் வைத்துக்கொள்ளலாம். ஏனெனில் இவற்றை, வங்கி கணக்கு இல்லாமல், இணைய இணைப்பு இல்லாமலேயே பயன்படுத்தமுடியும். அந்த வகையில் இவை

செல்போனில் செயல்படும் மொபைல் பணம் போலவே எளிமையானவை.

டிஜிட்டல் பரிவர்த்தனை என்பது என்ன, காகித வடிவில் அல்லாமல் பணத்தின் சேமிக்கப்பட்ட மதிப்பை பரிவர்த்தனை செய்வதுதானே! வாலெட்கள் எனில் வங்கிக் கணக்கில் இருந்து அதில் தேக்கி வைக்கும் பணத்தை இணையம் வழி பயன்படுத்துகிறோம். இதைப் போலவே, கேஷ் கார்டுகளையும் பயன்படுத்தலாம். முன்பணம் செலுத்தி இந்த கார்டுகளை பெற்றுக்கொள்ளலாம். அதன் பிறகு இவற்றை டெபிட் கார்டு போலவே பயன்படுத்தலாம். இந்த வகையில் இந்தியாவில் இட்ஸ்கேஷ் கார்டு முதலில் அறிமுகம் செய்யப்பட்டது. ஆச்சரியம் என்னவெனில் பேடிஎம் உள்ளிட்ட வாலெட்கள் அறிமுகமாவதற்கு முன்னரே இட்ஸ்கேஷ் (ItzCash) கார்டு அறிமுகமாகிவிட்டது என்பதுதான்.

உண்மையில் டிஜிட்டல் பரிவர்த்தனை என்பது பரவலாகக் கவனத்தை ஈர்க்காத காலகட்டத்திலேயே 2006ல் இட்ஸ்கேஷ் அறிமுகமானது. இப்படி ஒரு சேவைக்கான தேவையை இட்ஸ்கேஷ் உணர்ந்த சூழலை புரிந்துகொள்வதன்மூலம் டிஜிட்டல் பரிவர்த்தனைக்கான தேவையையும் சரியாகப் புரிந்துகொள்ளலாம்.

அதற்கு முன்பாக, கேஷ்கார்டு பற்றிப் பார்த்து விடலாம். இந்த வகை கார்டுகளை முன்கூட்டியே பணம் செலுத்தப்பட்ட கார்டாகவும் புரிந்து கொள்ளலாம். இந்தத் தன்மையே இவற்றின் பயன்பாட்டை எளிதாக்குகிறது. எப்படி எனில், மொபைல் போன்களுக்கான ரீசார்ஜ் கார்டுகள் வாங்குவது போலவே இவற்றையும் குறிப்பிட்ட தொகை செலுத்தி வாங்கிக்கொள்ளலாம். உதாரணத்துக்கு 100 ரூபாய் அல்லது 500 ரூபாய் செலுத்தி அந்தத் தொகைக்கான கேஷ் கார்டை வாங்கிக் கொள்ளலாம். பின்னர் அந்த கார்டு மூலமே பொருட்களை வாங்கலாம், பணப் பரிவர்த்தனை மேற்கொள்ளலாம். குறிப்பிட்ட தொகை தீரும் வரை பயன்படுத்தலாம். பின்னர் தேவையெனில் மேலும் கொஞ்சம் தொகை செலுத்தி டாப் அப் செய்து கொள்ளலாம். ரீசார்ஜ் செய்வது போலவே மேலும் சில நூறுகளைச் செலுத்தி கார்டை புதுப்பித்துக் கொள்ளலாம்.

இதற்காக வங்கிகளைத் தேடிச் செல்ல வேண்டாம். கார்டு சேவையைப் புதுப்பிக்கும் விற்பனை நிலையங்களிலேயே பணம் செலுத்தலாம். புதிய கார்டையும் இதே முறையில் பெற்றுக்கொள்ளலாம். ஆக, வங்கிகள் விநியோகிக்கும் டெபிட் கார்டு அல்லது கிரெடிட் கார்டு இல்லாமலேயே, கையில் பணம் இல்லாமல் பரிவர்த்தனை செய்யலாம். இதுதான் கேஷ் கார்டின் சிறப்பம்சம்.

ஒரு வகையில் இவை பண வவுச்சர்களைப் போலத்தான். குறிப்பிட்ட நிறுவனம் வழங்கும் பண வவுச்சர்களை அவை ஏற்கப்படக்கூடிய வர்த்தக மையங்களில் கொடுத்து சேவை பெறலாம். இவற்றுக்கான தொகையைச் சம்பந்தப்பட்ட நிறுவனங்கள் செலுத்திவிடும். இதுவும் ஒரு வகையில் ரொக்கமில்லா பரிவர்த்தனை தான். ஆனால் பண வவுச்சர்களுக்கு வரம்புகள் உள்ளன. குறிப்பிட்ட நோக்கிலான தேவைக்கு மட்டுமே இவற்றை விநியோகிக்கமுடியும். இவற்றின் பயன்பாடும் எல்லைகள் கொண்டது.

மாறாக கேஷ் கார்டுகளை விருப்பம் போலப் பயன்படுத்திக் கொள்ளலாம். இந்த கார்டுகளை பயன்படுத்த முதலில் வாடிக்கை யாளர்களே பணம் செலுத்திவிடுகின்றனர். அந்தத் தொகையை கார்டு மூலம் பயன்படுத்துவதற்கான பரிவர்த்தனை வசதியை கார்டு விற்பனை நிறுவனம் செய்து தருகிறது. அதாவது பண மதிப்பை டிஜிட்டல் வடிவில் தேக்கி அளித்து, டிஜிட்டல் பணமாகப் பரிவர்த்தனை செய்ய வழி செய்கிறது.

டிஜிட்டல் வடிவிலான பரிவர்த்தனை வசதிகள் அறிமுகமான காலத்திலேயே, ஸ்மார்ட் கார்டு வடிவில் இவற்றைப் பயன்படுத்தலாம் என்ற யோசனையும் முன்வைக்கப்பட்டது. ஸ்மார்ட் கார்டு என்பது அடிப்படையில் சிலிக்கான் சிப் பொருத்தப்பட்ட ஓர் அட்டை. அதிலிருக்கும் சிப்பில் தேவையான தகவல்களைப் பதிவேற்றுவதன் மூலம் அதை அடையாள அட்டையாக மாற்றலாம். இதே முறையில் பணத்தின் சேமிப்பு முறையை உள்ளீடு செய்து அதை டிஜிட்டல் பண அட்டையாக மாற்றலாம். சிப்பில் இருக்கும் தகவலை அணுகும் வசதி கொண்டு அதில் உள்ள தொகையைக் கழிக்கலாம். மேலும் தொகையை இணைக்கலாம். இந்த முறையில் ஒரு ஸ்மார்ட் கார்டு, டிஜிட்டல் பணப் பரிவர்த்தனைக்கான வழியாக அமையும்.

இணையத் தொழில்நுட்பத்தின் பயன்பாடு பல்வேறு துறைகளில் உணரப்பட்ட நிலையில், டிஜிட்டல் பணத்துக்கான சாதனமாக ஸ்மார்ட் கார்டைப் பயன்படுத்த முடியும் என்ற கருத்தாக்கமும் முன்வைக்கப்பட்டது. ஸ்மார்ட் கார்டு தவிர காந்தப் பட்டை கொண்ட கார்டுகளையும்கூட இதே முறையில் பயன்படுத்தலாம். இதன் பின்னே உள்ள தொழில்நுட்பம் சிக்கலானது என்றாலும், இணையம் பரவலாகி வந்த காலத்தில் இந்த கார்டு வசதி பெரும்பாலும் கருத்தாக்க அளவிலேயே இருந்தது. எனினும், பணம் செலுத்துவதற்கான மாற்று வழிகள் தேவை என உணரப்பட்டபோது நிலைமை மாறியது. இணைய ஷாப்பிங் தவிர, செல்போன் சேவை, கேபிள் டிவி இணைப்பு ஆகியவை இந்த மாற்றத்தை உண்டாக்கின.

இந்தியச் சூழலில் இந்த மாற்றத்தின் விளைவாக அறிமுகமானது இட்ஸ்கேஷ் கார்டு. புத்தாயிரமாண்டின் தொடக்கத்தில் செல்போன் சேவையும், கேபிள் டிவி சேவையும் பிரபலமாயின. செல்போன்களை எளிதாக ரீசார்ஜ் செய்யமுடிந்தது. ஆரம்பத்தில் ஸ்கிரேட்ச் கார்டை வாங்கி அதில் உள்ள எண்களை உள்ளீடு செய்வதன் மூலம் ரீசார்ஜ் செய்ய முடிந்தது. அதன் பிறகு ரீசார்ஜ் சில்லறை மையங்களில் பணம் கொடுத்து நேரடியாக ரீசார்ஜ் செய்துகொள்ள முடிந்தது. ஆனால் டிடீஎச் மூலமான கேபிள் டிவி இணைப்புகளுக்கான சந்தா செலுத்த எளிய வழி இருக்கவில்லை. சந்தாவைப் புதுப்பிப்பது வாடிக்கையாளர்களுக்கும் சிக்கலாக இருந்தது. சந்தா தொகை வசூலிப்பது நிறுவனங்களுக்கும் சிக்கலாக இருந்தது.

இந்தப் பிரச்னைக்கான எளிய தீர்வு தேவை என உணர்ந்து அதற்கான முயற்சியில் இறங்கினர் அசோக் கோயல் மற்றும் நவீன் சூரியா. முன்கூட்டியே செலுத்தப்பட்ட பணப் பரிவர்த்தனை வசதிதான் அவர்கள் உருவாக்க நினைத்த தீர்வு. இட்ஸ்கேஷ் நிறுவனம் மூலம் இதை நிறைவேற்றினர்.

கோயல், சூரியா இருவருக்கும் இந்த எண்ணம் உண்டாக அவர்கள் தொழில் பின்னணியே காரணம். கோயல் எஸ்ஸெல் குழும நிறுவனமான எஸ்ஸெல் புரோபேக்கின் நிர்வாக இயக்குனராக இருந்தார். அதே குழுமத்தின் டிடீஎச் சேவை நிறுவனமான டிஷ் டிவியில் முக்கிய அதிகாரியாக நவீன் சூரியா இருந்தார். டிஷ் டீவிக்கான சந்தா தொகையை மின்னணு முறையில் செலுத்த எளிய வழி இல்லாமல் இருந்ததோடு, பொதுவாகவே மின்னணுப் பரிவர்த்தனையில் இதே போன்ற சிக்கல் இருந்ததை அவர்கள் உணர்ந்திருந்தனர். இணையம் மூலமான மின்னணுப் பரிவர்த்தனைக்கான தேவை அதிகரித்தாலும், பெரும்பாலான பணப் பரிவர்த்தனை ரொக்கம் மூலமே நிகழ்ந்து வந்தது. சாமானிய மக்கள் பலருக்கு வங்கிக் கணக்கோ, டெபிட் கார்டோ இல்லாத நிலையில் அவர்கள் மின்னணுப் பரிவர்த்தனையை எவ்வாறு பயன்படுத்த முடியும்? அது மட்டும் அல்லாமல் கார்டு வைத்திருந்தவர்கள்கூடப் பாதுகாப்பு கருதி இணையத்தில் பயன்படுத்தத் தயங்கிய நிலை இருந்தது.

இந்த இரண்டையும் இணைக்கும் வகையில் பணப் பரிவர்த்தனை சேவையை இட்ஸ்கேஷ் வழங்கத் தொடங்கியது. 2006ல் இந்த நிறுவனம் செயல்படத் தொடங்கியது. முதலில் டிஷ் டிவி சந்தா செலுத்துவதற்கான வசதியாக இட்ஸ்கேஷ் கார்டு அறிமுகம் செய்யப்பட்டது. அடுத்த கட்டமாக ரயில்வே துறையுடன் இணைந்து ரயில் டிக்கெட் முன் பதிவு வசதி பெறவும் கார்டு அறிமுகம் செய்யப்பட்டது. கார்டுக்கு ஒரு அடையாள எண்ணும் ரகசிய எண்ணும் இருக்கும்.

ரயில்வே டிக்கெட் இணையத்தளத்தில் முன்பதிவு செய்யும்போது இந்த எண்ணைத் தெரிவித்து, ரகசிய எண்ணைச் சமர்ப்பித்து உரிய தொகையைச் செலுத்தி டிக்கெட் பெற்றுக்கொள்ளலாம். டெபிட் கார்டு போன்ற வசதி இல்லாதவர்கள் விரும்பிய தொகை செலுத்தி இட்ஸ்கேஷ் கார்டு வாங்கி, ரயில் டிக்கெட் முன்பதிவு வசதியைப் பயன்படுத்துவது எளிதானதால் இந்தச் சேவை நல்ல வரவேற்பைப் பெற்றது.

தொடர்ந்து பில் செலுத்துவது, மின் வணிகத் தளங்களில் பொருட்களை வாங்குவது, டிக்கெட் முன்பதிவு செய்வது எனப் படிப்படியாக மற்ற வசதிகளும் அறிமுகம் செய்யப்பட்டன. மும்பையைத் தலைமையக மாகக் கொண்டு செயல்பட்ட இதன் சேவை நாடு முழுவதும் விரிவாக்கம் செய்யப்பட்டது. கார்டு விநியோகத்தில் பெட்டிக்கடை உள்ளிட்ட விற்பனை நிலையங்கள் இணைத்துக்கொள்ளப்பட்டன. இந்த நிலையங்களில் பணம் செலுத்தி அந்தத் தொகைக்கு நிகரான கார்டை வாங்கிக்கொண்டு பணப் பரிவர்த்தனைக்காகப் பயன்படுத்திக் கொள்ளலாம். தொகை தீர்ந்துவிட்டால் இதே முறையில் டாப் அப் செய்துகொள்ளலாம்.

பிரிபெய்ட் பேமெண்ட் இன்ஸ்ட்ருமெண்ட் எனப்படும் முன்கூட்டியே செலுத்தப்பட்ட பணப்பரிவர்த்தனை பிரிவின் கீழ், ரிசர்வ் வங்கியிடம் உரிமம் பெற்று இட்ஸ்கேஷ் செயல்பட்டு வருகிறது. வங்கிகளுடன் இணைந்து இந்தச் சேவையை வழங்கி வருகிறது. டெபிட் கார்டு போலவே ஏடிஎம் மூலம் பணம் எடுத்துக்கொள்ளும் கார்டும் அறிமுகம் செய்யப்பட்டுள்ளது. இதன்மூலம் நகரங்களுக்கு குடியேறிய தொழிலாளர்கள் தங்கள் கையில் உள்ள பணத்தை இட்ஸ்கேஷ் கார்டாக மாற்றி வைத்துக்கொண்டு, தேவைப்படும் நேரத்தில் ஏடிஎம்மில் இருந்து பணமாக எடுத்துக்கொள்ளலாம்.

இட்ஸ்கேஷ் சேவையை மொபைல் போன் மூலமும் பயன்படுத்தலாம். இணையம் மூலமும் பயன்படுத்தலாம். ஸ்வைப்பிங் இயந்திரங் களிலும் பயன்படுத்தலாம். சிறிய நிறுவனங்கள் சம்பளப் பணத்தை கார்டாக வழங்கக்கூடிய சம்பள கார்டுகளையும் அறிமுகம் செய்துள்ளது. பிரிபெய்ட் கார்டுகள், வாலெட் சேவை, வர்த்தக வளாகங்களில் பயன்படுத்தக்கூடிய சேவை, அரசு திட்டங்களில் பயன்படுத்தக்கூடிய சேவை, வர்த்தக நிறுவனங்களுக்கான சேவை என்று பரிவர்த்தனை துறையில் விரிவாக்கம் செய்துள்ளது.

இட்ஸ்கேஷ் வழியில் மேலும் பல வர்த்தக நிறுவனங்களும் கார்டு மூலம் பணப் பரிவர்த்தனை வசதியை அளித்து வருகின்றன. ரொக்கப் பரிவர்த்தனைக்கு மாற்று தேவைப்படும் சூழல்களில் இவை டிஜிட்டல் பரிவர்த்தனைக்கான வழியாக அமைகின்றன.

ஆக்சிஜன் சர்வீசஸ் மற்றொரு முன்னோடி நிறுவனமாகச் செயல்பட்டு வருகிறது. 2005ம் ஆண்டு செல்போன் ரீசார்ஜ் சேவையை மின்னணு வடிவில் வழங்கும் நோக்குடன் தொடங்கப்பட்ட இந்நிறுவனம் பின்னர் ஆக்சிகேஷ் மூலம் டிஜிட்டல் பணப் பரிவர்த்தனை வசதியை அளிக்கத் தொடங்கியது. கார்டு வடிவிலான பணப் பரிவர்த்தனை வசதிகளை மின்னணு வடிவில் மேற்கொள்ள இது வழி செய்தது. அதன் அடுத்த கட்டமாக ஆக்சிஜென் வாலெட் சேவையை அறிமுகம் செய்தது. பின்னர் ஸ்டேட் வங்கியுடன் இணைந்து, கிசோக் பாங்கிங் வசதி மூலம் வங்கிச்சேவைகளைச் சாமானியர்களுக்குத் தனது மையங்கள் மூலம் வழங்கி வருகிறது.மைக்ரோ ஏடிஎம் மூலமும் சேவை அளித்து வருகிறது. இந்தியா முழுவதும் சேவை மையங்களை அமைத்துள்ளது. இதன் நிறுவனரான பிரத்மோத் சக்சேனா, பணப் பரிவர்த்தனை துறையில் முன்னோடிகளில் ஒருவராக இருக்கிறார்.

இதே போலவே ஸ்மார்ட் பைசா பிரிபைடு கார்டு மூலம் பரிவர்த்தனை வசதியை அளிக்கிறது. இண்டிபே நிறுவனமும் இதே போன்ற வசதியை அளிக்கிறது. மேலும் பல நிறுவனங்கள் இந்தப் பிரிவில் செயல்பட்டு வருகின்றன. ஆட்டம் டெக்னாலஜிஸ் நிறுவனமும், பிரிபைடு கார்டு உள்ளிட்ட பணப் பரிவர்த்தனை வசதியை அளித்து வருகிறது. சஹயதா எனும் நுண்கடன் சேவை நிறுவனத்துடன் இணைந்து நுண்கடன் விநியோகம் மற்றும் பணத்தைத் திரும்பச் செலுத்தும் வசதியை செல்போன் மூலம் மேற்கொள்ளும் வசதியையும் அளித்துவருகிறது.

15

ஏழைகளிடம் செல்போனைக் கொண்டு சென்றவர்

வங்கதேசம் என்றதும் நினைவுக்கு முதலில் நினைவுக்கு வரும் பெயர்களின் முகமது யூனுஸ் பெயரும் இருக்கும். யூனுசுடன், இக்பால் காதிர் பெயரையும் சேர்த்துக்கொள்ள வேண்டும். அவரைப்பற்றி அறிந்து கொள்ளவும் வேண்டும். முகமது யூனுசை தெரியும். கிராமீன் வங்கி மூலம் ஏழைகளுக்கு குறுங்கடன் வழங்கி அவர்களை வறுமையில் பிடியில் இருந்து மீட்க வழி செய்த குறுங்கடன் முன்னோடி ! சரி, யார் இந்த இக்பால் காதிர்?

காதிரைப் பலவிதங்களில் அறிமுகம் செய்யலாம். அவர் வங்கதேசத்தின் வெற்றிகரமான தொழில்முனைவோர். அந்நாட்டின் மிகப்பெரிய மற்றும் முதல் செல்போன் நிறுவனத்தைத் தொடங்கியவர். தொழில் முனைவோருக்கான பயிற்சித் திட்டம் ஒன்றை நடத்தி வருபவர். புதிய நிறுவனங்களில் முதலீடு செய்து ஊக்குவிப்பவர். இப்படி அடுக்கிக்கொண்டே போகலாம்.

ஒற்றை வரியில் சொல்லவேண்டும் என்றால் வங்கதேசத்தில் செல்போன் மூலம் ஏழைகள் வாழ்க்கையில் மாற்றத்தைக் கொண்டுவந்த முன்னோடி தொழிலதிபர்!

காதிர் வங்கதேசத்தில் இருந்து அமெரிக்கா சென்று மேல்படிப்பு பயின்று அந்நாட்டிலேயே பெரிய நிதி நிறுவனங்களில் பணியாற்றி விட்டு பின்னர் தாய்நாடு திரும்பி வங்கதேசத்தின் முதல் செல்போன் நிறுவனத்தைத் தொடங்கினார். அவர் தொடங்கிய கிராமீன்போன் நிறுவனம் வெற்றிகரமாக செயல்பட்டு அந்நாட்டின் மிகப்பெரிய செல்போன் நிறுவனமாக உருவாகி இருக்கிறது.

ஆனால் அவர் சாதனை அதுவல்ல. அந்த நிறுவனத்தை அவர் தொடங்கிய நோக்கமும், அதன் பின் இருந்த தொலைநோக்கமும், கடும் இடர்களை எதிர்கொண்டு அதை வெற்றிகொண்ட விதமும்தான் அவரை முன்னோடி தொழிலதிபர் எனக் கொண்டாட வைக்கிறது.

இக்பால் காதிர் வங்கதேசத்துக்கு முதலில் செல்போனைக் கொண்டு வந்தவர் மட்டுமல்ல, அதன்மூலம் அந்நாட்டு ஏழைகள் வாழ்க்கையில் மாற்றத்தை ஏற்படுத்தி, செல்போன் மாற்றத்துக்கான சாதனம் என்பதை முதன் முதலில் நிரூபித்த முன்னோடிகளிலும் ஒருவர். செல்போன் என்பது பணக்காரர்களின் சங்கதி என்று கருதப்பட்ட காலத்தில் அவர், செல்போன் என்பது மக்கள் சாதனம் என்பதை உணர்த்தினார்.

செல்போன் வெறும் தகவல் தொடர்பு சாதனம் அல்ல, மாற்றத்துக்கான சாதனம் என்பது இன்று உலகம் முழுவதும் ஏற்றுக்கொள்ளப் பட்டுள்ளது. ஏழைகள் வாழ்க்கையில் செல்போன்கள் ஏற்படுத்தக் கூடிய தாக்கத்துக்கு, கென்யாவின் மொபைல் பணமான எம்-பெசா உள்ளிட்ட வெற்றிகரமான உதாரணங்கள் பல இருக்கின்றன. ஆனால் இவை எல்லாவற்றுக்கும் அடிப்படையாக அமையக்கூடிய வகையில் முதன் முதலில் கிராமத்து ஏழை மக்களிடம் செல்போனைக் கொண்டு சென்றவர் காதீர். நிறுவனங்கள், நகரத்து சந்தை தேக்கமடையும்போது கிராமத்து மக்களைத் தேடிச் செல்வதுபோல லாபத்தைத் தேடி கிராமங்களுக்குச் சென்றவர் அல்ல அவர். மாறாக கிராமத்துச் சந்தையின் தேவையை உணர்ந்து அதை நிறைவேற்றுவதற்காகத் தனது நிறுவனத்தைத் தொடங்கி அதில் வெற்றியும் பெற்றவர்.

காதிர் செல்போன் சேவையைத் தொடங்கிய காலத்தைத் திரும்பிப் பார்த்தால் நிச்சயம் வியப்பாக இருக்கும். 1990களின் இறுதியில் அவர் வங்கதேசத்தில் தனது கிராமீன் போன் நிறுவனத்தைத் தொடங்கினார். செல்போன் என்பது இன்னமும் பரவலாகப் பயன்பாட்டுக்கு வராத காலகட்டம் என்பதோடு வசதி படைத்தவர் மட்டுமே வாங்கக்கூடிய விலையுயர்ந்த சாதனமாகவும் கருதப்பட்ட காலம் அது. இந்தச் சூழலில் உலகின் ஏழைமை பட்டியலில் முன்னணியில் இருக்கும் தேசமான வங்கதேசத்தில் செல்போன் சேவையை அறிமுகம் செய்ய வேண்டும் என அவர் நினைத்ததுதான் ஆச்சரியம். அதைவிட

ஆச்சரியம், வழக்கமாகப் புதிய சேவையை ஆரம்பிக்க முயற்சிக்கும் நிறுவனங்கள் செய்வதுபோல அவர் நகரங்களை மையமாகக் கொள்ளாமல் அந்நாட்டு கிராமங்களையே தேடிச் சென்றார்.

அப்போது செல்போனுக்கு கொடுக்கவேண்டிய விலை என்பது ஏழை மக்களின் சராசரி ஆண்டு வருமானத்தைப் போல் இரு மடங்கு தொகை யாக இருந்தது என்றால் பார்த்துக்கொள்ளுங்கள். இத்தனை விலை கொடுத்து ஏழைகளால் செல்போன் வாங்கமுடியுமா? அப்படியே வாங்கினாலும் அவர்களுக்கு அதனால் என்ன பயன்? அதற்குச் செலவு செய்த தொகையை அவர்களால் எப்படி ஈடுசெய்யமுடியும்? இந்தக் கேள்விகளுக்கு எல்லாம் பதிலாக அமைந்தது கிராமீன் போன்!

நடுத்தர வர்க்கத்தின் பிடியிலிருந்து விடுபடும் கனவோடு அமெரிக்கா செல்லும் இந்தியர்கள் போல காதிரும் வங்கதேசத்தின் வறுமையில் இருந்து விடுபடும் உத்தேசத்துடன் அமெரிக்கா சென்று குடியேறியவர் தான். அங்கு இரண்டு பட்டப்படிப்பை முடிந்து கைநிறைய டாலர் களைச் சம்பாதித்துக்கொண்டிருந்தவர், திடீரென்று தாயகம் திரும்பி தொழில் தொடங்க வேண்டும் என தீர்மானித்தது எப்படி? அதிலும் ஏழைகளிடம் செல்போனை கொண்டு செல்லவேண்டும் என நினைத்தது எப்படி?

அதற்குக் காரணமான இரண்டு அனுபவங்களைத் தனது பேட்டிகளிலும் எழுச்சியூட்டும் 'டெட்' உரையிலும் குறிப்பிட்டிருக்கிறார் காதிர்.

முதல் அனுபவம் அவர் பள்ளி மாணவனாக இருந்தபோது வங்கதேசத்தில் எதிர்கொண்டது. காதிர் குடும்பம் நகரத்தில் வசதியாக வளர்ந்த குடும்பம் என்றாலும் 1971 இந்தியா- பாகிஸ்தான் யுத்தத்தின் போது கிராமப்புறத்துக்குச் சென்று வசிக்க நேரிட்டது. அப்போது ஒரு முறை அவரது அம்மாவுக்கு மருந்து வாங்கி வருவதற்காகச் சென்றிருந்தார். பத்து கிமீ தொலைவு நடந்து சென்ற பிறகுதான், மருந்துக்கடைக்காரர் மருந்து வாங்க தன் பங்குக்கு ஐந்து கிமீ நடந்து சென்றிருப்பது தெரியவந்தது. விளைவு, மருந்து கிடைக்காமல் வெறுங்கையுடன் வெயிலில் நடந்து வந்தார். அன்றைய பொழுது முழுவதும் இதனால் வீணானது.

பல ஆண்டுகளுக்குப்பிறகு அமெரிக்காவில் நியூ யார்க் நகரில் நிதி நிறுவனம் ஒன்றில் பணியாற்றிக்கொண்டிருந்தபோது மின்சாரம் பழுதாகி கம்ப்யூட்டர் வலைப்பின்னல்கள் செயலிழந்து போயின. கம்ப்யூட்டர் வலைப்பின்னல் சரி செய்யப்படும்வரை வேறு வேலை எதுவும் செய்ய முடியாமல் அவர் காத்திருந்தார்.

இந்த இரண்டு அனுபவங்களையும் காதிர் இணைத்துப்பார்த்தார். பொன்னான நேரம் இப்படி வீணானதை நினைத்து வருந்தினார்.

தனக்காவது சில மணி நேரங்கள் தான் வீணாயின. ஆனால் வங்கதேசத்திலோ சரியான தகவல் தொடர்பு வசதி இல்லாததால் ஒவ்வொரு நாளும் மக்களின் பல மணிநேரம் வீணாகிக் கொண்டிருக்கிறதே என அவர் வருந்தினார்.

ஆக, அமெரிக்காவில் வசதியான அலுவலகத்தில் இருந்தாலும் சரி, வங்கதேசத்தில் வளர்ச்சி அடையாத கிராமத்தில் இருந்தாலும் சரி; தகவல் தொடர்புதான் செயல்திறனுக்கு வழி செய்கிறது என அவர் புரிந்து கொண்டார். சாதாரண செல்போன் வசதி இருந்தால் போதும் இந்தத் தகவல் தொடர்பை ஏழை மக்களுக்கு ஏற்படுத்தித் தந்து விடலாம் என நினைத்தார். செல்போன்மூலம் தொடர்பு கொள்ளும் வசதி சாத்தியமானால் கிராமங்களில் உள்ள வணிகர்கள் பொருட்களின் கையிருப்புப் பற்றியும், சந்தை நிலவரம் பற்றியும் தெரிந்துகொள்ள முடியும் என நினைத்தார். இது போன்ற தொடர்பு வசதி அவர்கள் அலைச்சலை மிச்சமாக்கும் என்றும் நம்பினார்.

அதோடு வங்கதேசத்தில் செல்போனுக்கான சந்தையும் பரந்து விரிந்திருப்பதாக நினைத்தார். வங்கதேசத்தில் அந்தக் காலகட்டத்தில் தொலைபேசி இணைப்பு என்பதே அபூர்வமாகத்தான் இருந்தது. அந்நாட்டில் 500 பேருக்கு ஒரு தொலைபேசி மட்டும்தான். அதுவும் பெரும்பாலும் தலைநகர் டாக்காவில்தான் இருந்தது. கிராமங்களில் தொலைபேசி என்பது வெகு அரிது. சாதாரண தகவல்களுக்கு க்கூட மக்கள் மணிக்கணக்கில் நடந்து வர வேண்டிய நிலை. எனவே வங்கதேசத்தில் செல்போன் சேவைக்கான சந்தை இருந்தது.

ஆனால் காதிருக்கு இந்த எண்ணம் உண்டானது 1993ம் ஆண்டில். அப்போது வளர்ந்த நாடுகளிலே கூட செல்போனை ஆடம்பர சாதனமாகவே பார்த்தனர். அப்படியிருக்க வறுமை தாண்டவமாடும் வங்கதேசத்தில் செல்போனை அறிமுகம் செய்யும் யோசனை நடைமுறை சாத்தியம் கொண்டதுதானா?

இந்த யோசனையைக் கேட்டவர்கள் பலரும் காதிருக்குக் கிறுக்குப் பிடித்திருக்கிறது என்றே கூறினர். ஆனால் அவருக்குத் திடமான நம்பிக்கை இருந்தது. செல்போனின் ஆற்றலை அவர் நன்கு உணர்ந்திருந்தார். அது ஏழை மக்களின் கைகளில் சென்றடைய வேண்டும் என்றும் நினைத்தார்.

காதிருக்கு ஏற்கெனவே கம்ப்யூட்டர் துறையில் நல்ல பரிச்சயம் இருந்தது. கல்லூரி நாட்களில் 3 மில்லியன் டாலர் கொடுத்து மெயின்ஃபிரேம் ராட்சத கம்ப்யூட்டரை வாங்க முயற்சித்த மாணவர்கள் குழுவில் ஒருவராக இருந்திருக்கிறார். சில ஆண்டுகள் கழித்து வங்க மொழிக்கான வேர்டு பிராசஸர் எழுதியை உருவாக்க முயற்சி செய்தார்.

கம்ப்யூட்டர்களை நெருக்கமாகக் கவனித்தவர் அவை மூர்ஸ் விதியைத் தவறாமல் நிறைவேற்றி வந்ததையும் புரிந்து கொண்டிருந்தார். கம்ப்யூட்டர் ஆற்றல் ஒவ்வொரு இரண்டு ஆண்டுகளுக்கும், இரு மடங்காக அதிகரிக்கும் அதே நேரத்தில் அவற்றின் விலையும் குறையும் என்பதே மூர் விதியின் அடிப்படை. செல்போன்களும் அனலாக் தன்மையில் இருந்து, மைக்ரோசிப்கள் பொருத்தப்பட்ட டிஜிட்டல் சாதனமாக மாறியதால் இந்த விதிக்குப் பொருந்தவேண்டும் என்றும், இதன் காரணமாக வருங்காலத்தில் செல்போன்களின் விலை குறையும் என்றும் அவர் நம்பினார்.

மேலும் பொருளாதார மேதை ஆடம் ஸ்மித் கருத்துகளிலும் அவருக்கு ஈடுபாடு இருந்தது. ஸ்மித் தொழிலாளர்கள் இடையே பணிகள் பிரிக்கப்படும்போது அவர்களின் செயல்திறன் அதிகரிக்கும் எனக் கூறியிருந்தார். பணிகள் எந்த அளவு பிரிக்கப்படும் என்பதைச் சந்தை தீர்மானிக்கும் என்றும் கூறியிருந்தார். எனவே சந்தை பரவலானால், பிரிக்கப்படும் பணிகள் மேலும் குறுகலாகும் வாய்ப்புள்ளது.

இதன்படி பார்த்தால் தகவல் தொடர்பு வசதியே சந்தையின் பரப்பையும், பணிகள் பிரிக்கப்படுவதையும் தீர்மானிக்கும். இந்தப் பொருளாதாரக் கருத்துடன் மூர் விதியை இணைத்துப் பார்த்தபோது தொடர்புகொள்ளும் ஆற்றல் தேசத்தின் பொருளாதாரத்தை மாற்றக் கூடியதாக அமையும் என நம்பினார். இந்த நம்பிக்கையுடன் தனது தாய்நாடான வங்கதேசத்தில் ஏழை மக்களுக்கான போன் சேவையை வழங்க விரும்பினார். ஆழ்ந்த யோசனைக்குப் பிறகு, 1994ம் ஆண்டு நியூ யார்க் வேலையை ராஜினாமா செய்துவிட்டு வங்கதேசம் திரும்பினார்.

அமெரிக்காவில் வேலை இழந்து நாட்டுக்குத் திரும்பிவிட்டதாக அவரது உறவினர்கள் நினைத்தனர். அவர் திரும்பி வந்த காரணத்தைக் கேள்விப்பட்டவர்கள், இதென்ன மடத்தனம் என விமர்சனம் செய்தனர். இது வங்கதேசம் என்பதை மறந்துவிட வேண்டாம். இங்கு மக்களில் பலர் உணவு வாங்கவே காசில்லாமல் திணறுகின்றனர். இதில் செல்போன் வேறா? எனக் கேள்வி கேட்டனர்.

காதிருக்குப் பொருளாதார வளர்ச்சியில் நம்பிக்கை இருந்தது. மேலும் இடையில் அவர் சில காலம் உலக வங்கியிலும் பணியாற்றி இருந்தார். அந்த அனுபவம் வாயிலாக ஏழை நாடுகளுக்கு நிதியுதவித் திட்டங்கள் பெரிய அளவில் கைகொடுப்பதில்லை எனப் புரிந்து கொண்டிருந்தார். வங்கதேசம் ஏழை நாடு என்பதாலேயே ஏழை நாடாகவே இருக்க வேண்டுமா? என்று அவர் தனக்குத்தானே கேட்டுக்கொண்டார். வங்கதேச வறுமைக்கு ஒரு காரணம் இருந்தது. அதன் அணுகுமுறையே அந்தக் காரணம். நிதியுதவி அரசிடம் அளிக்கப்பட்டது. அது

பொதுமக்களைச் சென்றடையவில்லை. வர்த்தகத்துக்கு ஏற்ற சூழலை உருவாக்குவதற்காகத் தொழில்முனைவோர் அரசை நிர்பந்திக்கும் நாடுகளில் பொருளாதார வளர்ச்சி ஏற்பட்டு வருவதையும் அவர் புரிந்து கொண்டிருந்தார்.

நல்ல மாற்றங்கள் எல்லாம் சிறிய செயல்கள் மூலமே தொடங்குவதாக நம்பியவர் தானும் இத்தகைய மாற்றத்துக்கு வித்திட முயற்சி செய்யத் தீர்மானமாக இருந்தார். இந்த மாற்றத்துக்கு செல்போனே வழி என நினைத்து, அதை எப்படியாவது வங்கதேசத்துக்குக் கொண்டு வந்துவிட வேண்டும் எனும் உறுதியுடன் செயல்பட்டார். கோனோ போன் எனும் பெயரில் அவர் செல்போன் நிறுவனத்தைத் தொடங்கினார். கோநோபோன் என்றால் வெகுமக்களுக்கான போன் என அர்த்தம் வரும். இதுவே பின்னாளில் கிராமீன் போன் ஆனது. இந்நிறுவனத்தைத் தொடங்குவதற்காக நிதி திரட்டப் பல்வேறு நிறுவனங்களின் உதவியை நாடினார். வங்கிகளின் கதவுகளையும் தட்டினார். செல்போன் தொழில் நுட்பத்தைப் பொருத்தவரை நார்வே நாட்டு டெலினார் நிறுவனம் அவருடன் கைகோர்க்க முடிவு செய்தது. சில ஆண்டு இடைவிடாத போராட்டத்துக்குப் பிறகு கிராமீன் போன் நிறுவனம் செல்போன் சேவையை அறிமுகம் செய்யத் தயாரானது. ஆனால் அந்தக் கட்டத்தில் தான் மிகப்பெரிய சவாலை அவர் சந்திக்கவேண்டியிருந்தது.

வங்கதேசத்தில் உள்ள பெரும்பாலான மக்கள் செல்போன் வாங்குதவற்குத் தயாராக இல்லை. இதன் பொருள் செல்போன் தொடர்பான விழிப்புணர்வு ஏற்படவில்லை என்பதோ மக்கள் இன்னமும் செல்போனின் அவசியத்தைப் புரிந்து கொள்ளவில்லை என்பதோ அல்ல. மக்கள் விரும்பினால்கூட அவர்களால் செல்போனை விலை கொடுத்து வாங்க முடியாது என்பதுதான் யதார்த்தம். தொடக்கத்தில் இந்தியா உள்ளிட்ட பல நாடுகளில் இருந்த நிலைதான் இது. அப்போது செல்போனில் விலை சராசரியாக 20,000 ரூபாயாக இருந்தது. எனவே ஏழைகள் மட்டுமல்ல பெரும்பாலான நடுத்தர மக்களே இந்த விலை கொடுத்து போன் வாங்க முற்படவில்லை. போனின் விலையோடு ஆரம்பக் காலத்தில் செல்போன் அழைப்பு களுக்கான கட்டணமும் ஒரு நிமிடத்துக்கு 20 ரூபாய் எனும் அளவில் இருந்ததால் பெரும்பாலானோர் இதெல்லாம் கட்டுப்படியாகாத சங்கதி என நினைத்தனர்.

எனவே பெரும்பாலும் வசதி படைத்தவர்களே செல்போன் வாங்கிப் பயன்படுத்தினர். நடுத்தர மக்களில் பலர் அதிகபட்சமாகத் தயக்கத்துடன் செல்போனைக் கடன் வாங்கி பேசினர். இந்தப் பின்னணியில், இந்தியாவைவிட மோசமான வறுமைச் சூழலில் இருந்த வங்கதேசத்தில் காதிர் செல்போனை அறிமுகம் செய்தார். சரி,

ஏழைகளை செல்போன் வாங்கச்செய்வது எப்படி? பேசாமல் செல்போனை இலவசமாகக் கொடுத்துவிடலாம். ஆனால் அவரிடம் அத்தனை செல்வ வளம் இல்லை என்பதால் அது சாத்தியமில்லை. அரசிடம் இருந்து நிதி உதவி பெற்று மானிய விலையில் செல்போன் விற்கும் பேச்சுக்கும் இடமில்லை.

இந்தச் சிக்கலுக்கு அவர் வங்கதேச பாணியில் தீர்வு கண்டார். செல்போனைக் கடனில் விற்கச்செய்தார். அதாவது செல்போன் வாங்குவதற்குக் கடன் வசதி கிடைக்க ஏற்பாடு செய்தார். இதுதான் காதிரின் வெற்றி உத்தி. வங்கதேசத்தில் ஏற்கெனவே முகமது யூனுஸ் கிராமீன் வங்கி மூலம் நுண்கடன் புரட்சியை ஏற்படுத்தியிருந்தார். ஏழைகள் நுண்கடன் மூலம் தங்கள் வாழ்வாதாரத்துக்கான சிறு தொழிலைத் தொடங்க நுண்கடன் வழி செய்தது. இதே முறையில் மக்கள் செல்போன் வாங்கவும், கிராமீன் வங்கிக் கடன் கொடுக்கலாமே எனும் கோரிக்கையுடன் அவர் யூனுசை அணுகினார். பொதுவாக கிராமீன் வங்கி ஏழைகள் பசு மாடு வாங்க கடன் கொடுப்பது வழக்கம். பசு மாட்டைக் கொண்டு பால் வியாபாரம் செய்து வரும் வருவாயில், குடும்பச் செலவுகளையும் கவனித்து கடனையும் அடைத்துவிடலாம். செல்போனின் ஆற்றல்மீது நம்பிக்கை கொண்டிருந்த காதிர், செல்போனும் பசுமாடு போலத்தான் என்று கூறினார்.

மக்கள் எப்படி பசு மாட்டை வாங்கி பால் வியாபாரம் செய்கின்றனரோ அதே போல செல்போனை வாங்கிக்கொண்டு அதை வாடகைக்கு விட்டு வர்த்தகம் செய்யலாம் என்றார். கிராமத்தில் உள்ளவர்களில் யாரேனும் ஒருவர் 200 டாலர் கடனில் செல்போனை வாங்கிக் கொள்ளலாம். அந்த போன் அவரது சொந்த போனாக செயல்படுவதை விட, கிராமத்துக்கான வாடகை போனாக இருக்கும். கிராமத்தில் உள்ளவர்கள் அந்த போன் மூலம் பேசிக்கொள்ளலாம். அதற்குறிய கட்டணத்தோடு கூடுதலாகக் கொஞ்சம் தொகை செலுத்தினால் போதும். சொந்தமாக வாங்குவதுதானே சிரமம்? தேவைக்கேற்ப வாடகை போனைப் பயன்படுத்திக்கொள்வது சுலபமல்லவா?

பல கிராமங்களில் தொலைபேசி பயன்படுத்தப்பட்ட விதம்தான் இது. காதிர் இதை செல்போன் சார்ந்து அழகாகப் பயன்படுத்திக்கொண்டார். கிராமத்தில் உள்ள ஒருவர் கடனில் செல்போன் வாங்கும்போது அது அந்தக் கிராமத்துக்கு மட்டுமல்லாமல், சுற்று வட்டாரத்தில் உள்ள கிராமங்களைச் சார்ந்தவர்களுக்கும் வாடகை போனாக அமைகிறது. வாடகை போன் மூலம் வரும் வருவாய் கொண்டு அதை வாங்கியவர் மெல்ல கடனை அடைத்துவிடலாம். அதோடு அவருக்கான மாத வருமானமாகவும் அமையும்.

கிராமீன் போன் அறிமுகமானபோது வங்கதேச கிராமங்களில் இது பெரும் மாற்றத்தைக் கொண்டு வந்தது. பெரும்பாலும் கிராமத்தில் உள்ள பெண்கள் நுண்கடன் மூலம் செல்போனை வாங்கி வாடகை சேவை அளித்தனர். இது அந்தப் பெண்களுக்குத் தனி அந்தஸ்த்தை ஏற்படுத்திக்கொடுத்தது. முதன் முதலில் இப்படி வாடகை செல்போன் வாங்கிய பெண்மணி அந்நாட்டு அதிபருடன் செல்போனில் பேசும் வாய்ப்பைப் பெற்றார் என்றால் பார்த்துக்கொள்ளுங்கள். ஆக, மெல்ல கிராமம் கிராமமாக வாடகை செல்போன் பரவியது.

செல்போனின் பயன்பாட்டையும் கிராம மக்கள் உடனே புரிந்து கொண்டனர். கொள்முதலுக்காக நகரத்துக்குச் செல்லவேண்டிய விவசாயி, முன்கூட்டியே போன்மூலம் உர விலை முதல் காய்கறி விலை வரை அனைத்தையும் தெரிந்துகொண்டு அதற்கேற்ப செயல் பட முடிந்தது. இன்னும் எண்ணற்ற விதங்களில் செல்போன் கிராம மக்களின் வாழ்க்கையை மேம்படுத்தியது.- அவர்கள் பிரச்னை களுக்குத் தீர்வாக அமைந்தது. சாதாரண செல்போன் மூலம் சுகாதார சேவை உள்ளிட்டவற்றை மக்களிடம் கொண்டு செல்லமுடியும் என்பதைப் பல நாடுகள் பின்னர் நிரூபித்துக் காட்டின. அவற்றுக்கு எல்லாம் கிராமீன் போன் தான் முன்னோடி. உலகின் ஏழை நாடுகளில் நவீனத் தொலைத்தொடர்பு வசதிகள் எந்த அளவு பயன்படுத்தப்பட்டு வருகின்றன எனும் உண்மையை உலகுக்கு கிராமீன் போன்தான் புரிய வைத்தது எனப் பொருளாதார மேதை ஜெப்ரி சாக்ஸ் பாராட்டியுள்ளார்.

வர்த்தக நோக்கிலும் இந்த நிறுவனம் வெற்றி பெற்றது. வங்கதேசம் முழுவதும் ஏழை மக்கள் தங்களைத் தேவைக்கு எளிதாக செல்போனை பயன்படுத்த முடிந்தது.

தொடர்பு வசதி செயல்திறனை அதிகரிக்கும் என்று தீர்மானமாக நம்பிய காதிர் அந்த வசதியை செல்போன் மூலம் ஏழைகளுக்கு அளிக்க வேண்டும் எனும் நோக்கத்துடன் செயல்பட்டு வெற்றியும் பெற்றார்.

கிராமீன் போன் நிறுவனம் பின்னர் வங்கதேசத்தில் ஜி கேஷ் எனும் பெயரில் மொபைல் பணச் சேவையையும் அறிமுகம் செய்தது. சில ஆண்டுகளுக்குப் பிறகு இக்பால் காதிர் கிராமீன் போன் நிறுவனத்தின் அன்றாட நிர்வாகப் பணிகளில் இருந்து தன்னை விடுவித்துக்கொண்டு வெகுமக்கள் வாழ்க்கையை மாற்றுவதற்கான மற்ற முயற்சிகளில் ஈடுபட்டிருக்கிறார். செல்போனை மாற்றத்திற்கான சாதனமாக இக்பால் காதிர் உணர்த்தியதை நிக்கோலஸ் சல்லிவன், ‘யூ கேன் ஹியர் மீ நவ்’ புத்தகத்தில் விவரித்திருக்கிறார்.

16

சமூக நிதித் திரட்டலும் மொபைல் பணமும்

தமிழகத்தின் பல பகுதிகளில் மொய் விருந்து எனும் நிகழ்வு மிகவும் பிரபலமாக இருக்கிறது. பத்திரிகை அடித்து, ஊர் கூட்டி, விருந்து அளித்து அவர்களிடம் இருந்து மொய் பணம் வசூலிப்பதுதான் இதன் அடிப்படை. பொருளாதார நோக்கில் பார்த்தால் மொய் விருந்தை நிதி திரட்டலுக்கான அருமையான வழி என்றுதான் சொல்ல வேண்டும். தனிநபருக்கு நிதி தேவைப்படும்போது தான் வசிக்கும் சமூகத்திடம் இருந்தே அந்த நிதியைப் பெற்றுக்கொள்வதற்கான வழியாக இது அமைகிறது. இந்த நிதியைக் கடனாகக் கருதலாம். தொழில் மூலதன மாகப் பயன்படுத்திக்கொள்ளலாம். எப்படி வேண்டுமானாலும் பயன்படுத்தலாம். ஆனால் இன்னொரு மொய் விருந்தில் திருப்பிச் செலுத்தவேண்டும்.

மொய் விருந்தின் அடிப்படை கருத்தாக்கம் சமுகம் சார்ந்த நிதித் திரட்டல் என்பதால் பொருளாதார நோக்கில் இதன் வரலாற்றை ஆய்வு செய்து மேம்படுத்தவும் முயற்சிக்கலாம். அதேபோல தொழில்நுட்ப நோக்கிலும் இவற்றை மேம்படுத்தலாம். அதாவது மொய் விருந்தின் அனைத்துச் செயல்பாட்டையும் டிஜிட்டல் மயமாக்கலாம். விருந்து அழைப்பைக் குறுஞ்செய்தியாக அனுப்பி வைத்து, மொய் பணத்தையும் டிஜிட்டல் வடிவிலேயே ஏற்றுக்கொள்ளலாம். விருந்துக்கு

வருபவர்கள் ரொக்கமாகப் பணம் செலுத்தாமல் செல்போனில் இருந்து மொபைல் பணமாக அளித்துவிடலாம்.

இந்தச் செயல்முறையில் உள்ள வசதி என்னவெனில், மொய்த் தொகைக்கான கணக்கு வழக்குகள் அனைத்தும் டிஜிட்டல் வடிவில் ஆவணப்படுத்தப்படும். டிஜிட்டல் பரிவர்த்தனை பரவலாகும்போது மொய் விருந்து போன்ற நிகழ்வுகளும் டிஜிட்டல்மயமாவது இயல் பாகவே நடந்தேறும் என எதிர்பார்க்கலாம். இவ்வளவு ஏன், மொய் விருந்து நிகழ்வுகளை ஏற்பாடு செய்து நிர்வகிப்பதில் உதவுவதற்காக என்றே செல்போன் சார்ந்த மென்பொருள் சேவைகூட உருவாக்கப் படலாம். இதெல்லாம் சாத்தியமா எனச் சந்தேகமாகக் கேட்டால், கென்யாவில் வெற்றிகரமாக செய்திருக்கிறார்கள் என்று எம்-சங்காவைச் சுட்டிக்காட்டலாம்.

மொபைல் பணத்தில் எப்படி கென்யாவின் எம்-பெசா முன்னோடியாக இருக்கிறதோ அதேபோல செல்போன் வழியிலான நிதி திரட்டலில் எம்-சங்கா முன்னோடிச் சேவையாக இருக்கிறது.

எம்-சங்காவை நிதி திரட்டலுக்கான மொபைல் சார்ந்த மேடை என்று வர்ணிக்கலாம். கென்யாவின் மொபைல் கிக்ஸ்டார்ட்டர் சேவை என்றும் சொல்லலாம். கிக்ஸ்டார்ட்டர் தளம் இணையச் சமூகத்திடம் இருந்து நிதி திரட்டுவதற்கான தொழில்நுட்ப மேடையாகக் கருதப்படுகிறது. புதிய முயற்சிகளுக்கு நிதியுதவி தேவைப்படும்போது கிக்ஸ்டார்ட்டரில் கோரிக்கை பக்கம் அமைத்து, நிதி தாரீர் என வேண்டுகோள் விடுக்கலாம். கோரிக்கையால் கவரப்படும் இணையவாசிகள் தங்களால் இயன்ற நிதி அளித்து கைகொடுப்பார்கள். ஐந்தும், பத்துமாகக் கொடுத்தாலும், மொத்தமாகப் பார்க்கும்போது பல்லாயிரம் அல்லது பல லட்சம் திரண்டுவிடும்.

இணையம் மூலம் நிதி திரட்டலுக்கான வெற்றிகரமான உதாரணமாக கிக்ஸ்டார்ட்டர் திகழ்கிறது. கென்யாவைச் சேர்ந்த இளம் தொழில்முனைவோர் இருவர், இதே போன்ற நிதி திரட்டல் வசதியை செல்போனில் கொண்டு வரும் விதமாக எம்-சங்காவை உருவாக்கி இருக்கின்றனர். அடிப்படையில் கிக்ஸ்டார்ட்டர் போன்றது என்றாலும், கென்ய சமூகத்துக்கு ஏற்ற இரண்டு முக்கிய மாற்றங்களைக் கொண்டுள்ளது.

கிக்ஸ்டார்ட்டர் அடிப்படையில் அறிமுகம் இல்லாதவர்களிடம் இருந்து நிதி திரட்டுவதற்கான சாதனம். இணையம் இதற்கான இணைப்புப் பாலமாக இருக்கிறது. இதற்கு மாறாக, கென்யாவின் எம்-சங்கா உறவினர்கள் மற்றும் நண்பர்கள் ஆகிய நெருங்கிய வட்டத்தினரிடமிருந்து நிதி திரட்ட வழி செய்கிறது. இப்படி நிதி திரட்டுவது கென்யா கலாசாரத்தில் ஊறிப்போன விஷயம் என்கின்றனர். இதை ஹரம்பீ எனக் குறிப்பிடுகின்றனர். அதாவது, சமூகத்திடம்

இருந்து நிதி கோருவது.அவசரத்தேவைக்கு நிதி தேவைப்படும்போது, உறவினர்களிடமும் நண்பர்களிடமும் நிதி கோருவதைத்தான் இப்படிக் குறிப்பிடுகின்றனர். கென்யா சமூகத்தில் பிரபலமாக இருக்கும் இந்தப் பழக்கத்தை மேலும் தீவிரமாகக் கடைப்பிடித்து பரஸ்பரம் உதவிக் கொண்டு நாட்டின் முன்னேற்றத்துக்குப் பயன்படுத்திக்கொள்ளுமாறு நாடு விடுதலை அடைந்தபோது அந்நாட்டு முதல் அதிபர் கேட்டுக் கொண்டதையடுத்து இந்தப் பழக்கம் கூடுதல் பிரபலமடைந்தது. இந்த வழியில் சமூக நீதி கோரும்போது வசதி படைத்தவர்கள் பலர் பெருமிதத்துடன் நிறைய நிதி அளித்து கைதூக்கிவிடுவதாகவும் விக்கிபீடியா மூலம் அறிய முடிகிறது.

இந்த நிதி திரட்டல் வசதியைத்தான் எம்-சங்கா மூலம் முழுவதும் டிஜிட்டல்மயமாக்கியுள்ளனர். அதாவது ஹரம்பீ நிகழ்வு மூலம் நிதி திரட்ட விரும்புகிறவர்கள், அதற்கான பக்கத்தை எம்-சங்கா சேவை மூலம் உருவாக்கிக்கொள்ளலாம். உடனே செல்போனில் இருந்தே சொந்த பந்தங்களுக்கு நிதி கோரிக்கை அனுப்பி வைக்கப்படும்.

கென்ய மக்களில் பலர் வெளிநாடுகளில் வசிப்பவர்கள். உதவி என்றால் அவர்கள் அங்கிருந்தே பணம் அனுப்பி வைக்கத் தயாராக இருக்கின்றனர். இப்படி உறவினர்கள் பல இடங்களில் சிதறிக்கிடக்கும் நிலையில், அவர்களைத் தொடர்பு கொண்டு ஒருங்கிணைப்பதும், நிதி திரட்டுவதும் சிக்கலானதாகிறது. இவை அனைத்தையும் செல்போன் மூலமே மேற்கொள்ள உதவுவதுதான் எம்-சங்காவின் சிறப்பு.

அதோடு, கென்யாவில் உள்ள பலரும் எம்-பெசா கணக்கு வைத்திருப்பதால், நிதியுதவியையும் மொபைல் பணமாக அனுப்பி வைக்க இந்தச் சேவை வழி செய்கிறது. எனவே நிதி திரட்டலும் எளிதாகிறது. மேலும், இந்த நிதி திரட்டலின்போது, சேரும் பணத்தைப் பொருளாளர்கள் கொண்டு நிர்வகிக்கும் வழக்கமும் இருக்கிறது. இத்தகைய பொருளாளர்களை நியமித்து கணக்கைக் கண்காணிக்கவும் இந்தச் சேவை வழிசெய்கிறது.

இத்தகைய சமூக வழக்கம் சார்ந்த அம்சங்கள் காரணமாக கென்யாவில் எம்-பெசா போலவே எம்-சங்கா நிதி திரட்டல் சேவையும் பிரபலமாகி இருக்கிறது. மொபைல் பணமாகவே நிதியளிக்கும் வசதி பாரம்பரிய நிதி திரட்டல் நிகழ்வை மொபைல் பண காலத்துக்கு ஏற்றதாகவும் மாற்றியிருக்கிறது.

இதே பாணியில் நம்மூர் மொய் விருந்தையும் செல்போன்மயமாக்கலாம். நம்மவர்களும்கூட மொபைல் பணமாகவே மொய் பெறலாம். மொபைல் பணமாகவே அதைத் திருப்பி செலுத்தலாம். திருமணம் போன்ற நிகழ்வுகளில்கூட அன்பளிப்பு அளிக்கப்படுவதும், ஏற்கப்படுவதும் இப்படி டிஜிட்டல்மயமாகலாம்.

17

இந்தியாவில் ஒரு ரொக்கமில்லா கிராமம்!

ஒரு பானை சோற்றுக்கு ஒரு சோறு பதம் என்பது போல எதிர்கால இந்தியா எப்படி டிஜிட்டல்மயமாகி ரொக்கமில்லா சமூகமாக மாறமுடியும் என்பதற்கு அகோடரா கிராமம் ஒரு முன்மாதிரி. குஜராத் மாநிலத்தின் வடக்குப்பகுதியில் அமைந்திருக்கும் இந்தக் கிராமம் நாட்டின் முதல் டிஜிட்டல் கிராமம் எனப் பாராட்டப்படுகிறது.

2016 நவம்பர் 8 ம் தேதி 500 மற்றும் 1,000 ரூபாய் பழைய நோட்டுகள் செல்லாது என திடீரென அறிவிக்கப்பட்ட பிறகு, நாடு முழுவதும் மக்கள் நோட்டுகளை மாற்றவும், டெபாசிட் செய்யவும் திண்டாடினாலும் அகோடரா கிராம மக்கள் எந்தப் பாதிப்பும் இல்லாமல் வேலை பார்த்துக்கொண்டிருந்தனர். கிராம மக்கள் வங்கியை நோக்கிப் படையெடுக்கவும் இல்லை, ரூபாய் நோட்டை மாற்ற என்ன வழி என அல்லாடவும் இல்லை. அதற்குக் காரணம், கிராமத்தில் உள்ள எவரும் ரொக்கமாகப் பணத்தைப் பயன்படுத்தாமல் இருப்பதுதான்.

அதெப்படி ரொக்கம் பயன்படுத்தாமல் இருக்கமுடியும் என ஆச்சரியப் பட வேண்டாம். ஏனெனில் டிஜிட்டல் கிராமமாக அகோடராவில் உள்ள 200 குடும்பங்களும் வங்கி கணக்கு வைத்திருக்கின்றனர் என்பதோடு, இணைய வங்கிச்சேவை மூலம் பணப் பரிமாற்றம்

மேற்கொள்கின்றனர். கிராமத்திலுள்ள பெட்டிக்கடையில் பொருட்களை வாங்குவது முதல், விவசாயப் பொருட்களை விற்பனை செய்வது, கேபிள் கட்டணம் செலுத்துவது என எல்லாவற்றுக்கும் இணைய வங்கிச்சேவையைப் பயன்படுத்திக்கொள்கின்றனர். பால் பாக்கெட் முதல் பிஸ்கெட் வரை எல்லாவற்றுக்கும் டிஜிட்டல் முறையில்தான் பணம் அளிக்கின்றனர்.

பணப் பரிவர்த்தனை செய்யவேண்டும் என்றால் வங்கிக் கிளைக்கோ அல்லது ஏ.டி.எம்முக்கோ செல்கின்றனர். இல்லை என்றால் கையில் உள்ள செல்போனில் இருந்தே பரிவர்த்தனை செய்து கொள்கின்றனர். உதாரணத்துக்கு கேபிள் கட்டணம் செலுத்தவேண்டும் என்றால், வங்கி எண்ணுக்கு கேபிள் சேவை அளிப்பவரின் செல்போன் எண்ணைக் குறிப்பிட்டு அதற்கான தொகையை எஸ்.எம்.எஸ் மூலம் அனுப்பி விடுகின்றனர். பத்து ரூபாய்க்கு மேல் தேவைப்படும் எந்தப் பொருளையும், அல்லது சேவையையும் டிஜிட்டல் பரிவர்த்தனை மூலம் செய்து கொள்கின்றனர்.

விவசாயிகளுக்கு கூட்டறவு சங்கம் அளிக்கவேண்டிய தொகைகூட நேரடியாகவே வங்கி கணக்கில் செலுத்தப்பட்டு விடுகிறது. இதன் காரணமாக கிராம மக்கள் தேவை போகப் பணத்தைச் சேமிக்க முடிகிறது என்கின்றனர். வெளியூர் சென்றால் மட்டுமே பணத்தை எடுத்துச்செல்வதாகவும், மற்றபடி உள்ளூரில் ரொக்கத்துக்கு அவசியமே இல்லை என்றும் கிராமவாசிகள் கூறுகின்றனர்.

டிஜிட்டல் இந்தியா திட்டத்தின் ஒரு பகுதியாக இந்தக் கிராமம், ஐ.சி.ஐ.சி.ஐ வங்கியால் தத்து எடுக்கப்பட்டு டிஜிட்டல் கிராமமாக மாற்றப்பட்டுள்ளது. இது ஒரு மாதிரி திட்டம் தான் என்றாலும், டிஜிட்டல் வசதி கிராமங்களில் எத்தகைய மாற்றத்தைக் கொண்டு வரக்கூடும் என்பதற்கான உதாரணமாக இருக்கிறது.

18

பெட்டிக்கடைகளும் வங்கி கிளைகளும்

பெட்டிக்கடைகளில் வாழைப்பழத்தையும் கடலை உருண்டையையும் தான் வாங்க வேண்டுமா என்ன? வங்கிச்சேவைகளைப் பெற முடிந்தால் எப்படி இருக்கும்? காசு கொடுத்து ஷாம்பு வாங்குவது போலவே பணப் பரிவர்த்தனை செய்ய முடிந்தால் எப்படி இருக்கும்? பெட்டிக்கடைக்காரரிடம் பணம் கொடுத்து அவர் மூலமே வங்கி வாயிலாகப் பணத்தை அனுப்பிவைக்க முடிந்தால் எப்படி இருக்கும்?

இவை ஏதோ விளையாட்டு நோக்கிலான கேள்விகளோ அல்லது சாத்தியம் இல்லை என நினைக்கக் கூடிய விஷயங்களோ அல்ல. வங்கி அமைப்பில் இருந்து விலகி இருக்கும் ஏழை எளிய மக்களுக்கு வங்கிச்சேவை கிடைக்கச்செய்வதற்கு தேவையான சூழலில் நிதர்சனமாகக் கூடிய காட்சிகள் தான் இவை. கொஞ்சம் நம்ப முடியாமல் தோன்றினாலும், பெட்டிக்கடைகளையும், மளிகை கடைகளையும் வங்கி கிளைகளின் நீட்டிப்பாக மாற்றலாம் எனப் பல நிதி வல்லுனர்கள் வலியுறுத்துகின்றனர். அனைவரையும் உள்ளடக்கிய வங்கிச்சேவைகளைச் சாத்தியமாக்க இது அவசியம் என்றும் வாதிடுகின்றனர்.

இந்த நோக்கில், ஏழைகளுக்கான நிதிச்சேவை தொடர்பான முயற்சி மற்றும் மொபைல் பணம் சார்ந்த விஷயங்களில் வல்லுனரான இக்னாசிசோ மேஸ், மரியே அல்மாசன் என்பவருடன் இணைந்து தினசரி கடைகள் மூலம் ஏழைகளுக்கு வங்கிச்சேவை எனும் தலைப்பில்

கட்டுரை ஒன்றை எழுதியுள்ளார். இந்தக் கட்டுரையின் சுருக்கமான வடிவம்:

ஏழைகளுக்கு அமைப்பு சார்ந்த நிதிச்சேவைகளை அளிப்பது கடினமான பணி. ஏழைகளின் வருமானம் குறைவாக இருப்பதாலும், அவர்கள் வார அடிப்படையில் அல்லது தின அடிப்படையில் சம்பளம் பெற வாய்ப்புள்ளதாலும், நிதி அல்லது மருத்துவ நிகழ்வுகளால் அவர்களின் தினசரி பொருளாதார நிலை அதிகம் பாதிப்புக்குள்ளாக வாய்ப்பிருப்பதாலும், அவர்களுக்கும் சராசரி வங்கி வாடிக்கையாளர்களுக்கும் தேவைப்படும் அளவில் வங்கி பரிவர்த்தனைகள் தேவை. இருப்பினும் அவர்களின் அவசர நுகர்வு மற்றும் முதலீட்டுத் தேவைகளால், பணத்தைச் சரியாக நிர்வகிக்க முடிந்தாலும் நீண்டகால நிதிப் பாதுகாப்பு சாத்தியமில்லை. எனவே ஏழை வாடிக்கையாளர்களுக்குச் சேவை அளிப்பதில் வங்கிகளுக்கு இரண்டு சவால்கள் இருக்கின்றன. வாடிக்கையாளர்கள் நிதி வரத்து மற்றும் அவர்களின் கருதும் மதிப்புகளுக்கு ஏற்ற லாபகரமான வருவாய் மாதிரியை உருவாக்குவது மற்றும் லட்சக்கணக்கான சிறிய பரிவர்த்தனைகளைக் கையாள்வதற்கான செயல்பாட்டு மற்றும் உள்கட்டமைப்புச் செலவுகளைக் குறைப்பது.

குறைந்த எண்ணிக்கையிலான கிளைகளை வைத்துக்கொண்டு, சிறிய அளவிலான பரிவர்த்தனைகளில் கவனம் செலுத்துவது வங்கிகள், வாடிக்கையாளர்கள் இரு தரப்பினருக்குமே செலவு மிக்கதாகும். வங்கிகள் தங்கள் கிளை அமைப்பை நிறுவிப் பராமரிக்க கணிசமான தொகையைச் செலவிட வேண்டும். வாடிக்கையாளர்கள் வங்கிக் கிளைகளுக்குச் சென்று வர கணிசமான நேரம் மற்றும் பணத்தைச் செலவிட வேண்டும். இதன் காரணமாகவே வங்கிகள் கிராமப்புறப் பகுதிகளில் உள்ள வாடிக்கையாளர்களுக்குச் சேவை அளிப்பதைச் செலவு மிக்கதாகக் கருதி விலகி நிற்கின்றன. ஏழை மக்கள் தங்கள் நிதியைக் கையாள உள்ளூரில் உள்ள அமைப்பு சாராத வழிகளைச் சார்ந்திருக்க வேண்டியிருக்கிறது.

கிளைகளைக் கடந்த வங்கிச்சேவை மாதிரி பெரும்பாலான குறைந்த அளவிலான பரிவர்த்தனைகளை, செலவு குறைந்த மற்றும் எங்கும் நிறைந்திருக்கும் சில்லறை அமைப்புக்கு மாற்றுவதாக அமைகிறது. இந்த அமைப்பிடமே ஏழைகளுக்குச் சேவை அளிப்பதற்கான வர்த்தக நலன் அதிகம் உள்ளது. ஒவ்வொரு கிராமத்திலும் இதற்கு சுற்றுப்புறங்களிலும் காணக்கூடிய மளிகைக் கடைகளைப் பயன்படுத்திக் கொள்வதே முக்கியமான அம்சமாகும். வங்கிகள் ஏன் தங்கள் சார்பில் சிறிய அளவிலான டெபாசிட் மற்றும் பணப் பட்டுவாடா மேற்கொள்ள இந்தக் கடைகளைப் பயன்படுத்திக்கொள்ள அனுமதிக்கக்கூடாது? மளிகைக் கடைகள் எப்படி, தாங்கள் ஏற்கெனவே வாங்கி

வைத்திருக்கும் பொருட்களைப் பணம் பெற்றுக்கொண்டு வழங்குகின்றனவோ அதே முறையில், பணம் பெற்றுக்கொண்டு வங்கி சேவையை வழங்கலாம். கடைக்காரர் வாடிக்கையாளரிடம் இருந்து பணத்தைப் பெற்றுக்கொள்ளும் அல்லது பணம் கொடுக்கும் அதே நேரத்தில், அதற்கு இணையான மின்னணு மதிப்பை வாடிக்கை யாளரின் வங்கி கணக்கு மற்றும் கடையின் வங்கி கணக்கு இடையே மாற்றுவதன் மூலம் இதைப் பாதுகாப்பாக நிறைவேற்ற முடியும். வங்கி மொபைல் அல்லது கார்டு சார்ந்த தொழில்நுட்பம் மூலம், ஒவ்வொரு பரிவர்த்தனையும் உடனே அங்கீகரித்து, பதிவு செய்வதை உறுதி செய்யலாம். இதன் மூலம் வாடிக்கையாளர் கடையை விட்டுச் செல்லும் முன்பே அவரது பரிவர்த்தனை மதிப்பை நிறைவேற்ற முடியும்.

கடைகள் எப்படிச் செயல்படுகின்றன? வாடிக்கையாளர்களுக்குத் தேவையான பொருள்களை வாங்கி வைக்கின்றன. வாடிக்கையாளர் களிடம் இருந்து பணம்பெற்றுக்கொண்டு அதற்கு ஈடான பொருள் களை அளிக்கின்றன. இப்படிச் செய்வதன் மூலம் பொருள்களின் இருப்பு குறைந்து, பணம் சேருகிறது. பொருளின் இருப்பு தீர்ந்ததும் பணத்தில் ஒரு பகுதியை எடுத்து அதன்மூலம் மீண்டும் பொருள் வாங்கி இருப்பு வைக்கப்படுகிறது. இதே முறையில், விற்பனை பொருளுக்குப் பதிலாக வங்கி கணக்கு தொகை அல்லது மின்னணு மதிப்பை அளிக்கமுடியும். கடைக்காரர் தனது வங்கிக் கணக்கில் குறிப்பிட்ட அளவிலான வங்கிப் பண மதிப்புடன் தொடங்கவேண்டும். கடையைத் தேடி வரும் வாடிக்கையாளர் தரும் பணத்தைப் பெற்றுக் கொண்டு அதற்கு நிகரான மின்னணு மதிப்பை அவருக்குக் கடைக்காரர் தருகிறார். தொடர்ந்து வாடிக்கையாளர்களுக்கு இவ்வாறு மின்னணு மதிப்பை அளித்த பின், கடைக்காரரிடம் மேலும் மின்னணு மதிப்பு இருக்காது. அவர் தன்னிடம் சேர்ந்த வாடிக்கையாளர் பணத்தை வங்கியில் கட்டி புதிதாக மின்னணு மதிப்பைப் பெற்றுக்கொள்ள வேண்டும். இதே முறையில் வாடிக்கையாளர்கள் தங்கள் கணக்கில் உள்ள தொகையில் இருந்து கடைக்காரரிடம் இருந்து பணம் பெற்றுக் கொள்ளலாம். ஆக மளிகைக்கடைக்காரர் மற்ற பொருள்களை விற்பது போலவே மின்னணுப் பணத்தை விற்பனை செய்யலாம். அதாவது அவர் வாடிக்கையாளர்களுக்குப் பணம் கொடுக்கலாம், அவர்களிடம் இருந்து பணமும் பெற்றுக்கொள்ளலாம்.

ஆக, உள்ளூர் கடைக்காரர் வாடிக்கையாளர்களின் பணத்தேவையைப் பூர்த்தி செய்யக்கூடிய பண வர்த்தகராகச் செயல்படலாம். அந்தப் பகுதியில் உள்ள அனைவரும் வங்கிக்குச் செல்வதற்குப் பதில் அவர் மட்டும் வங்கிக்குச் சென்று தனது கணக்கை இயக்கி, பணம் எடுத்து வரலாம். கடைக்காரர் வங்கி மற்றும் வாடிக்கையாளர்களிடையே

பாலமாக இருந்து, பணப் போக்குவரத்துக்கான பொறுப்பை ஏற்றுக் கொள்கிறார். இதற்காக ஒவ்வொரு பரிவர்த்தனைக்கும் சிறிய தொகை கமிஷனாகக் கடைக்காரருக்கு வழங்கப்படும். இந்தக் கட்டணம் வங்கிக்குக் குறைந்தபட்ச தொகையாக இருக்கும் அதே நேரத்தில் கடைக்காரருக்கு லாபகரமானதாகவும் அமையும். வாடிக்கை யாளருக்குச் சேவை அளிப்பது, பரிவர்த்தனையின் பாதுகாப்பை உறுதி செய்வது போன்றவை வங்கியின் கட்டுப்பாட்டில் இருக்கும்.

வெற்றிகரமான, நம்பகமான பிராண்டுகளைக் கொண்ட வங்கிகள் இப்படித் தங்கள் வாடிக்கையாளர் இடைமுகத்தின் ஒரு பகுதியைக் கடைக்காரர்களிடம் ஒப்படைப்பதற்கான முக்கிய காரணங்கள்:

கூட்டத்தைக் குறைப்பது: வளரும் நாடுகளில் வங்கி கிளைகளில் நெரிசல் மற்றும் வரிசையில் காத்திருப்பது சகஜமாக இருக்கிறது. அடிப்படைப் பரிவர்த்தனைகளைத் தொலைதூரக் கடைகள் வழியே அளிப்பதன் மூலம் வங்கிகளால் ஏற்கெனவே உள்ள வாடிக்கை யாளர்களுக்குச் சிறப்பான சேவை அளிக்கமுடியும். இதன்மூலம் வங்கிகளால் வாடிக்கையாளர்களுக்கு மேலும் அதிக வாய்ப்புகளை அளிக்கமுடியும். குறைந்த மதிப்பிலான பரிவர்த்தனைகளைச் செலவு குறைந்த ஓர் அமைப்புக்கு மாற்றுவதன்மூலம் வங்கிகள் பரிவர்த்தனைக்கான செலவைக் குறைக்கமுடியும். இன்று வங்கிகள் பரிவர்த்தனைகளைப் பெரும்பாலும் செலவு மற்றும் செயல்பாட்டுத் தடைகளாகப் பார்க்கின்றன. அதே நேரத்தில் கடைக்காரர்கள் அதிகப் பரிவர்த்தனை நடைபெறுவதன்மூலம் தங்கள் கடைக்கு வருபவர்கள் எண்ணிக்கை அதிகரிக்கும் என எதிர்பார்க்கலாம். எனவே இது வங்கிகள், கடைகள் மற்றும் வாடிக்கையாளர்கள் என அனைத்துத் தரப்பினருக்கும் நலன் தரக்கூடியது.

புதிய வர்த்தகம்: வங்கிகள் புதிய பகுதிகளில் செயல்பாட்டைத் தொடங்க குறைந்த செலவு மற்றும் குறைந்த ரிஸ்க்கில் கடைகளை ஒப்பந்தம் செய்துகொள்ளலாம். இதன்மூலம் வங்கிகள் முதலில் வாடிக்கையாளர்களைத் திரட்டிப் பின்னர் தேவை எனில் கிளை தொடங்கலாம்.

ஏழைகளுக்கு ஏற்ற சேவை: ஏழைகளுக்கு லாபகரமான முறையில் சேவை அளிக்க, குறைந்த செலவிலான பரிவர்த்தனை முறைக்கு மாறினால் மட்டும் போதாது. பொருத்தமான வருவாய் வழியையும் கண்டறிய வேண்டும். வழக்கமான வங்கி மாதிரி வட்டி விகிதத்தைச் சார்ந்திருப்பதால் அந்த முறை ஏழைகளுக்குச் சேவை அளிக்க ஏற்றதாக இருக்காது. ஏழைகள் சேமிக்கக்கூடிய சிறிய தொகை வங்கிக்குப் போதிய வட்டி வருமானத்தை அளிக்க வாய்ப்பில்லை. ஆனால்

ஏழைகள் அதிகமாகப் பரிவர்த்தனை மேற்கொள்ள வாய்ப்பிருக்கிறது. பில் செலுத்துவது, உறவினர்களுக்குப் பணம் அனுப்புவது, சின்னச் சின்ன தொகையாகச் சேமிப்பது ஆகிய பரிவர்த்தனைகளை ஏழைகள் மேற்கொள்வார்கள். இவற்றைப் பெரும்பாலும் வங்கிகள் இப்போது செலவாகவே பார்க்கின்றன. ஆனால் இந்தச் சேவைகளுக்காக ஏழை வாடிக்கையாளர்கள் கட்டணம் செலுத்தவும் தயாராக உள்ளனர். பரிவர்த்தனைக்கு முந்தைய கட்டணமுறை கடைக்காரருக்கான கமிஷன் தொகையோடு சேர்ந்து லாபகரமாக அமையும். கென்யாவில் ஈக்விட்டி வங்கி, இப்படி ஏழைகளுக்கு ஏற்ற சேவைகளை அளித்து வருவதில் முன்னுதாரணமாக இருக்கிறது.

எதில் கவனம்?: வங்கியின் கவனம் புதிய வாடிக்கையாளர்களுக்குச் சேவைகளை விற்பது மற்றும் புதிய சேவைகளை அறிமுகம் செய்வதாக இருக்கவேண்டும். ஆனால் வங்கிகள் தற்போது ரொக்கத்தைக் கையாள்வதில்தான் அதிகம் ஈடுபட வேண்டியிருக்கிறது. ரொக்க சேவை அளிப்பதைக் கடைக்காரர்களிடம் ஒப்படைப்பதுமூலம் வங்கிகள் விற்பனை மற்றும் வாடிக்கையாளர் சேவையில் கவனம் செலுத்தலாம். வங்கிக்கு வரும் வாடிக்கையாளர்கள் தங்கள் தேவைகள் குறித்த உரையாடலில் ஈடுபடலாம். இந்தியாவில் செயல்படும் ஷத்ரிய கிராமீன் பைனான்சியல் சர்வீசஸ் இந்த முறையில் செயல்பட்டு வருகிறது. ஏழைகளுக்குச் சேவை அளிக்கும் வகையில் ஊழியர்களுக்குச் செல்வ மேலாளராகப் பயிற்சி அளிக்கிறது.

மொபைல் போட்டி: பல நாடுகளில் மொபைல் நிறுவனங்கள் செல்போன் மூலம் பணப் பரிவர்த்தனை அளிப்பதில் உள்ள வாய்ப்புகளைக் கண்டறிந்து செயல்பட்டு வருகின்றன. கென்யாவில் சபாரகாமின் எம்-பெசா இதற்கு வழிகாட்டியுள்ளது. மொபைல் நிறுவனங்கள், தங்கள் வாடிக்கையாளர்கள் பாதுகாப்பான முறையில் சிம்கார்டு சார்ந்த பணப் பரிவர்த்தனையில் ஈடுபடமுடியும் என்று உணர்த்தியுள்ளன. கடைகளுடன் இணைந்து நிதிச்சேவைகளை அளிக்க அவற்றுக்குச் சட்ட ரீதியான அனுமதி மட்டுமே தேவை. எனினும் இந்த வாய்ப்பைப் பெற்ற மொபைல் நிறுவனங்களால் தேசிய அளவிலான கடைக்காரர் வலைப்பின்னலை உருவாக்கமுடியவில்லை. வங்கிகளால் இது முடியும்.

இந்த மாதிரியில் உள்ள அனுகூலங்களை உணர்ந்துள்ள வங்கி குறைந்த செலவு, குறைந்த ரிஸ்க்கில் இதைப் பின்பற்றலாம். வங்கிகளிடம் ஏற்கெனவே நிதிச்சேவைகள் இருப்பதால் அவற்றால் கடைக்காரர்கள் வலைப்பின்னலை வங்கிச்சேவை அளிக்க சிறப்பாகப் பயன்படுத்திக் கொள்ளமுடியும். வங்கிகள் முதலில் சில கிளைகளைச் சுற்றி கடைக்காரர்களை ஒப்பந்தம் செய்து கொள்வதன் மூலம் தொடங்கி

பின்னர் விரிவாக்கலாம். மொபைல் நிறுவனங்களுக்கு இது சற்று கடினமானது. இந்த வர்த்தக மாதிரியில் உள்ள அனுகூலங்களைப் பயன்படுத்திக்கொண்டு வங்கிகள் தங்களை மாற்றி அமைத்துக்கொள்ள முன்வர வேண்டும்.

இத்தகைய வர்த்தக மாதிரியில் ஈடுபடும் வங்கிகள், தங்கள் பிராண்டின் நம்பகத்தன்மையைப் பாதுகாப்பது, கடைக்காரர்களுக்கு ஊக்கத் தொகை அளித்து மேலும் வர்த்தகத்தைப் பெருக வைப்பது, வர்த்தகர் களுக்குச் சரியான பயிற்சி அளிப்பது, முறையான தொழில்நுட்ப மேடையை அளிப்பது, புதிய வங்கிக் கணக்குகளைத் தொடங்க கடைக்காரர்களுக்கு அனுமதியளிக்க வழி செய்வது உள்ளிட்டவற்றில் கவனம் செலுத்தவேண்டும்.

கிளைகளைக் கடந்த வங்கிச்சேவை என்பது எளிதாகத் தோன்றலாம். ஆனால் இதைச் செயல்படுத்த வங்கிகள் அணுகுமுறையில் மாற்றம் வரவேண்டும். ஏழைகள் பயனுள்ளதாகக் கருதும் சேவைகளைக் கண்டறிவதில் வங்கிகள் அக்கறை காட்ட வேண்டும். முக்கியமாக இந்த மாதிரியை ஊக்குவிக்க நட்பான மத்திய வங்கி தேவை. இந்தப் புதிய முறைக்கு ஏற்ப பாதுகாப்பான செயல்பாட்டை உறுதி செய்ய பொருத்தமான கட்டுப்பாடுகளும் தேவை.

இந்த வகையான மாதிரியை லத்தீன் அமெரிக்காவில் உள்ள வங்கிகள் வெற்றிகரமாகச் செயல்படுத்தி வருகின்றன. பிரேசில் நாட்டில் இந்த முறை குறிப்பிடத்தக்க வெற்றியைப் பெற்றுள்ளது. அங்குள்ள 1,70,000 கடைகள் வங்கிகளின் முத்திரைச் சின்னங்களைத் தாங்கியிருப்பதைப் பார்க்கலாம். கொலம்பியா, மெக்ஸிகோ போன்ற நாடுகளிலும் இந்த முறை வெற்றிகரமாக பின்பற்றப்படுகிறது.

●

இக்னோசியோ மேஸ், பில் கேட்ஸ் அறக்கட்டளையில், ஏழைகளுக்கான நிதிச்சேவைகள் பிரிவின் தலைவராகவும் இருக்கிறார். எம்.ஐ.டி. அச்சகம் வெளியிட்டும் இன்னவேஷன்ஸ் காலாண்டு இதழில் இந்தக் கட்டுரை வெளியானது.

19

ரொக்கமில்லா யாத்திரை மேற்கொண்ட பந்த்

டிஜிட்டல் பணத்தின்மீது நம்பிக்கை கொண்டவர்களில் அபிஷாந்த் பந்த்தை முக்கியமாகத் தெரிந்துகொள்ள வேண்டும். ஏனெனில் பந்த் இந்த நம்பிக்கையை மற்றவர்களிடமும் ஏற்படுத்த முயற்சிப்பவராக இருப்பதுதான். டிஜிட்டல் பரிவர்த்தனை நடைமுறையில் சாத்தியம் என்பதைப் புரிய வைக்க மெனக்கெடுபவர். இதற்காகவே அவர் ஒரு யாத்திரையை மேற்கொண்டிருக்கிறார் என்றால் பார்த்துக்கொள்ளுங்கள். ரொக்கமில்லா யாத்திரை!

அபிஷாந்த் பந்த் மும்பையைச் சேர்ந்தவர். ஃபின் டெக் எனப்படும் நிதி நுட்பம் துறையில் செயல்பட்டு வருபவர். இன்னும் குறிப்பாகச் சொல்லவேண்டுமானால் பந்த் பணப் பரிவர்த்தனையில் தொழில் முறை வல்லுனர்! இத்துறையில் பல ஆண்டு அனுபவம் மிக்க பந்த், டிஜிட்டல் பணப் பரிவர்த்தனை நுட்பங்களையும் சாத்தியங்களையும் நன்கறிந்தவர். அதே சமயம், இந்தியா போன்ற ரொக்கத்துக்குப் பழகிய ஒரு தேசத்தில் இருக்கும் நடைமுறை சவால்களையும் அறிந்தவர். இந்தச் சவால்களை எல்லாம் மீறி ரொக்கமில்லா சமூகம் சாத்தியமாகும் எனும் நம்பிக்கை கொண்டவர்.

அதனால் தான் அவர், ரொக்கமில்லா யாத்திரையை மேற்கொண்டார். அதாவது 100 நாட்களுக்கு எதற்காகவும் ரொக்கமாகப் பணத்தைப்

பயன்படுத்தாமலே இருந்திருக்கிறார். அவரது இந்த ரொக்கமில்லா பயணம் முதலில் சிங்கப்பூரில் தொடங்கியது. அதன் பின்னர் சிங்கப்பூரில் இருந்து இந்தியா திரும்பியவர் மும்பையில் இரண்டாம் கட்டப் பயணத்தைத் தொடர்ந்தார். இந்த அனுபவங்களை அவர் தனது லிங்க்டு இன் வலைப்பதிவு மூலம் பகிர்ந்துகொண்டிருக்கிறார். இது தொடர்பான பல இடங்களில் பேசியும் உரை நிகழ்த்தியும் வருகிறார்.

ரொக்கத்தை நாடாமல், முழுவதும் டிஜிட்டல் பணப் பரிவர்த்தனை முறையைப் பயன்படுத்த முடியுமா எனப் பரிசோதனை செய்து பார்க்க திட்டமிட்டிருப்பதாகக் கூறியபோது, மனைவி ரிச்சா, நிஜமாகவே இதில் ஈடுபடப்போகிறீர்களா என்று சந்தேகமாகக் கேட்டிருக்கிறார். இந்த எண்ணம் பற்றிச் சகாக்களிடம் விவாதித்தபோது அவர்களில் பலர், இந்தியாவில் ரொக்கமில்லாமல் வாழ்க்கை நடத்துவது மிகவும் கடினமானது, ஒரு வாரத்துக்குமேல் தாக்குப்பிடிக்கமுடியாது என்று எச்சரித்துள்ளனர். இந்தக் கேள்விகளால் அவர் மனம் தளர்ந்துவிட வில்லை. பணத்தை டிஜிட்டல்மயமாக்குவதில் நம்பிக்கை கொண்ட நான், வெறும் கோட்பாடு அளவில்தான் பேசிக்கொண்டிருக்கிறேனா அல்லது நுகர்வோர் இதை எப்படி எதிர்கொள்கின்றனர் என்பதைப் புரிந்துகொள்ள விரும்புகிறேனா என்னும் கேள்வியை அவர் தனக்குள்ளே எழுப்பிக்கொண்டார். இந்தக் கேள்விக்கான பதில் தேடி, ரொக்கமில்லா அனுபவத்தை நேரிடையாக அனுபவித்துப் பார்த்து விடுவது எனும் உத்தேசத்துடன் பயணத்தைத் தொடங்கினார்.

முதல்கட்டப் பயணம் சிங்கப்பூரில் கழிந்தது. சிங்கப்பூரில் இருந்த ஐந்து நாட்களும் கையில் அந்நாட்டு டாலர் பணம் வைத்திராமல், டெபிட் கார்டு, டிஜிட்டல் பரிவர்த்தனைகளை மட்டுமே பயன்படுத்தினார். வாடகை காரில் ஏறுவதாக இருந்தாலும் சரி, ஹோட்டல் அறையில் தங்குவதாக இருந்தாலும் சரி, முதலிலேயே டிஜிட்டல் பணப் பரிவர்த்தனை வசதி இருக்கிறதா என்று கேட்டு உறுதிசெய்து கொள்ள வேண்டியிருந்தது. மற்றபடி வேறு சிக்கல்கள் இல்லை. சில நேரங்களில் மட்டும் டிஜிட்டல் வசதிக்காக அவர் நடையாக நடக்க வேண்டியிருந்தது. ஆனாலும் சமாளித்துவிட்டார்.

சிங்கப்பூர் பயணத்தை முடித்தபோது நண்பர் ஒருவர், சிங்கப்பூர் நவீன வசதிகள் கொண்ட நகரம் என்பதால் இது சாத்தியமானது. ஆனால் இந்தியாவில் ரொக்கமில்லாமல் ஒரு மாதம் உங்களால் வாழமுடியுமா எனச் சந்தேகத்துடன் கேட்டிருக்கிறார். அதையும் பார்த்துவிடலாமே என்ற உத்தேசத்துடன் 2016 மார்ச் 12 அன்று தனது ரொக்கமில்லா பயணத்தை மும்பையில் தொடங்கினார். சில நிபந்தனைகள் வகுத்துக் கொண்டார்:

- எல்லா ரொக்கப் பரிவர்த்தனைகளையும் டிஜிட்டல்மயமாக்குவது.
- ஆட்டோ, கால் டாக்சி, புறநகர் ரயில் என எல்லா வகையான போக்குவரத்தையும் பயன்படுத்துவது.
- வீட்டில் வேலை செய்த பெண் உதவியாளருக்குச் சம்பளத்தை வங்கிக் கணக்கு மூலமே தருவது.
- ரொக்கமில்லா வசதியின் சாதகங்கள் மற்றும் சவால்கள் பற்றி மளிகைக் கடைக்காரர் உள்ளிட்ட சாமானியர்களிடம் பேசிப் பார்ப்பது.

இப்படிப் பல நிபந்தனைகளை விதித்துக்கொண்டு ரொக்கமில்லா வாழ்க்கையைத் தொடங்கினார். பேடிஎம், ஜுக்னூ, ஓலா, உபெர், பிக்பாஸ்கெட், புட்பாண்டா உள்ளிட்ட பல்வேறு டிஜிட்டல் பரிவர்த்தனை செயலிகள் உதவியோடு இந்த நாட்களை அவர் வெற்றிகரமாகச் சமாளித்துவிட்டார். எனினும் இந்த அனுபவம் சவால்களையும் சங்கடங்களையும் கொண்டிருந்தது. அதைவிட முக்கியமாக, இந்தியா போன்ற நாட்டில் ரொக்கமில்லா வசதியைப் பரவலாக நடைமுறைப்படுத்துவதில் உள்ள பிரச்னைகளையும் புரிய வைத்தது.-மொத்தத்தில் தனது அனுபவம் ஒரு சாகசப் பயணம் போலச் சுவாரஸ்யமாகவே இருந்தது என அவர் குறிப்பிடுகிறார்.

மளிகை முதல் வீட்டு உதவியாளர் சம்பளம் வரை மொத்தம் 18 சேவைகளை அவர் டிஜிட்டல் பரிவர்த்தனைக்கு மாற்றிக்கொண்டார். இதற்காகக் கொஞ்சம் மெனக்கெட வேண்டியிருந்தது. வீட்டு வேலை உதவியாளர் பெண்மணிக்குச் சம்பளத்தை வங்கி கணக்கில் செலுத்த அந்தப் பெண்மணியின் மொத்தக் குடும்பத்தையும் ஒப்புக்கொள்ள வைக்க வேண்டியிருந்தது. இப்படிப் பல சவால்களை எதிர்கொண்டாலும், இவற்றின்மூலம் பெற்ற படிப்பினைகள் முக்கியமானவை என்கிறார்.

முதலில் இந்தியாவுக்கான டிஜிட்டல் பரிவர்த்தனை முறையில், பாரதம் எனக் குறிப்பிடப்படும் கிராமப்புறங்களில் வசிக்கும் ஸ்மார்ட்போன் வசதி இல்லாத மக்களை மனதில் கொண்டு சேவைகளை உருவாக்க வேண்டும் என்கிறார். அடுத்ததாகப் பல மொழி பேசுபவர்கள் வாழும் நாட்டில் உள்ளூர் மொழிகளில் சேவைகள் அவசியம் என்கிறார்.

நவீன தொழில்நுட்பத்துக்குப் பழகியிராதவர்களுக்குக் கைப்பிடித்து கூட்டிச்சென்று வழிகாட்டுதல் அவசியம். ஏ.டி.எம் இயந்திரத்தைப் பயன்படுத்தியிராத தனது வீட்டு உதவியாளர் பெண்மணிக்கு அவர், அதைப் பயன்படுத்தக் கற்றுத்தந்திருக்கிறார்.

தான் பேசியவரை சிறிய அளவில் கடை வைத்திருப்பவர்களை ஒப்புக் கொள்ள வைப்பதுதான் பெரிய சவாலாக இருந்தது என்கிறார்.

டிஜிட்டல் பரிவர்த்தனையால், கடைக்கு வருபவர்கள் எண்ணிக்கை அதிகரிக்குமா? பழைய வாடிக்கையாளர்கள் பொருட்களை வாங்குவது அதிகமாகுமா? வரிச்சிக்கல் வருமா? போன்ற கேள்விகள் கடைக்காரர்கள் மனதில் இருக்கின்றன.

ஆனால், நாட்டில் உள்ள 10 பெரிய நகரங்களில் 97 சதவிகிதப் பரிவர்த்தனைகளை ரொக்கமில்லாமல் மேற்கொள்வது சாத்தியமே என்கிறார் பந்த்.

எல்லாம் சரி, இப்படி ரொக்கமில்லா முறைக்கு மாற வேண்டியதன் அவசியம்தான் என்ன? பந்த், நிதி நுட்பத்துறையில் இருப்பதால் இந்த வசதியை எல்லோர் மீதும் திணிக்கப் பார்க்கிறாரா? பந்தே பதில் சொல்கிறார். பரவலாகச் சொல்லப்படுவது போல ரொக்கத்தைக் கட்டுப்படுத்துவது என்பது கருப்புப் பணப் புழக்கத்தைக் கட்டுப் படுத்தும். கருப்புப் பணத்தின் அளவு நாட்டின் ஜி.டி.பியில் 25 சதவீதம் முதல் 75 சதவீதம் வரை இருக்கலாம் எனக் கருதப்படும் நிலையில், இவற்றின் குறைந்தபட்ச அளவுக்கான தொகைமீது வரி செலுத்தப் பட்டால் கூட அரசின் 100 நாள் வேலை திட்டம் உள்ளிட்டவற்றுக்குக் கணிசமாக நிதி கிடைக்கும்.

இது தொடர்பாக இன்னொரு சுவாரஸ்யமான உதாரணத்தையும் பந்து சொல்கிறார். ரொக்கமில்லா பயணத்தைத் தொடங்குவதற்கு முன் அவர் பலரிடம் பேசிப்பார்த்திருக்கிறார். அப்போது பொதுவாகப் பலரும் கையில் வைத்திருக்கும் தொகை என்ன எனக் கேட்டிருக்கிறார். 500 ரூபாய் முதல் 2,000 ரூபாய் வரை வைத்திருப்பதாகப் பதில் கூறியிருக்கின்றனர். ஆக, ஒருவர் சராசரியாக 1,000 ரூபாய் கையில் வைத்திருந்தாலும்கூட, இந்தியாவில் ஒவ்வொரு நாளும் கையில் வைத்துக்கொண்டிருக்கும் தொகை பல ஆயிரம் கோடியாக இருக்கும். அதேபோல வீட்டில் சேமித்து வைக்கப்பட்டிருக்கும் தொகை 20,000 முதல் ஒரு லட்சம் வரை இருக்கலாம். ஒரு கோடி வீட்டில் இப்படிப் பணம் இருப்பதாக வைத்துக்கொண்டால்கூட, ஒரு லட்சம் கோடி பணம் இருப்பில் உள்ளது. இந்தப் பணம், யாருக்கும் பயனில்லாமல் முடங்கிக் கிடக்கிறது. அதை வைத்திருப்பவர்களுக்கும் எந்தவிதப் பலனும் இல்லாமல் இந்தப் பணம் தூங்கிக்கொண்டிருக்கிறது. இந்தத் தொகையைக் கையில் அல்லது வீட்டில் வைத்திருக்காமல் வங்கிகளில் மாற்றி தேவையானபோது டிஜிட்டல் வடிவில் எடுத்துக்கொண்டால், எல்லோருக்கும் அதனால் நன்மை உண்டாகும் என்கிறார் பந்த்.

மேலும் பணத்தை அச்சிடவும், கையாளவும் செலவிடப்படும் தொகையையும் மிச்சமாக்கலாம் என்கிறார். ஆக ஒட்டுமொத்தப்

பொருளாதாரத்துக்கும் நலன் பயக்கும் என்பதாலேயே பந்தும் அவரைப் போன்றவர்களும், டிஜிட்டல் பணப் பரிவர்த்தனையை ஊக்குவிக்க விரும்புகின்றனர்.

எனினும் ரொக்கமில்லா சூழலில் உள்ள சிக்கல்களையும் சவால் களையும் அவர் அறிந்தே இருக்கிறார். லண்டனில் போக்குவரத்துக்குப் பணம் செலுத்தும் டிஜிட்டல் முறை தொழில்நுட்பக்கோளாறால் செயலிழந்த சம்பவம் உள்ளிட்டவற்றை அவர் அறியாமல் இல்லை. எனினும், முதலில் ரொக்கம் குறைந்த சமூகத்துக்கு மாறி ரொக்கமில்லா சமூகத்துக்கு முன்னேறிச் செல்லும் போது அதற்கேற்ற சூழலை உருவாக்கிவிடலாம் என்றும் நம்பிக்கை கொண்டுள்ளார்.

இந்தியாவில் ரொக்கமில்லா முறைக்கு மாறுவதில் உள்ள முக்கியப் பிரச்னைகள் என்றும் சிலவற்றை அவர் சுட்டிக்காட்டுகிறார். டிஜிட்டல் வாலெட்டுகளிடையே பரிவர்த்தனை செய்யமுடியாமல் இருப்பது, சிறிய நகரங்களில் போதிய டிஜிட்டல் வசதி இல்லாமல் இருப்பது, பணப் பரிவர்த்தனை சாதனங்களுக்கான செலவும், வாடகையும் அதிகமாக இருப்பது, இரண்டாம் கட்ட நகரங்களில் டெபிட் கார்டு வைத்திருக்கும் பலர் அதை இயக்காமலே இருப்பது உள்ளிட்ட அம்சங்களை அவர் சுட்டிக்காட்டுகிறார்.

டிஜிட்டல் பரிவர்த்தனைக்கான வரிச்சலுகை, பாதுகாப்பான எளிய சேவைகளை உருவாக்குவது, கார்டுகள் மீது கடன் வழங்குவது உள்ளிட்ட நடவடிக்கைகள் மூலம் அரசு ஊக்கமளிக்கலாம் என்றும் அவர் சொல்கிறார்.

மொத்தத்தில் டிஜிட்டல் பரிவர்த்தனை அன்றாட வாழ்க்கையில் எப்படிச் செயல்படும் என்பதைக் களத்தில் இறங்கிக் கண்டறிந்தவராக பந்த் இருக்கிறார். இந்த அனுபவத்தின் அடிப்படையில் தான் அவர் ரொக்கமில்லா பணப் பரிவர்த்தனை பற்றித் தொடர்ந்து பேசியும் எழுதியும் வருகிறார். இதன் காரணமாகவே நவம்பர் 8 ம் தேதி பிரதமர் நரேந்திர மோடி பழைய 500, 1000 ரூபாய் நோட்டுகள் செல்லாது என அறிவித்தபோது, அதனால் அளவில்லாத உற்சாகம் அடைந்தவர்களில் ஒருவராக அவர் இருந்தார். கருப்புப் பணத்தைக் கட்டுப்படுத்த முயற்சிக்கும் இந்த நடவடிக்கைக்குத் துணை நிற்க ரொக்கமில்லா வழிக்கு மாறவேண்டும் என முன்பைவிடக் கூடுதல் உற்சாகத்துடன் வலியுறுத்துகிறார்.

20

கனவு தேசம் ஸ்வீடன்

ஸ்வீடன் ரொக்கமில்லா சமூகமாக மாறிக்கொண்டிருக்கிறது. இது பரவலாக அறியப்பட்டதுதான். ஸ்வீடனில் சமீப காலமாகவே ரொக்கப் பயன்பாடு குறைந்து, பெரும்பாலான இடங்களில் கார்டுகளும், டிஜிட்டல் பரிவர்த்தனைகளுமே பயன்படுத்தப்பட்டு வருகின்ற. உலகின் முதல் ரொக்கமில்லா தேசம் எனும் சிறப்பிடத்தை நோக்கி அந்நாடு முன்னேறிக்கொண்டிருக்கிறது. 1600களில் ஐரோப்பாவில் முதல் நாடாக வங்கிப் பணத்தை அறிமுகம் செய்த ஸ்வீடன் மெல்ல ரொக்கத்தைவிட்டு முழுவதுமாக விலகிச்சென்று கொண்டிருப்பதாகக் குறிப்பிடப்படுகிறது.

ரொக்கமில்லா வாதத்தைப் பொருத்தவரை ஸ்வீடன் ஒரு கனவு தேசம். அங்கு ரொக்கமில்லாமல் வாழ்வது ஒரு பிரச்னை அல்ல, ஆனால் ரொக்கத்தை வைத்துக்கொண்டிருப்பதுதான் சுமை என்று சொல்லப் படுகிறது.

ரொக்கமில்லா சமூகம் சாத்தியமா? எனும் சந்தேகம் உள்ளவர்கள் சமகால ஸ்வீடன் வாழ்க்கை முறை தொடர்பான கட்டுரைகள் படித்தால் வியந்து போவார்கள். அந்த அளவுக்கு அந்நாட்டுச் சமூகம் ரொக்கமில்லா பரிவர்த்தனைக்குப் பழகியிருக்கிறது. ஸ்வீடனில் தேசியப் பொருளாதாரத்தில் ரொக்கப் பரிவர்த்தனை வெறும் 3 சதவீதமாகச் சுருங்கியிருப்பதாகப் புள்ளிவிவரங்கள் தெரிவிக்கின்றன.

இது கொஞ்சம் பழைய தகவல்; இப்போது இது 2 சதவீதம் என்று சொல்லப்படுகிறது.

ஸ்டாக்ஹோம் விமான நிலையத்தில் இருந்து காலாற நடந்து பார்த்தால் பிளாஸ்டிக் பயன்பாடு எங்கெல்லாம் பரவியிருக்கிறது என்பதைப் பார்க்கமுடியும். பழைய சந்தையில் உள்ள விவசாயக் கடைகள், சாலையோரப் பூக்கடைகள் தொடங்கி ஸ்வீடன் பேருந்துகள், ரயில் நிலையம் வரை எல்லாவிடங்களிலும் கார்டுகள்தான். ஸ்வீடனின் ரொக்கமில்லா தன்மையை நேரில் பரிசோதித்துப் பார்த்து நியூயார்க்கர் இதழில் எழுதப்பட்ட கட்டுரையொன்றில் அமெரிக்கப் பத்திரிகையாளர் இதனைக் குறிப்பிடுகிறார். இந்தக் கடைகள் எல்லாவற்றிலுமே கார்டு பரிவர்த்தனை ஏற்கப்பட்டன என்கிறது அந்தக் கட்டுரை. விமான நிலையத்தில் இருந்து வெளியே வந்த, ரயிலில் செல்ல டிக்கெட் வாங்க ஸ்வீடன் பணத்தை எடுத்து நீட்டியபோது, நடத்துனர் மிகவும் கண்ணியமாக, 'நீங்கள் தங்குமறையில் உள்ள டிக்கெட் மையத்துக்குச் சென்று ரொக்கம் கொடுத்து டிக்கெட் வாங்கிக்கொள்ளலாம், இங்கு கார்டு மட்டும்தான்' என்று சொல்லியிருக்கிறார். ரயில் நிலையத்தில் இருந்து வெளியே வரும் வழியில் வரிசையாக டிக்கெட் இயந்திரங் களைப் பார்த்திருக்கிறார். எல்லாமே கார்டு பரிவர்த்தனையை ஏற்பவை.

அன்று மாலை ஹோட்டல் ஒன்றுக்கு மது அருந்த சென்றபோது, பணம் செலுத்துவதற்காக அவர் பர்சை வெளியே எடுப்பதைப் பார்த்த பார் ஊழியர், 'இது ரொக்கமில்லா பார்' என அலறியதைக் கேட்டிருக்கிறார். அதன் பின் அந்த ஊழியர் அங்கிருந்த அறிவிப்பு வாசகத்தைச் சுட்டிக் காட்டியிருக்கிறார். ரொக்கமில்லா பகுதி என அதில் தெரிவிக்கப் பட்டிருந்தது. இதுபோன்ற அறிவிப்பை ஸ்வீடனில் பெரும்பாலான இடங்களில் பார்க்கலாம். இங்கு ரொக்கம் ஏற்கப்படாது எனும் அறிவிப்பு ஸ்வீடன் நகரங்களில் திரும்பிய இடங்களில் எல்லாம் தென்பட்டுக்கொண்டே இருக்கும். பெரும்பாலான பொது இடங்களில் ரொக்கம் ஏற்கப்படுவதில்லை.

ஸ்வீடன் மக்களும் இந்த நிலையை ஏற்றுக்கொண்டுள்ளனர். பலரும் தங்கள் தேவைகளை நிறைவேற்றிக்கொள்ள கார்டு தேய்க்கப் பழகி விட்டனர். கார்டு மட்டும் அல்ல, மொபைல் மூலம் பணம் செலுத்தும் ஸ்விஷ் உள்ளிட்ட செயலிகளும் அங்கு பிரபலமாக இருக்கின்றன. குறிப்பாக இளம் தலைமுறை செயலிகள் மூலம் பணம் செலுத்துவதை வெகு இயல்பாகக் கருதுகின்றனர். அவர்களைப் பொருத்தவரை கார்டுகள் கூடக் கடந்த கால சங்கதி!

இவ்வளவு ஏன், அந்நாட்டில் உள்ள தேவாலயங்களும்கூட இந்தப் புதிய யதார்த்தத்துக்கு மாறியுள்ளன. ஞாயிறு பிரார்த்தனை கூட்டம்

முடிந்ததும், திரையில் தேவாலயத்தின் வங்கி கணக்கு எண் காண்பிக்கப் படுகிறது. உடனே பக்தர்கள் தங்கள் செல்போனை உயர்த்தி காணிக்கை பணத்தைச் செலுத்தி விடுகின்றனர். இந்தக் காட்சியை நியூயார்க் டைம்ஸ் கட்டுரை ஒன்று விவரிக்கிறது. அதே கட்டுரையில், வீடில்லாதவர்கள்கூட யாசகம் பெறுவதற்கு கார்டு ரீடர் வைத்திருப்பதைக் குறிப்பிடுகிறது.

சிறிய வணிகர்களும், சுய தொழில்முனைவோர்களும்கூட கார்டு பரிவர்த்தனையை ஏற்க ஐஜெட்டில் சாதனம் வழி செய்கிறது. இந்தச் சாதனம் ஸ்மார்ட்போனையே கார்டு ரீடராக மாற்றி சிறிய நிறுவனங் களுக்கான செலவைக் குறைக்கிறது. இத்தகைய தொழில்நுட்பப் புதுமைகளும் ஸ்வீடனின் ரொக்கமில்லா தன்மைக்கு வலு சேர்க்கின்றன.

சரி வங்கிகளில் எப்படி என்று கேட்டால், ரொக்கம் என்ற பேச்சுக்கே இடமில்லை என்கின்றனர். நாட்டின் மிகப்பெரிய வங்கிகளான எஸ்.இ.பி, ஸ்வெட்பாங்க், நோர்டியா வங்கி உள்ளிட்டவற்றின் பாதிக்கும் மேற்பட்ட கிளைகளில் ரொக்க இருப்பும் கிடையாது, ரொக்க டெபாசிட்டும் ஏற்கப்படுவதில்லை. வங்கிக் கிளை மற்றும் அரசு அலுவலகங்களில் ரொக்கமாக எடுத்துச்சென்றால், அந்தப் பணம் எங்கிருந்து வந்தது, எப்படி வந்தது எனக் கேள்விகளால் துளைத் தெடுத்துவிட்டுத்தான் ஏற்றுக்கொள்வார்கள்.

ஸ்வீடனின் இந்த மாற்றத்துக்குத் தொழில்நுட்பம், கலாசாரம் எனப் பல காரணங்கள் சொல்லப்பட்டாலும் பாதுகாப்பு மற்றும் வசதி ஆகிய அம்சங்களே முக்கியமாக அமைகின்றன. ரொக்கத்தைக் கையாள்வது பாதுகாப்புக் குறைவானதாகக் கருதப்படுகிறது. ரொக்கத்தைக் குறைத்துக்கொள்ளத் தொடங்கிய பிறகு அந்நாட்டில் குற்றங்களும், வங்கி கொள்ளைகளும் வெகுவாகக் குறைந்திருப்பதாகப் புள்ளி விவரங்கள் தெரிவிக்கின்றன. ஒருமுறை வங்கி ஒன்றில், நவீன துப்பாக்கிகளுடன் கொள்ளையடிக்க வந்த மர்ம ஆசாமிகளிடம், வங்கி ஊழியர்கள், உங்களிடம் பணத்தை ஒப்படைக்க முடியாது, ஏனெனில் இங்கு பணமே கிடையாது என கூலாக கூறியிருக்கின்றனர். ரொக்கம் இருந்தால்தானே கொள்ளையடிக்க முடியும்!

கடைகளில்கூட ரொக்கப் பரிவர்த்தனை இல்லாததால் பணத்தைப் பாதுகாப்பது பற்றிய கவலை இல்லாமல் இருக்கின்றனர். ரொக்க மில்லாவிட்டால் திருட்டுகள் நடைபெறாது என வாதாடுகிறார் ஸ்வீடனில் ரொக்கமில்லா வாழ்க்கையின் முக்கிய ஆதரவாளரான பாடகர் உல்வேயஸ்.

கார்டு மற்றும் டிஜிட்டல் பரிவர்த்தனை எளிதாகவும் வசதியாகவும் இருக்கிறது. வங்கிகளைப் பொருத்தவரை ரொக்கத்தைக் கையாளாமல்

இருப்பதை இன்னும் வசதியாகக் கருதுகின்றனர். ரொக்கத்தைக் கையாளும் செலவு பெருமளவு குறைந்திருப்பதோடு, கார்டு பரிவர்த்தனைமூலம் வர்த்தகங்களிடம் இருந்து கிடைக்கும் கட்டணம் வங்கிகளுக்கு சீரான வருவாயாக இருக்கிறது. ரொக்கத்தின்மூலம் எந்த வருவாயும் வராத நிலையில், காகிதப் பணத்தை ஏற்றுக்கொள்வதை வங்கிகள் விரும்பவும் இல்லை.

ஆக, ஸ்வீடனில் ரொக்கமில்லா மாற்றம் வேகமாகவும், வெற்றிகர மாகவும் இருந்தாலும் இதில் பாதிப்புகளும் பின் தங்கியவர்களும் இல்லாமல் இல்லை.வயதானவர்கள், விளிம்பு நிலை மக்கள், கிராமப் பகுதிகளில் உள்ள சிறு வணிகர்கள் மற்றும் அகதிகள் உள்ளிட்டோர் டிஜிட்டல் பரிவர்த்தனைக்கு மாற முடியாமல் தடுமாறுகின்றனர். கிராமங்களைச் சேர்ந்த சிறு வியாபாரிகள் ரொக்கத்தை ஏற்றுக் கொள்ளும் வங்கிக் கிளைகளைத் தேடிப் பல மைல்கள் அலைய வேண்டிய நிலை இருக்கிறது. நான்கைந்து கிளைகளுக்குச் சென்று பார்த்த பிறகு ரொக்கத்தை ஏற்கும் கிளையைக் கண்டுபிடிக்க முடிவதாக கிராமத்து வியாபாரிகள் புலம்பும் நிலை இருக்கிறது. பணத்தை வங்கியில் செலுத்த செலவு செய்யும் நிலை இருப்பதாகவும் கூறப்படுகிறது. எதிர்மறையான வட்டி விகித விசித்திரமே இதற்குக் காரணம். அதாவது வங்கிகளில் பணம் செலுத்த கட்டணம் தர வேண்டும். ஆனால் வங்கிகள் பணம் கடனாக வழங்க வட்டி தர வேண்டிய நிலை. இதனால் பலரும் ரொக்கத்தைத் தொட விரும்புவதில்லை. ரொக்கம் வைத்திருக்கும் சிலர், தங்கள் வீட்டு மைக்ரோ அவன்களில் அதை வைத்திருக்கும் நிலை இருப்பதாகவும் கூறப்படுகிறது. ரொக்கமாகக் கையில் வைத்திருக்காதீர், உடனே செலவு செய்து விடுங்கள் என்பதே ஸ்வீடனில் சொல்லாமல் சொல்லப்படும் சேதி.

இந்த நிலையில் ஓய்வூதியம் பெறும் முதியவர்களின் நிலைதான் பரிதாபமாக உள்ளது. அவர்கள் கார்டு பயன்பாட்டுக்கு அதிகம் பழகவில்லை. அப்படியே இருந்தாலும் பரிவர்த்தனைகளை நினைவில் வைத்திருப்பது அவர்களுக்குச் சிக்கலாக இருக்கிறது. செல்போன் திரையைப் பார்த்து பணப் பரிவர்த்தனை செயலியை இயக்குவது அவர்களின் பார்வைத்திறனுக்குக் கடும் சோதனையாக அமைந்து விடுகிறது.

ரொக்கத்தைக் கைவிடுவது பாதுகாப்பானதாக அமைந்தாலும் வேறு பிரத்தியேக சிக்கல்களும் இருக்கின்றன. ஒரு முறை திருட்டு ஆசாமி ஒருவர் வாலிபரை அடித்து உதைத்து, செல்போன் செயலி மூலம் தனக்குப் பணம் அனுப்ப கட்டாயப்படுத்தியிருக்கிறார். டிஜிட்டல் திருட்டு என இதை வைத்துக்கொள்ளலாம். இந்த வாலிபர் பாவம்

பரிவர்த்தனை தடயத்தால் சிக்கிக் கொண்டார். ஆனால் ஹேக்கர்கள் கார்டு பரிவர்த்தனையில் குறுக்கிட்டுக் கைவரிசை காட்டிவரும் சம்பவங்கள் அதிகரித்திருப்பதாகச் சொல்லப்படுகிறது.

அதோடு டிஜிட்டல் பணப் பரிவர்த்தனையில் அந்தரங்க தன்மையே இல்லை எனும் கருத்து முன்வைக்கப்படுகிறது.எல்லாப் பரிவர்த் தனைக்கும் தடம் இருப்பதால் எதையுமே மறைக்க முடியாது, தனிப்பட்டதாகவும் கருத முடியாது. அரசுகளும், வங்கிகளும் இதைத்தான் விரும்புகின்றன. ரொக்கமில்லா வசதிக்காகக் கொடுக்கும் விலை என இதைக் கொள்ளவேண்டும்.

இன்னும் சில ஆண்டுகளில் ஸ்வீடனில் இருந்து ரொக்கம் முற்றிலுமாக விலகிவிடும் என்று சொல்லப்பட்டாலும், ரொக்கம் தேவை எனச் சொல்பவர்கள் அந்நாட்டிலும் இருக்கின்றனர். ரொக்கப் பயன்பாட்டின் தேவையை வலியுறுத்திப் போராடுவதற்காக என்றே அங்கு ரொக்க எழுச்சி (கேஷ் அப்ஸ்பிரிங்) எனும் இயக்கம் குரல் கொடுத்து வருகிறது. சர்வதேச காவல்துறையான இண்டர்போல் அமைப்பின் முன்னாள் தலைவர் ஜான் எரிக்சன் என்பவர் இதற்குத் தலைமையேற்று வழிநடத்தி வருகிறார். யார் வேண்டுமானாலும் ரொக்கத்தை எங்கும் பயன்படுத்தக்கூடிய நிலை இருக்கவேண்டும் என இந்த இயக்கம் போராடி வருகிறது. ரொக்கத்தை பாக்கெட்டில் இருந்து வெளியே எடுக்க முடிவதைக் கடினமானதாக மாற்றும் இந்த வழக்கத்துக்கு விரோதமான வழி சரியல்ல என்கிறார் எரிக்சன். ரொக்கத்தைப் பயன்படுத்துவது அரசியல் சாசன உரிமையாக இருக்க வேண்டும் என்ற கருத்தும் வலுவாக முன்வைக்கப்படுகிறது.

21

ரொக்கத்துக்கு எதிராகப் போர்க்கொடி தூக்கிய பாடகர்!

ஒரு சமூகம் எப்படிப் பணப் பரிவர்த்தனை செய்கிறது என்பதைத் தனிமனிதர்களால் மாற்றமுடியுமா? சமூகத்தில் செல்வாக்கு மிக்க ஒருவராக இருந்தால்கூட, மக்களிடம் ரொக்கத்தைப் பயன்படுத்து வதைக் கைவிடுமாறு கேட்டுக்கொள்ள முடியுமா? அப்படியே கேட்டுக் கொண்டாலும்கூட அதில் வெற்றிபெற முடியுமா?

இந்தக் கேள்விகளுக்கு எல்லாம் ஆச்சரியமான பதிலாக இருக்கிறார் பியான் உல்வேயஸ். உலகப்புகழ் பெற்ற பாப் பாடகர்களில் ஒருவரான உல்வேயஸ் தனது நாடு ரொக்கமில்லா சமூகமாக மாறி வருவதில் முக்கியப் பங்காற்றி இருக்கிறார். அதன் காரணமாகவே அவர் ரொக்கமில்லா கருத்தாக்கச் செயல்பாட்டின் முன்னோடிகளில் ஒருவராகக் கருதப்படுகிறார்.

பெரும்பாலும் நிதி மேதைகளும், தொழில்நுட்ப வல்லுனர்களும், வங்கியாளர்களுமே முதலில் நினைவு வரக்கூடிய ஒரு களத்தில் பாப் பாடகர் ஒருவர் முன்னிற்பது ஆச்சரியமானது. அதைவிட ஆச்சரியம், 'பணம், பணம், பணம்' எனும் பாடலைப் பாடிப் புகழ்பெற்ற அபா இசைக்குழுவைச் சேர்ந்த உல்வேய்ஸ் ரொக்கத்துக்கு எதிராகப் போர்க்கொடி தூக்கி மக்களின் கவனத்தை ஈர்த்திருப்பது!

ஆனால், உல்வேயஸ் ஸ்வீடன் நாட்டைச் சேர்ந்தவர் எனும் விஷயத்தைக் கருத்தில் கொண்டு பார்த்தால் இந்த ஆச்சரியத்தைச் சரியாகப் புரிந்துகொள்ள முடியும். ஏனெனில், ஸ்கான்டினேவிய தேசமான ஸ்வீடன் ரொக்கமில்லா பரிவர்த்தனையில் உலகுக்கே வழிகாட்டும் நாடுகளில் ஒன்றாக இருக்கிறது. ஸ்வீடனில் பொருட்களை வாங்கவோ, வர்த்தகம் செய்யவோ ரொக்கப்பணம் வேண்டும் என்ற அவசியமில்லை. கார்டு அல்லது ஸ்மார்ட்போன் இருந்தால் போதும். சொல்லப்போனால் ஸ்வீடனில் கையில் பணத்தை வைத்திருந்தால்தான் பொருட்களை வாங்க திண்டாடவேண்டியிருக்கும். ஏனெனில் அங்கு பெரும்பாலான வர்த்தக நிறுவனங்களில் கார்டு பரிவர்த்தனை மட்டும் தான். பொதுப் போக்குவரத்திலும் இதே நிலைதான். இவ்வளவு ஏன் வங்கிகளில்கூட ரொக்கப்பணம் இருப்பு அதிகம் இல்லை. அந்நாட்டில் ரொக்கம் என்பது வேகமாக வழக்கொழிந்து வரும் சங்கதி!

அதனால்தான்,ரொக்கமில்லா கோஷத்தை பாடகர் உல்வேயஸால் அந்நாட்டில் எழுப்ப முடிந்தது. அதற்கான கவனத்தையும் ஈர்க்க முடிந்தது. ஆனால், ஸ்வீடனில் ஏற்பட்ட இந்த மாற்றத்தில் அவருக்கும் கணிசமான பங்கு இருப்பதை மறுக்கமுடியாது. பணப் பரிமாற்ற விஷயத்தில் ஸ்வீடன் மாற்றத்துக்குத் தயாராகிக் கொண்டிருந்த காலகட்டத்தில் அவர் ரொக்கத்துக்கு விடைகொடுப்போம் என்று குரல் எழுப்பினார். ரொக்கத்துக்கு எதிராக அவர் போர்க் கொடி தூக்கிய நேரம் பொருத்தமானதாக இருந்தது என்பது மட்டுமல்ல, அவரைப்போன்ற ஒரு குரல் ரொக்கமில்லா இயக்கத்துக்கும் மிகவும் தேவைப்படவும் செய்தது. பொருளியல் சார்ந்தே நடைபெற்றுக்கொண்டிருந்த விவாதத்தில் மிகவும் தேவைப்பட்ட கலாசாரப் பரிமாணமாக அவர் வந்து நின்றார்.

ரொக்கப் பயன்பாட்டுக்கு எதிராகப் பொருளாதார நோக்கில் ஆழமான வாதங்கள் பல முன்வைக்கப்படுகின்றன. ஆனால், ரொக்கத்துக்கு எதிராகத் தனிமனிதர்களுக்கு ஏற்படக்கூடிய தாக்கத்தின் அடையாளமாக உல்வேயஸ் இருக்கிறார். தனிப்பட்ட அளவில் ஏற்பட்ட பாதிப்பே அவரை ரொக்கத்துக்கு நாம் விடை கொடுக்க வேண்டும் என்று சொல்ல வைத்தது.

உல்வேயஸ் 1970களில் ஸ்வீடனில் கோலோச்சிய அபா இசைக் குழுவின் முக்கியப் பாடகர். இந்த இசைக்குழுவின் அடையாளமாக இருக்கும் பாடல்களில் ஒன்றான, பணம், பணம், பணம் பாடலை எழுதியவர். ஸ்வீடன் நாட்டில் அவருக்கு என்று இன்னமும் ரசிகர்கள் இருக்கின்றனர். இந்தப் பாடல் வெளியான 40 ஆண்டுகள் கழித்தும் அவர் செல்வாக்கு மிக்கவராக இருக்கிறார்.

இசையே வாழ்க்கை என இருக்கும் உல்வேயஸ், ரொக்கத்துக்கு எதிரான இயக்கத்தைத் தொடங்கக் காரணமான சம்பவம் 2008ம் ஆண்டு நடைபெற்றது. ஸ்டாக்ஹோம் புறநகர் பகுதியில் வசிக்கும் அவரது மகன் வீட்டில் மர்ம மனிதர்கள் புகுந்து திருட முயற்சி செய்தனர். ஆனால் அந்த நேரம் பார்த்து அவர் வீட்டுக்குத் திரும்பியதால் திருடர்கள் தப்பி ஓடி விட்டனர். ஆனால் சில நாட்கள் கழித்து மீண்டும் வந்து கைவரிசை காட்டிச் சென்றனர். இந்தச் சம்பவம் உல்வேயசை மிகவும் பாதித்தது. இது பற்றி அவர் நிறைய யோசித்தார். வீட்டில் திருடிய பொருள்களை எல்லாம் எங்கேனும் எடுத்துச்சென்று பணமாக மாற்றி இருப்பார்கள் என நினைத்தார். அப்போதுதான், அவரது மனதில் அந்தக் கேள்வி உண்டானது. காகிதப் பணமே இல்லா விட்டால் என்ன ஆகும்?

காகித வடிவில் பணம் இருப்பதால்தான் திருட்டுகளும் குற்றங்களும் நடக்கின்றன என அவர் நம்பினார். ரொக்கமில்லா சமூகத்தில், திருட்டுப் பொருட்களைக் கொண்டுசென்று சந்தையில் விற்றுக் காசாக்குவது சாத்தியமாகாது என்றும் நினைத்தார். ரொக்கத்தை விலக்குவதால் குற்றங்கள் முற்றிலுமாக ஒழிந்துவிடாதுதான்; ஆனால் சில்லறைத் திருட்டு போன்ற குற்றங்களில் ஈடுபடுவதற்கான பொருளாதாரப் பலன் இல்லாமல் போகும் அல்லவா? இந்தக் கேள்விக்கு யாரும் சரியான பதில் அளிக்கவில்லை என்ற ஏமாற்றமும் அவருக்கு உண்டானது. இந்தக் கேள்விக்கான பதிலை அரசியல் தலைவர்கள் ஏன் தேடுவதில்லை என்றும் கேட்டுக்கொண்டார்.

இதன் விளைவாக, நாம் விரும்பும் மாற்றத்துக்கான முயற்சியை நாமே மேற்கொள்வோம் எனும் உறுதியுடன் ரொக்கமில்லா சமூகத்துக்காக வாதாடத் தொடங்கினார். ஸ்வீடன் சமூகத்தில் தனக்கிருக்கும் செல்வாக்கைப் பயன்படுத்திக்கொண்டு நாளிதழ்கள் மற்றும் இணையதளங்களில் ரொக்கமில்லா சமூகத்திற்கான கருத்துகளை முன்வைத்து கட்டுரைகளும், தலையங்கங்களும் எழுதினார். இதுதான் அவர் முன்வைத்த வாதம்: குற்றம் சார்ந்த பொருளாதாரம் அனாமதேய தன்மை கொண்ட, பரிவர்த்தனையைக் கண்காணிக்க முடியாத ரொக்கப் பணத்தை மையமாகக் கொண்டிருக்கிறது. உலகில் உள்ள பெரும் பாலான பணம் கணக்கில் வராததாகவே இருக்கிறது. பெரும்பாலான நாடுகளில் உள்ள மூன்றில் ஒரு ரொக்கம் கள்ளச்சந்தையிலும், நிழல் உலகத்திலும் சட்ட விரோதச் செயல்களிலும் புழங்குவதாக உலக வங்கி தெரிவிக்கிறது. இதை எடுத்துவிட்டால், குற்றவாளிகள் தங்கள் பொருள்களை விற்பதற்கான ரகசிய வழி இல்லாமல் போகும். ஒட்டுமொத்த நிழல் பொருளாதாரமும் சரியும்.

இது பற்றி யோசிக்க யோசிக்க அவருக்கு ரொக்கம் மீதான கோபம் அதிகரித்தது. ரொக்கப் பயன்பாடு கடந்தகால சங்கதி மட்டுமல்ல, ஆபத்தானது என்றும் நினைத்தார். இதன் பயனாக அவர் ரொக்கப் பயன்பாட்டை முற்றிலும் கைவிட்டார். ரொக்கமில்லாமல் ஓராண்டுக்கும் மேல் வாழ்ந்து பார்த்த நிலையில், மற்றவர்களையும் அவ்வாறு மாறும்படி வலியுறுத்தத் தொடங்கினார்.

2013ம் ஆண்டில் தனது இசைக்குழு பெயரில் ரசிகர்களுக்கான அருங்காட்சியகத்தை அமைத்தார். பாடல்களைக் கேட்டு ரசிப்பது, ஆல்பங்களை வாங்குவது உள்ளிட்ட வசதிகள் கொண்ட அந்த அருங்காட்சியகத்தில் ரொக்கத்துக்கு இடமில்லாமல் செய்தார். நுழைவுக்கட்டணம் முதல், எல்லாப் பரிவர்த்தனைகளையும் ரொக்க மில்லாமல் தான் மேற்கொள்ள வேண்டும் என்றார். ரொக்கமில்லாமல் இருப்பதன் பலன்களை மிஞ்சும் வகையில், ரொக்கத்தைத் தொடர்ந்து பயன்படுத்துவதற்குப் பொருத்தமான ஒரு காரணத்தை யாரேனும் கூற முடியுமா எனச் சவாலும் விடுத்தார்.

ஸ்வீடன் நாட்டில் ஏற்கெனவே இதற்கான களம் தயாராக இருந்தது. ஸ்வீடன் மத்திய வங்கி, குற்றங்களைக் குறைப்பதற்கான முயற்சியாக ரொக்கத்தைக் குறைக்கும் முயற்சியில் ஈடுபட்டிருந்தது. காகிதப் பணத்துக்குப் பதிலாக கார்டு பரிவர்த்தனையைப் பயன்படுத்துமாறும் விழிப்புணர்வு பிரசாரம் செய்து வந்தது. இந்தப் பின்னணியில் உல்வேயஸின் குரல் மிகவும் பொருத்தமாக அமைந்தது. ஸ்வீடனை நாம் உலகின் முதல் ரொக்கமில்லா தேசமாக மாற்றவேண்டும் என்றும் அறைகூவல் விடுத்தார். இதே காலகட்டத்தில் ஸ்வீடன் வங்கிகள் இணைந்து ஸ்விஷ் எனும் பெயரில் மொபைல் பணப் பரிவர்த் தனைக்கான செயலியை அறிமுகம் செய்தது. தனி நபர்களிடையேயான பணப் பரிவர்த்தனைக்கு இது உதவியது. இவை எல்லாம் சேர்ந்து அங்கு ரொக்கமில்லா கருத்தாக்கத்தின் செயல்பாட்டை மேலும் வலுவாக்கியது.

ரொக்கத்தைக் கைவிடுவதால் ஏற்படக்கூடிய பலன்கள் குறித்து வால்வேயஸ் மிகுந்த நம்பிக்கை கொண்டிருக்கிறார். இது தொடர்பான விவாதங்களிலும் அவர் ஆர்வத்துடன் பங்கேற்று தனது தரப்பு கருத்துகளை உறுதியோடு முன்வைத்து வருகிறார். கார்டுகள் பணக்காரத்தன்மை கொண்டவை என்றும் ஏழைகளுக்கு விரோத மானவை என்றும் சொல்லப்படுவதை அவர் மறுக்கிறார். இந்தக் கருத்துக்கு மாறாக டிஜிட்டல் தொழில்நுட்பம் மூலமே ஏழைகளை நிதிச்சேவைகளுக்குள் கொண்டுவர முடியும் என அவர் நம்பிக்கை யோடு சொல்கிறார். இந்தக் கருத்தை ஐக்கிய நாடுகள் சபை முன்வைத்திருப்பதையும் சுட்டிக்காட்டுகிறார்.

ரொக்கம் அந்தரங்கத்தன்மை கொண்டது எனச் சொல்லப்படுவதையும் அவர் ஏற்கவில்லை. ரொக்கம் இல்லாமல் போனால் வங்கிகளின் ஆதிக்கம் கட்டுக்கடங்காமல் போய்விடும் என்று சொல்லப்படுவதற்கும் அவர் பதில் வைத்திருக்கிறார். வங்கிகள் நமக்கு ரொக்கமில்லா சமூகத்தை அளிக்க விரும்பினால் அவை இப்போதுள்ளதைவிட வெளிப்படையான முறையில் செயல்படவேண்டும் என்றும், பெரிய நிறுவனங்கள் மற்றும் சிறிய கடைகள் என இரு தரப்பினருமே குறைந்த கட்டணத்தின் பலனைப் பெறசெய்ய வேண்டியிருக்கும் என்றும் வாதிடுகிறார்.

சரி, காகிதப் பணமும், நாணயங்களும் இல்லாமல் போனால் யாசகம் கேட்பவர்களுக்கு எப்படிப் பொருளுதவி அளிப்பது? இந்தக் கேள்வியே தவறானது, இது ஒரு சமூகப் பிரச்னை என்கிறார் அவர். வீடில்லாதவர்கள் இருக்கும் நிலை ஏன் இருக்கிறது என ஆய்வு செய்து அதைப் போக்க முயல்வதற்குப் பதில், வீடில்லாதவர்களுக்குக் காசுகளைப் போடுவது பற்றி யோசித்துக்கொண்டிருப்பது சரியா என்றும் அவர் கேட்கிறார். ஸ்வீடன் போன்ற வளர்ந்த நாடுகளைவிட, ஏழை நாடுகளுக்கு தான் டிஜிட்டல் பணப் பரிவர்த்தனையால் அதிகப் பலன் இருக்கும் என்றும் அவர் நம்புகிறார். பெண்கள் டிஜிட்டல் வடிவில் பணத்தை வைத்திருந்தால் பொறுப்பில்லா கணவன்கள் அவர்களிடம் இருந்து எப்படிப் பணத்தை பறித்துச் செல்லமுடியும் என்றும் அவர் கேட்கிறார்!

22

கார்டு பரிவர்த்தனையை ஜனநாயகமாக்கியவர்

டிஜிட்டல் பணப் பரிவர்த்தனையை இனியும் பிரபலமாக்கவேண்டிய அவசியமில்லைதான். ஆனால் டிஜிட்டல் பரிவர்த்தனையைப் பரவலாக்குவது அவசியம்.

கிரெடிட் கார்டு அல்லது டெபிட் கார்டு மூலம் பணம் செலுத்தும் வசதி பெரும்பாலான இடங்களில் வந்துவிட்டாலும், வர்த்தக அடுக்கில் மேல் தட்டில் இருக்கும் நிறுவனங்கள் மற்றும் வர்த்தகர்களுக்கே இது எளிதாகச் சாத்தியமாவதை நீங்கள் கவனித்திருக்கலாம். கீழ் அடுக்கில் உள்ள சிறுவணிகர்கள், சுய தொழில் செய்பவர்கள் ஆகியோர் கார்டு பரிவர்த்தனை வசதியைப் பெறுவது கடினமானது. கார்டு பரிவர்த்தனை இயந்திரம் வாங்குவதற்கான முதலீடு, பராமரிப்புக் கட்டணம் என இது செலவு மிக்கது என்பது மட்டுமல்ல, வங்கிகளும், கார்டு நிறுவனங்களும் இந்தப் பிரிவினரை இன்னும் ஒரு பொருட்டாகவே கருதவில்லை. அவற்றுக்கு வர்த்தக நிறுவனங்கள்தான் முக்கியம். அப்படியே சிறு வணிகர்களை நோக்கி இறங்கி வந்தாலும்கூட அவற்றின் விதிமுறைகளும் நிபந்தனைகளும் பெரிய நிறுவனங்களுக்கு ஏற்றதாகவே இருக்கின்றன.

தொழில்நுட்பத்தைக் குறை சொல்ல முடியாது என்றாலும், இப்போதுள்ள கார்டு தொழில்நுட்பம் பெரிய நிறுவனங்களுக்கு ஏற்றதாகவே இருக்கிறது. அது உருவாக்கப்பட்ட விதம் அப்படி!

இந்த நிலையை மாற்றினால்தான் கார்டு பரிவர்த்தனை பரவலாவது சாத்தியம். ஆனால் இதைச் செய்வது எப்படி? இதற்கும் கார்டு பரிவர்த்தனை நிறுவனங்களையும், வங்கிகளையும்தான் எதிர்பார்த் திருக்க வேண்டுமா? அவசியம் இல்லை. மக்கள் வணிகத்துக்கான தொழில்நுட்பத்தை நாமே உருவாக்கிக் கொள்ளலாம். இதற்கு உதாரணம் ஸ்வீடனின் ஐஜெட்டில். உள்ளங்கை அளவே உள்ள இந்தச் சாதனம், ஸ்மார்ட்போனையே கார்டு பரிவர்த்தனை மேடையாக மாற்றி சிறுவணிகர்களும், தனிநபர்களும் பணம் பெற்றுக்கொள்ள வழி செய்கிறது. ரொக்கமில்லா சமூகமாக மாறிவரும் ஸ்வீடனில் சிறுவணிகர்களை நிம்மதிப் பெருமூச்சுவிட வைத்திருக்கும் இந்தச் சாதனம், மற்ற ஐரோப்பிய நாடுகளிலும் உலக நாடுகளிலும் வேகமாகப் பிரபலமாகி வருகிறது. நாங்களும் கார்டு பரிவர்த்தனையை ஏற்கிறோம் எனச் சிறு வணிகர்களைப் பெருமையுடன் சொல்ல வைத்திருக்கும் இந்தச் சாதனம், சிறிய ஸ்டார்ட் அப் நிறுவனத்தால் உருவாக்கப்பட்டது என்பதுதான் கவனிக்க வேண்டிய விஷயம். இதன் நிறுவனரான ஜேக்கப் டி ஜீர் தனிப்பட்ட முறையில் இதற்கான தேவையை உணர்ந்ததன் பயனாக உலகச் சிறுவணிகர்களுக்கான கார்டு பரிவர்த்தனை சாதனத்தை உருவாக்கியிருக்கிறார்.

அடிப்படையில் தொழில்முனைவோரான ஜேக்கப் சிறிய ஸ்டார்ட் அப் நிறுவனங்களைத் தொடங்கி நடத்திய அனுபவம் மிக்கவர். அடுத்த நிறுவனத்தைத் தொடங்கலாம் எனப் பார்த்துக்கொண்டிருந்தவர் 2010 ல் நிலவிய பொருளாதார தேக்க நிலையால் தயங்கினார். ஆனால் ஜேக்கப்பின் மனைவி வீட்டில் இருந்தபடியே சின்னதாகத் தொழில் செய்து கொண்டிருந்தார். ஆசியாவில் இருந்து குளிர்கண்ணாடிகளை இறக்குமதி செய்து விற்பனை செய்வதுதான் அவரது தொழிலாக இருந்தது. ஒருமுறை கண்காட்சியில் பங்கேற்றுத் திரும்பியவர், பெரிய ஆர்டர் ஒன்று கைவிட்டுப் போனது குறித்துக் கணவரிடம் புலம்பிக்கொண்டிருந்தார். கார்டு பரிவர்த்தனையை ஏற்கும் வசதி இல்லாததே இதற்கான காரணம்.

ஜீர் மனைவி என்றில்லை, ஸ்வீடனில் பெரும்பாலான சிறு வணிகர்களின் நிலை இதுதான். அந்நாடு வேகமாக டிஜிட்டல் பரிவர்த்தனைக்கு மாறியிருந்தாலும், கார்டு பரிவர்த்தனை வசதி என்பது செலவு மிக்கதாகவே இருந்தது. பல சிறுவணிகர்களும் சிறு தொழில் முனைவோரும் கார்டு பரிவர்த்தனை வசதிக்கு மாற முயற்சி செய்து, அதற்கான செலவைப் பார்த்து மிரண்டு பின் வாங்கியிருக்கின்றனர்.

இந்தப் பிரச்னைக்கு யாராவது ஒரு தீர்வு கண்டால் நன்றாக இருக்கும் என்றும் அவரது மனைவி புலம்பினார். ஜேக்கபுக்குள் இருந்த தொழில்முனைவோர் இதை ஒரு சவாலாக எடுத்துக்கொண்டார். முதல் கட்டமாக கார்டு பரிவர்த்தனை வசதி குறித்து ஆய்வு செய்தார். ஸ்மார்ட்போனையே கார்டு பரிவர்த்தனை சாதனமாக மாற்றும் ஸ்கொயர் சேவை அமெரிக்காவில் இருப்பதை அறிந்துகொண்டார். ஆனால் அந்தச் சேவையில் பயன்படுத்தப்பட்ட கார்டு நுட்பம், ஸ்வீடனில் பயன்படுத்தப்பட்ட சிப் அடிப்படையிலான கார்டுகளுக்குப் பொருத்தமில்லாமல் இருந்தது. எனவே இதற்கான சேவையைப் புதிதாக உருவாக்கவேண்டியது அவசியம் என உணர்ந்தார். அது மட்டுமல்ல, இந்தச் சேவை எண்ணற்ற சிறு வணிகர்களுக்குத் தேவைப்படுவதாக இருக்கும் என்றும் நம்பினார்.

அவ்வளவுதான், நண்பர் ஒருவரைச் சேர்த்துக்கொண்டு காரியத்தில் இறங்கிவிட்டார். அடுத்த சில மாதங்களில் அவர்கள் புதிதாகத் தொடங்கிய ஐஜெட்டில் நிறுவனம்மூலம், கார்டு ரீடர் சாதனத்தைச் சந்தையில் அறிமுகம் செய்தனர். உள்ளங்கையில் அடங்கிவிடக்கூடிய அந்தச் சாதனத்தை, ஸ்மார்ட்போன் அல்லது ஐபேடு சாதனத்துடன் இணைத்துவிட்டால் போதும், கிரெடிட்/டெபிட் கார்டை அதில் சொருகி, பின் எண்ணை உள்ளீடு செய்து பரிவர்த்தனை மேற்கொள்ளலாம். செலவுமிக்க இயந்திரங்களோ, சிக்கலான அமைப்போ இல்லாமல் எளிமையாக இந்த வசதி அமைந்திருந்தது. இதன் விலையும் மலிவானது என்பதோடு, நிறுவிப் பயன்படுத்துவதும் எளிதாக இருந்தது.

சிறுவணிகர்கள் ஐஜெட்டில் செயலியை தங்கள் போன் அல்லது டேப்லெட் சாதனத்தில் தரவிறக்கம் செய்துகொண்டு தங்களுக்கான கணக்கைத் தொடங்கினால் போதும். அதன் பிறகு கார்டு ரீடர் சாதனம் அனுப்பி வைக்கப்படும். அவ்வளவு தான், பணப் பரிவர்த்தனையை ஏற்கத் தொடங்கி விடலாம்.

சிறுவணிகர்களுக்கு இந்தச் சாதனம் வரப்பிரசாதமாக அமைந்தது. அதிக முதலீடு இல்லாமல் அவர்களாலும் கார்டு பரிவர்த்தனையை ஏற்க முடிந்தது. இதனால் அவர்கள் வர்த்தக வாய்ப்பு அதிகரித்ததோடு, எந்தச் சிக்கலும் இல்லாமல் இந்த வசதியை அளிக்க முடிந்தது. ஸ்வீடன் முழுவதும் கார்டு பரிவர்த்தனை பழக்கத்தில் இருந்த நிலையில், சிறு வணிகர்களும், வீட்டில் இருந்தே தொழில் செய்பவர்களும், நாங்களும் கூட கார்டு பரிவர்த்தனையை ஏற்கிறோம் எனக் கம்பீரமாகச் சொல்ல முடிந்தது.

அதோடு வாடிக்கையாளர்களுக்கும்கூட இது புதுமையான அனுபவ மாக இருந்தது. கார்டு இயந்திரத்துக்குப் பதிலாக, ஸ்மார்ட்போனி

லேயே கார்டை நுழைத்துப் பணத்தைச் செலுத்தும் வசதி லேசாக வியக்க வைத்ததோடு, எளிதாகவும் இருந்தது. எல்லாமுமாகச் சேர்ந்து ஐஜெட்டில் ஸ்வீடனில் பெரும் வரவேற்பைப் பெற்றது. அதன் பயனாக மற்ற நாடுகளுக்கும் விரிவடைந்தது.

ஒரு சேவையாக முழுக்க முழுக்க சிறு வணிகர்களை மனதில் கொண்டு ஐஜெட்டில் செயல்படுகிறது. பாதுகாப்பான பரிவர்த்தனையை உறுதி செய்வதோடு, கணக்கு பராமரிப்பு தொடர்பான மேலும் பல வசதி களையும் அது அறிமுகம் செய்து வருகிறது. பரிவர்த்தனை முடிந்தவுடன் வாடிக்கையாளருக்கு ஈமெயிலில் அதற்கான ரசீது அனுப்பி வைக்கப்படும். வணிகர்களைப் பொருத்தவரை, விற்பனை, வருவாய், சம்பளம் உள்ளிட்ட விவரங்களைக் கையாளும் கூடுதல் வசதியையும் ஐஜெட்டில் நிறுவனம் வழங்கி வருகிறது. அண்மையில் சிறு வணிகர்களுக்கான கடன் வழங்கும் சேவையையும் தொடங்கி யிருக்கிறது.

நிதித்துறை நிறுவனங்கள் பெரும்பாலும் பெரிய நிறுவன வாடிக்கை யாளர்கள் மீதே கவனம் செலுத்துகின்றனவே தவிர, சிறிய வர்த்தகர் களைக் கண்டு கொள்வதில்லை, அவை இணையம் மற்றும் ஸ்மார்ட் போன் கண்டுபிடிப்புக்கு முன்னர் தோன்றியவை என்று கூறும் ஜேக்கப், உலகம் முழுவதும் கார்டு பரிவர்த்தனை முறையை எளிமையாக்கி, ஜனநாயகமயமாக்குவதே தனது நோக்கம் என்கிறார். அதைச் செயலிலும் காட்டி வருகிறார்.

23

ரொக்கம் ஏழைகளின் எதிரி

ரொக்கம்தான் ஏழைகளின் மௌனமான எதிரி என்கிறார் டேவிட் வால்மன். ஏழைகளுக்கு உதவ வேண்டுமா? அவர்கள் கையில் உள்ள பணத்தை எடுப்பதில் இருந்து தொடங்குங்கள் என்று டைம் பத்திரிகையில் எழுதிய கட்டுரையின் தொடக்கத்தில் குறிப்பிடுகிறார் வால்மன். பணம் என வால்மன் குறிப்பிடுவது காகிதப் பணம் மற்றும் நாணயங்களை. 'ரொக்கம் எப்படி ஏழைகளை ஏழைகளாகவே வைத்திருக்கிறது' என்பது இந்தக் கட்டுரையின் தலைப்பு. வால்மன் சொல்ல வருவதும் அதுதான். ரொக்கம் ஏழைகளுக்குப் பெரும் தீங்கை ஏற்படுத்துகிறது என்கிறார் அவர்.

கிரெடிட் கார்டுகளை வெறுப்பவர்கள்கூட வங்கிக் கணக்கு வைத்துள்ளனர், தானியங்கி டெபாசிட் வசதிமூலம் பணம் பெறுகின்றனர். பில்கள், வாடகை எல்லாவற்றையும் இணையம்மூலம் செலுத்துகின்றனர். அதனால்தான் குறைவாக ரொக்கம் வைத்திருக்கின்றனர் என்று எழுதும் வால்மன், ஏழைகளுக்கு ரொக்கத்தை விட்டால் வேறு வழியில்லை என்பதே அவர்களுக்குப் பாதிப்பை ஏற்படுத்துகிறது என்கிறார்.

ஏழைகளுக்கு ரொக்கத்தால் ஏற்படக்கூடிய பாதிப்புகள் குறித்து அவர் இவ்வாறு கேள்வி எழுப்புகிறார். 'தீ விபத்து, குடிகார உறவினர் அல்லது நச்சரிக்கும் பக்கத்து வீட்டுக்காரரால் பாதிக்கப்படக்கூடிய வகையில், உங்கள் வாழ்நாள் சேமிப்பு முழுவதையும் படுக்கும்

பாய்க்குக் கீழே அல்லது காபி டப்பாவில் வைத்திருக்கும் நிலை இருப்பதை எண்ணிப்பாருங்கள்.'.

ஏழைகளைப் பொருத்தவரை, குறிப்பாக வளரும் நாடுகளில் உள்ள ஏழைகளைப் பொருத்தவரை ரொக்கம் செலவிடப்பட்டுவிடுவதுதான் அவர்களுடைய பிரச்னையாக இருக்கிறது என்றும் வால்மன் வாதாடுகிறார். இதன் காரணமாகவே அவர்களால் எதிர்பாரா செலவுகளைச் சமாளிக்க முடிவதில்லை என்றும் நிலையான தன்மையைப் பெறும் அளவுக்குச் சேமிக்க முடியாமல் போகிறது என்றும் தெரிவிக்கிறார். அப்படியே சேமித்தாலும் ரொக்கம் மட்டுமே சார்ந்த நிலையில் நீண்டகாலப் பாதுகாப்பைச் சேமிப்பு மூலம் பெறமுடியாது என்றும் வால்மன் சுட்டிக்காட்டுகிறார். இந்தக் காரணங்களால்தான் ஏழைகள் ரொக்கத்திலிருந்து ரொக்கமில்லா பரிவர்த்தனைக்கு மாற வேண்டும் என்கிறார்.

ஏழைகள் எப்படி ரொக்கமில்லா பரிவர்த்தனைக்கு மாறுவது எனக் கேட்பவர்களுக்கு, இதற்கான பதில் செல்போனில் இருக்கிறது என்கிறார். உலகில் பெரும்பாலானோரிடம் சாதாரண செல்போன் இருப்பதால், அதைக் கொண்டு குறுஞ்செய்தி மூலமே வங்கிக் கணக்கை இயக்கமுடியும் என்கிறார். மொபைல் தொழில்நுட்பம் நாம் நம் பணத்தை டிஜிட்டல் வடிவில் வைத்திருப்பது போலவே அவர்கள் பணத்தையும் டிஜிட்டல் வடிவில் வைத்திருக்க உதவும் என்றும் அவர் சொல்கிறார்.

டிஜிட்டல் தொழில்நுட்பமும் மொபைல் பணமும் வறுமையை முற்றிலுமாக ஒழித்துவிடாது என்றாலும், செல்போன்களை பர்ஸ்களாகவும், நாளை வங்கிக் கிளைகளாகவும் மாற்ற முடிந்தால் நன்கொடை வழங்குவதன்மூலம் சாத்தியமாவதைவிட வறுமையை ஒழிப்பதில் கூடுதல் பலனை ஏற்படுத்தமுடியும் என்றும் வால்மன் குறிப்பிடுகிறார்.

ரொக்கமில்லா உலகம்!

அமெரிக்கப் பத்திரிகையாளரான டேவிட் வால்மன், டிஜிட்டல் தொழில்நுட்பத்தின்மீது மிகுந்த நம்பிக்கை கொண்டவர். நவீனத் தொழில்நுட்பம் பணப் பரிவர்த்தனை முறைகளில் கொண்டு வந்துள்ள மாற்றம் காரணமாக, டிஜிட்டல் வடிவிலான பணமே இனி அதிகம் புழக்கத்தில் இருக்கும் என்றும், ரொக்கத்தின் காலம் முடிந்து கொண்டிருக்கிறது என்றும் வாதிட்டு வருபவர். பணத்தின் வரலாற்றை ஆய்வு செய்து அவர் தி எண்ட் ஆஃப் மணி எனும் புத்தகத்தை எழுதியிருக்கிறார். இந்தப் புத்தகத்தில் அவர் ரொக்கத்தினால் ஏற்படும்

பாதிப்புகளையும் அலசி ஆராய்ந்து, டிஜிட்டல் பணத்தின் சாதகமான அம்சங்களையும் விவரித்திருக்கிறார்.

ரொக்கமில்லா பரிவர்த்தனைக்கே எதிர்காலம் என்று தீர்மானமாக நம்பும் முகாமைச் சேர்ந்த வால்மன், இந்தப் புத்தகத்தை எழுதத் தயாராவதற்காக ஓராண்டு காலம் தானும் முழுவதும் ரொக்கமில்லாமல் வாழ்ந்து பார்த்திருக்கிறார்.

ரொக்கமில்லா சமூகம் தொடர்பான விவாதத்தில் ஆழ்ந்த புரிதலை ஏற்படுத்தக்கூடிய வகையில் வால்மனின் கருத்துகள் அமைந்துள்ளன.

வால்மன் முன்வைக்கும் சில முக்கியமான வாதங்கள் மற்றும் கருத்துகள்:

- நீங்கள் எந்த அளவு ஏழைகளாக இருக்கிறீர்களோ அந்த அளவு ரொக்கத்தின் விலை மற்றும் அபாயங்கள் அதிகமாகின்றன. நீங்கள் கஷ்டப்பட்டுச் சம்பாதித்த பணத்தை யார் வேண்டுமானாலும் திருட முடியும். தீ விபத்து அல்லது பேரிடர்கள் ஏழைகளின் வாழ்நாள் சேமிப்பை அழித்துவிடலாம். பணத்தை உறவினர்களிடம் கொடுக்க அல்லது அவர்களிடம் இருந்து பெற்றுக்கொள்ள பேருந்தில் பல மைல் பயணித்து நீண்ட தொலைவு நடந்து செல்லவேண்டும். பணம் அனுப்பி வைக்கும் சேவைகளுக்கான கட்டணம் அதிகம்.

  பணக்கார நாடுகளில் பெரும்பாலான நேரங்களில் பணம் எங்கோ உள்ள கம்ப்யூட்டரில் டிஜிட்டல் வடிவில் இருக்கிறது. உங்களுக்கு ரொக்கம் தேவை எனில் ஏடிஎம் அல்லது கிரெடிட் கார்டு/டெபிட் கார்டு மூலம் எடுத்துக்கொள்ளலாம்.

  மின்னணு வடிவில் பணம் இருப்பது மின் வணிகம் உள்ளிட்ட பல சேவைகளை எளிதாகப் பெற வழி செய்கிறது. நமக்கு ஏற்ற வகையில் மின்னணு பணம், ரொக்கம் என மாற்றி மாற்றிப் பயன்படுத்திக்கொள்ளலாம் என்றாலும், ஏழைகள் ரொக்கப் பயன்பாட்டில் சிக்கிக்கொண்டிருக்கின்றனர்.

  வழக்கமான வங்கிச்சேவையில் உள்ள பிரச்னை கிளைகள்தான். ஏழைகள் வசிக்கும் கிராமப்புறப் பகுதிகளில் கிளைகள் அமைப்பது லாபகரமானதாக இருப்பதில்லை. ஆனால் மொபைல்கள் எங்கும் இருக்கின்றன. மொபைல் தொழில்நுட்பம், ஏற்கெனவே செல்போன் வைத்திருக்கும் ஆனால் வங்கிக் கணக்கு இல்லாத நூறு கோடி மக்களிடம் நிதிச்சேவைகளை எடுத்துச்செல்லக்கூடியதாகக் கருதப்படுகிறது. மொபைல் பணத்தின் சாராம்சம் பணத்தை மின்னணு வடிவில் சேமித்துவைப்பது அல்லது செல்போன் மூலம் பரிவர்த்தனை செய்வது.

- நாளை அல்லது அடுத்த ஐந்தாண்டுகளில் நம்மால் ரொக்கத்தை இல்லாமல் செய்துவிடமுடியுமா என்றால் முடியாது. நிறைய செயல்பாடுகள் மற்றும் எண்ணற்றவர்களின் வாழ்க்கை ரொக்கத்தைச் சார்ந்திருக்கிறது. ரொக்கம் பலவற்றுக்குப் பயன்படுகிறது. ரொக்கத்தைச் சார்ந்திருப்பவர்களின் வாழ்க்கையைச் சிக்கலுக்குள்ளாக்குவது அல்ல நோக்கம். ரொக்கம் என்பது நீண்ட காலமாகச் சிறிதளவுகூட விமரிசனத்துக்கு உட்படுத்தப்படாமல் இருப்பதால் அதைக் கேள்விக்குள்ளாக்குவதுதான். ரொக்கத்தின் நீண்ட வரலாறு, அதன் நிகழ்கால விலை மற்றும் உருவாகி வரும் புதிய தொழில்நுட்பங்கள் நிதிப் புரட்சி ஒன்றின் விளிம்பில் நாம் நின்று கொண்டிருப்பதை உணர்த்துகிறது.

- ரொக்கம் என்பது வரலாற்றின் அற்புதமான தொழில்நுட்பம். ஆயிரம் ஆண்டுகளாக ரொக்கம், உலகம் முழுவதும் மக்களுக்கு இடையே வர்த்தகம், வணிகம் நடைபெற உதவி செய்து வருகிறது. ஆனால் 20 ம் நூற்றாண்டில் விரைவான, மலிவான, பாதுகாப்பான டிஜிட்டல் பணம் மற்றும் மின்னணுப் பணப் பரிவர்த்தனையின் அறிமுகம் காரணமாக ரொக்கத்தின் முக்கியத்துவம் குறையத் தொடங்கியிருக்கிறது. 21ம் நூற்றாண்டின் ஆரம்ப தசாப்தங்களில் ரொக்கம் தாக்குப் பிடித்து நிற்கிறது. ஆனால் டிஜிட்டல் பணப் புரட்சி தொடர்வது ரொக்கத்தை மேலும் ஓரங்கட்டி வருகிறது.

- ரொக்கமில்லா சமூகத்தின் பலன்கள் வியக்க வைப்பவை. ரொக்க நிர்வாகச் செலவு குறைவது ஒரு தொடக்கம்தான். குற்ற நடவடிக்கை குறைவது போன்ற பலவகையான சமூகப் பொருளாதாரப் பலன்களை நினைவில் கொள்ளவேண்டும். ரொக்கத்தை முற்றிலுமாகக் கைவிட முடியுமா என்று தெரியவில்லை. அதோடு ரொக்கத்தைப் பின்னுக்குத் தள்ளிக் கொண்டிருக்கும் செயல்களின் முன் முக்கியம் இல்லாதது. நுகர்வோர், வர்த்தகர்கள் மற்றும் முக்கியமாக நீண்ட காலம் மின்னணுப் பணத்தின் பலனைப் பெற முடியாதவர்களுக்கு இது பொருந்தும். நாம் ரொக்கமில்லா சமூகமாக மாறமுடியாமல் போனால், அதற்கு அரசியல் மற்றும் உளவியல் காரணங்கள் அடிப்படையாக இருக்குமே தவிர, பொருளாதாரம் மற்றும் தொழில்நுட்பம் அல்ல.

- எதிர்காலப் பணப் பரிவர்த்தனைகள், செயலிகள் மற்றும் சாதனங்கள் மூலம் நடைபெறும். உடனடியாக வரும் காலத்தில் நேரடிப் பணப் பரிவர்த்தனை பயன்பாட்டில் உற்சாகம் அதிகமாகும். 2050 ல் பணம் செலுத்துதல் என வரும்போது மொபைலே மையமாக இருக்கும்.

- ரொக்கம் இன்னமும் ஆழமாக வேரூன்றி இருக்கும் பகுதிகளில் மொபைல் பணம் ஏற்கப்படுவது கடினம்தான். ஆனால் முடியாதது இல்லை. வளரும் நாடுகளில் மொபைல் பணம் மற்றும் மொபைல் வங்கிச்சேவையை அளித்துவரும் தொலைத்தொடர்பு நிறுவனங்கள் பாராட்டுக்குரியவை.

- வர்த்தகம் மற்றும் பொது மக்களும் பரிவர்த்தனை சிக்கல் இல்லாமல் இருக்கும் என்றால் உலக வர்த்தகம் பெருகும். ஆனால், அது பெரும்பாலான மக்களுக்கு உலகளாவிய வர்த்தகத்தை எளிதாக்குமா என்பதே முக்கியக் கேள்வி. ஏனெனில் ஏற்கெனவே வசதியாக இருப்பவர்களுக்கு டிஜிட்டல் பணம் வர்த்தகத்தை எளிதாக்கினால் அதனால் என்ன பயன்? எல்லாப் படகுகளையும் மீட்கக்கூடிய புதுமையான பணம் செலுத்தும் வழிகள் மற்றும் டிஜிட்டல் நுட்பங்களைக் கண்டறிவதே நம்முடைய நோக்கமாக இருக்கவேண்டும்.

- மக்கள் ரொக்கப் பணத்தைப் பயன்படுத்த பல காரணங்கள் இருக்கின்றன. அவர்கள் பழைய முறைக்குப் பழகியவர்களாக இருக்கலாம். ஒரு சிலர் ரொக்கத்தை மட்டும் பயன்படுத்தும்போது குறைவாகச் செலவு செய்வதாக நினைக்கலாம். மற்றவர்கள் வங்கிகள், அரசாங்கங்கள், விளம்பர நிறுவனங்கள் தங்கள் பரிவர்த்தனையைக் கண்காணிக்கலாம் என அஞ்சி ரொக்கத்தைப் பயன்படுத்தலாம். ஆனால், பெரும்பாலும் மக்கள் ரொக்கத்தைப் பயன்படுத்த முக்கியக் காரணம் வேறு வழியில்லை என்பதுதான். இங்கு நான், நாள் ஒன்றுக்கு 2 டாலருக்கும் குறைவான வருவாயில் வாழும் மக்கள் மற்றும் அவர்களைவிட ஓரளவு மேம்பட்ட நிலையில் உள்ள ஆனால் நிதிச்சேவைகளைப் பெற முடியாமல் இருப்பவர்களைக் குறிப்பிடுகிறேன். அவர்கள் பொருளாதார அமைப்புக்கு வெளியே இருப்பதால் ரொக்கம் மட்டுமே அவர்களுக்கான பண வடிவமாக இருக்கிறது.

  ரொக்கமில்லா முறைக்கு மாறுவதற்குப் பல காரணங்கள் இருக்கின்றன. அவற்றில் முக்கியமானது என நான் கருதுவது தொழில்நுட்பம். ஏடிஎம்களைத் தேடிப்போக வேண்டிய அவசியமில்லை எனும்போது ஏன் அவற்றை நாடவேண்டும்?

- ரொக்கமில்லா முறைக்கு மாறுவதால் என்ன நன்மைகள் உண்டாகும் எனும் கேள்விக்கான பதில், இதனால் அதிக மதிப்பிலான நோட்டுகள் அச்சிடுவது நிறுத்தப்பட்டு, குற்றங்கள் குறையும் என்பதுதான். மேலும், வங்கிக் கொள்ளைகள், திருட்டுகள் குறையும். ஆனால், குற்றங்கள் இல்லாமல் போகும் எனக்

கூறமாட்டேன். நிதிக்குற்றங்கள் சைபர்வெளியில் நடைபெறும். ஆனால், காவல்துறை அமைப்புகள் ரொக்கம் சார்ந்த குற்றங்களைக் கையாளும் நிலை இல்லாமல் இருந்தால் எப்படி இருக்கும் என நினைத்துப்பாருங்கள்!

- மேலும் ரொக்கம் இல்லாமல் செய்வது, சர்வதேச வளர்ச்சிக்கும் உதவும். ஆனால் இதற்கான சரியான மாற்று தேவை. நிவாரண உதவிகள் மற்றும் நிதி உதவிகளை அளிப்பது மற்றும் ஊழலைக் கண்டறிவது எளிதாக இருக்கும். ஆனால் இதன் பக்கவிளைவாக அரசாங்கங்களால் மக்களைக் கண்காணித்து, அவர்கள் செல்வத்தையும் பறிமுதல் செய்வது சாத்தியமாகலாம்.

- இப்போது கற்பனை செய்யக்கூடிய ரொக்கமில்லா சமூகத்தில் யாருக்கு அதிகப் பலன் இருக்கும் என்றால் வரிசெலுத்துபவருக்கும் ஏழைகளுக்கும்தான். வசதியாக இருக்கும் நம்மைப் போன்றவர் களுக்கு எந்தப் பெரிய மாற்றமும் இருக்காது. ஏழைகளைப் பொருத்தவரை ரொக்கத்துக்கு மாற்றைப் பயன்படுத்துவது மேலும் நிலையான நிதிநிலையைப் பெற உதவும்.

- ரொக்கமில்லா சமூகம் உடனே சாத்தியமாகிவிடாது. ஆனால் இதற்கு 20 அல்லது 25 ஆண்டுகளுக்கு மேல் ஆகும் என நினைப்பவர்கள் கோமாளிகள். என்னவெல்லாம் சாத்தியம் என்பதை நாம் இன்னமும் அறிந்திருக்கவில்லை. இது ஒவ்வொரு நாடாக நிகழாது. அரசாங்கங்களின் நிர்பந்தத்தாலும் நிகழக்கூடாது.

- பல நாடுகளில் மக்கள் மொபைல் பணத்தில் பணத்தைச் சேமித்து வைக்கவும், பரிவர்த்தனை செய்யவும் முடிகிறது. இதன் காரணமாக ஊரில் இருக்கும் பாட்டிக்குச் சிறிய தொகை கொடுக்கப் பஸ் பயணம் தேவைப்படுவதில்லை. அதே நேரத்தில் இதன்மூலம் அரசு உதவிகளை நேரடியாக மக்களுக்கு அளிக்கமுடியும். எப்படி மொபைல் தொழில்நுட்பம் வறுமையை ஒழித்துவிடாதோ அதே போல மொபைல் பணம் மற்றும் செயலிகளாலும் வறுமையை ஒழித்துவிட முடியாதுதான். ஆனால் மேலும் நிதி பாதுகாப்பை அளிக்க மற்றும் நிதிச்சேவைகளை அணுகச்செய்வதில் இவை முக்கியமானவை. வறுமை ஒழிப்புக்கு இவைதாம் முக்கியம் என வல்லுனர்கள் வாதிடுகின்றனர்.

24

ரொக்கமில்லாமல் ஓராண்டு

ரொக்கமில்லாமல் வாழ்வது அப்படி ஒன்றும் சிக்கலானதாக இருக்கவில்லை என்கிறார் டேவிட் வால்மன். இதை அவர் சும்மா சொல்லவிடவில்லை. சரியாக ஒரு வருடம் ரொக்கமில்லாமல் வாழ்ந்து பார்த்து அந்த அனுபவத்தின் அடிப்படையில் இப்படிச் சொல்கிறார். அதேபோல, தான் புரிந்து கொண்டிருப்பதை விட ரொக்கப் பணத்தின் வரலாறு மற்றும் அதன் செயல்பாடு மிகவும் சிக்கலாக இருப்பதாகவும் அவர் கூறியிருக்கிறார். இந்த இரண்டு புரிதலையும் அவர் தனது தி எண்ட் ஆஃப் மணி புத்தகத்தில் விரிவாகப் பதிவு செய்திருக்கிறார்.

வால்மன் தனது ஓராண்டு ரொக்கமில்லா வாழ்க்கையில் இந்தியா உள்ளிட்ட பல நாடுகளில் பயணம் செய்திருக்கிறார். இந்த நாடுகளில் எதிர்கொண்ட அனுபவங்களையும் அவர் தனது புத்தகத்தில் குறிப்பிட்டிருக்கிறார்.

பொதுவாக ரொக்கமில்லா வாழ்க்கை சிக்கலில்லாமல் இருந்தாலும் இடையிடையே சில தடைகளையும், பிரச்னைகளையும் அவர் அனுபவித்திருக்கிறார். அதிலும் குறிப்பாக இந்தியப் பயணத்தின் போதுதான் ரொக்கமில்லா விரதத்துக்குத் தொடர் சோதனைகளை எதிர் கொண்டதாக அவர் குறிப்பிடுகிறார். இந்தியாவில் தண்ணீர் பாட்டில் வாங்குவது முதல், டிக்கெட் பதிவு செய்வது வரை ரொக்கமில்லாமல்

எதுவும் சாத்தியமாகவில்லை என அவர் தனது அனுபவம் பற்றிய பேட்டியில் குறிப்பிட்டிருக்கிறார்.

ஆனால், இந்தியாவில் மொபைல் பணம் ஏற்படுத்திவரும் மாற்றத்தை அவர் தனது புத்தகத்தில் விரிவாகப் பதிவு செய்திருக்கிறார். ரொக்கத்தின் காலம் முடிவுக்கு வரவிருக்கிறது எனும் முகாமைச்சேர்ந்தவரான வால்மன், ரொக்கமில்லா பரிவர்த்தனையின் அவசியம் மற்றும் சாதகங்கள் குறித்தும் தொடர்ந்து பேசி வருகிறார். ரொக்கம் தொடர்பான பல்வேறு மாயைகள் குறித்தும் அவர் விளக்கம் அளித்துவருகிறார்.

நாம் நினைத்துக்கொண்டிருக்கும் வகையில் ரொக்கம் அப்படி ஒன்றும் தேவைப்படுவதில்லை என்றும், ரொக்கப் பயன்பாடு கண்ணுக்குத் தெரியாத பல விலைகளைக் கொண்டிருப்பதாகவும் குறிப்பிடுகிறார். ரொக்கத்தின் பின் மறைந்திருக்கும் விலை தொடர்பாக விரிவாக ஆய்வு செய்துள்ளதாகவும், அச்சிடுவதில் தொடங்கி, ரொக்கத்தை எடுத்து வருவது, பாதுகாத்து வைப்பது எனப் பலவித செலவுகளைக் கொண்டிருப்பதாகவும் தெரிவிக்கிறார்.

ரொக்கமில்லா சமூகம் என்பது நாம் வாழ்ந்து கொண்டிருக்கும் சமூகம் போலவே இருப்பதாகக் கூறும் வால்மன், சட்டத்தை மீறுபவர் களுக்குத்தான் அது சிக்கலானதாக இருக்கும் என்கிறார். ஆனால் ரொக்கப் பயன்பாட்டில் இருக்கும் அனாமதேய தன்மை டிஜிட்டல் பரிவர்த்தனையில் இல்லாமல் இருப்பதை அவர் ஒப்புக்கொள்கிறார். அரசுகளும், நிதி நிறுவனங்களும் மக்களின் டிஜிட்டல் பரிவர்த்தனை சுவடுகளைக் கண்காணிக்க வாய்ப்பிருப்பது தனியுரிமை சிக்கல்தான் என்று கூறினாலும், சில நேரங்களில் பொது பாதுகாப்புக்காகக் கட்டுப் பாடான கண்காணிப்பு தேவைதான் என்பதை உதாரணங்களுடன் விளக்குகிறார். எனினும் தனியுரிமை தொடர்பான கவலைகள் தனக்கும் இருப்பதாக ஒப்புக்கொள்கிறார்.

ரொக்கமில்லா பரிவர்த்தனைக்கு மாறும்போது பணம் செலுத்து வதற்குப் பல வகையான வாய்ப்புகள் இருப்பதைக் கண்டு வியக்கலாம் என்கிறார். ரொக்கமில்லா என்று கூறும்போது காகித வடிவிலான பணத்தையே தான் குறிப்பிடுவதாகவும் தெரிவிக்கிறார். ரொக்கம் தான் இப்போது டிஜிட்டல் வடிவிலான பரிவர்த்தனையால் கொஞ்சம் கொஞ்சமாக மறையத் தொடங்கியிருக்கிறதே தவிர, பணம் எனும் கருத்தாக்கம் எப்போதும் இருக்கும்; அதன் வடிவங்கள் வேண்டு மானால் மாறலாம் என்கிறார்.

25

பிச்சைப் பாத்திரம் என்னாகும்?

ரொக்கமில்லா சமூகம் அமையும்போது எழக்கூடிய பிரச்னைகளில் முக்கியமாக முன்வைக்கப்படுவது அறம் சார்ந்த கேள்விகள். உதாரண மாகச் சிலவற்றைப் பார்ப்போம். ரொக்கமும், நாணயங்களும் இல்லாமல் போகும்போது, பிச்சைக்காரர்களுக்கு நன்கொடை கொடுப்பது எப்படி? ஹோட்டலில் பணியாளர்களுக்கு டிப்ஸ் அளிப்பது எங்கனம் சாத்தியம்? காலில் விழுந்து வணங்கும் பிள்ளைகளுக்கு ஆசி பணம் அளிப்பது எப்படி? கோவில் உண்டியலில் காணிக்கை செலுத்துவது எப்படி? இவை எல்லாம் கடந்தகால மனநிலையில் எதிர்காலச் சூழல் பற்றிக் கேட்கப்படும் கேள்விகளா? அல்லது நிஜமாக எதிர்கொள்ளக் கூடிய சிக்கல்களா?

டிஜிட்டல் பரிவர்த்தனையே நடைமுறையாக இருக்கும் சமூகத்தில் பொருள்களை வாங்கவும், சேவைகளைப் பயன்படுத்தவும் கார்டு களைத் தேய்ப்பது எளிதாக இருக்கும். ஆனால் மற்றவர்கள் கருணையை நம்பி வாழும் வீடில்லாதவர்கள் போன்றவர்கள் என்ன செய்வார்கள்? எல்லோரும் கையில் சில்லறை இல்லை எனச் சொல்லும் நிலை வந்தால் இவர்கள் பாடு திண்டாட்டம் தானே!

ரொக்கமில்லா வாழ்க்கையைப் பரிசோதனை முறையில் முயன்று பார்த்த அமெரிக்கப் பத்திரிகையாளர் சேத் அந்த அனுபவத்தின்போது

தனக்கு ஏற்பட்ட மிகப்பெரிய சங்கடமாக ஹோட்டல் அறையில் இருந்து தனது பெட்டிகளைச் சுமந்து வந்து காரில் வைத்த ஊழியருக்கு டிப்ஸ் கொடுக்க முடியாமல் போனதைக் குறிப்பிடுகிறார். இரவு விடுதியில் நடனமாடும் பெண்களுக்கு எப்படிப் பணம் கொடுப்பது எனும் கேள்வியையும் அவர் எழுப்புகிறார்.

ரொக்கமில்லா பரிவர்த்தனை நடைமுறைக்கு எதிரான வாதத்தை முன்வைக்கும் கார்டியன் நாளிதழ் பத்திரிகையாளர், பணம் டிஜிட்டல் வடிவில் மாறும்போது, ஹோட்டல் பணியாளர்கள் போன்றவர்களின் சேவையைப் பாராட்டி பணம் தர முடியாமல் போவது பெரும் சங்கடமாக மாறும் என்கிறார். என்ன இருந்தாலும் ரொக்கம் போல வருமா என்று இவரைப்போல சொல்லும் பலரும் இருக்கின்றனர்.

ஆனால் ரொக்கமில்லா நடைமுறைக்கு மாறும்போது இந்த வழக்கங்களும் டிஜிட்டலுக்கு மாறிவிடும் என்று எதிர்பார்க்கலாம்.

அதாவது வீடில்லாதவர்கள் கார்டு பணத்தை ஏற்கக்கூடியவர்களாக இருப்பார்கள். ஹோட்டல் பணியாளர்களும் மொபைல் கணக்கில் டிஜிட்டல் பணத்தை அனுப்புங்கள் எனக் கேட்டுக்கொள்வார்கள். இதற்கான முன்னுதாரணங்கள் இல்லாமல் இல்லை. அமெரிக்காவின் மைக்கேல் எனும் வீடில்லாதவர், கார்டு பரிவர்த்தனைமூலம் நன்கொடையை ஏற்றுக்கொள்ளும் நவீனப் பிச்சைக்காரராக இருக்கிறார். ஸ்மார்ட்போனை கார்டு ரீடராக மாற்றக்கூடிய ஸ்கொயர் பணம் செலுத்தும் வசதி மூலம் கார்டு பரிவர்த்தனையை ஏற்றுக்கொள்வது பற்றி அமெரிக்க நாளிதழ்களும் இணையத்தளங்களும் வியப்புடன் செய்தி வெளியிட்டன.

ஆனால், மைக்கேல் ஏதோ தொழில்நுட்ப மோகம் கொண்ட விநோதமான நவீன வீடில்லாதவர் அல்ல. வருங்கால நிதர்சனத்தைப் புரிந்துகொண்டு தயாரான முன்னோடி யாசகர் என்றும் சொல்லலாம். மைக்கேலுக்கு இணையத்தளம் எல்லாம் இருக்கிறது.

மைக்கேல் மட்டுமல்ல, ஸ்வீடனிலும் வீடில்லாதவர்கள் கார்டு பரிவர்த்தனைமூலம் நன்கொடை ஏற்கத் தொடங்கியிருக்கின்றனர். ஸ்வீடனின் ரொக்கமில்லா சமூகம் பற்றிய நியூ யார்க் டைம்ஸ் கட்டுரையில், வீடற்ற ஒருவர், 'இனி சில்லரை இல்லை, ரொக்கம் இல்லை என்றெல்லாம் யாரும் சொல்ல முடியாது; ஏனெனில் எங்களுக்கும் கார்டு பரிவர்த்தனை கொடுக்கப்பட்டிருக்கிறது, நாங்களும் கார்டு மூலம் பணம் ஏற்போம்' என்கிறார்.

மொபைல் பணம் மூலம் இத்தகைய பரிவர்த்தனையைச் செய்வது இன்னும் சுலபம். ஆக, பிச்சைக்காரர்கள் வங்கி கணக்கு வைத்துக் கொண்டிருப்பதாகச் சொல்லப்படுவது வெறும் திரைப்பட

நகைச்சுவை மட்டுமல்ல, வருங்காலத்தில் இவர்கள் கார்டு மற்றும் மொபைல் மூலம் பணம் ஏற்கும் நிலை சகஜமாக இருக்கும் என எதிர்பார்க்கலாம்.

ரொக்கமில்லா சமூகத்தில் யாசகம் கேட்பவர்கள் பாதிக்கப்பட மாட்டார்கள் என்பதை இதன்மூலம் உறுதியாகச் சொல்லலாம் என்றாலும், வீடில்லாதவர்களும், கையேந்துபவர்களும் இல்லாமல் போவார்கள் என்று சொல்ல முடியாமல் இருப்பது வேதனைதான்!

26

ரொக்கம் மட்டுமல்ல, காார்டுகளும் மறையும்

ரொக்கமில்லா பொருளாதாரம் தொடர்பான விவாதத்தில் ஆர்வம் உள்ளவர்கள் கிரிஸ் ஸ்கின்னரை நிச்சயம் அறிந்துகொள்ளவேண்டும். ரொக்கமில்லா பொருளாதாரத்தின் போக்கு, இதன் வருங்காலச் சாத்தியம், நிகழ்கால நிலை போன்றவற்றின்மீது ஆர்வம் கொண்டிருப்பவர்கள் இவரை அறிந்துகொள்வது தவிர்க்க இயலாதது. ஏனெனில் ஸ்கின்னர் இந்தத் துறை தொடர்பான ஆழமான புரிதலும், தொலைநோக்கும் கொண்டவர். நிதித்துறை வல்லுனரான ஸ்கின்னர், இத்துறையில் தொழில்நுட்பம் ஏற்படுத்தி வரும் தாக்கம் குறித்தும், இதனால் ஏற்பட்டுவரும் மாற்றங்கள் பற்றியும் தொடர்ந்து எழுதியும் வாதிட்டும் வருகிறார். அதிலும் குறிப்பாக பேமெண்ட் எனப்படும் பணப் பரிவர்த்தனை வசதியில் டிஜிட்டல், மொபைல் தொழில் நுட்பத்தின் தாக்கத்தால் ஏற்பட்டுவரும் போக்குகள் குறித்துத் தனிகவனம் செலுத்தி வருகிறார். இந்தப் பணப் பரிவர்த்தனை வசதிகள் ரொக்கமில்லா பொருளாதாரத்துக்கு வழிவகுக்கும் என்ற நம்பிக்கையும் கொண்டிருப்பவர். இதற்கான ஆதாரங்களையும் வாதங்களையும் அவரது கட்டுரைகளில் காணலாம்.

ஸ்கின்னர் ரொக்கமில்லா சமூகத்தின் தவிர்க்கவியலாத தன்மையை வலியுறுத்தி வருபவர் மட்டுமல்ல, இன்னும் ஒரு படி மேலே சென்று கார்டுகளும் இல்லாமல் போகும் காலம் வரும் என்பவர்.

ரொக்கமில்லா, கார்டு இல்லா சமூகம் எனப் பொருள்படும் வகையில் (கேஷ்லெஸ், கார்டுலெஸ் சொசைட்டி) எழுதிய கட்டுரையொன்றில் அவர், இனி வருங்காலத்தில் ரொக்கமும் இருக்காது, கார்டுகளும் இருக்காது என்கிறார். பெரும்பாலும் சில்லறை விற்பனைக்கான பரிவர்த்தனைகளை முன்வைத்து இவ்வாறு கூறினாலும், பணப் பரிவர்த்தனை கார்டுகளும் மறைந்து போகும் என அவர் சொல்வது கவனிக்கத்தக்கது.

உண்மையில் ரொக்கமில்லா பரிவர்த்தனையின் ஆரம்பமாகவும் அடிப்படையாகவும் கிரெடிட்-டெபிட் கார்டுகளே இருக்கின்றன. இவற்றுக்கு பிறகுதான் மொபைல் போன் மூலமான டிஜிட்டல் பரிவர்த்தனை போன்றவை வருகின்றன. இவை எல்லாம் சேர்ந்து காகிதப் பண வடிவிலான ரொக்கத்தின் தேவையைப் பெருமளவு குறைக்கும் என நம்பப்படுகிறது. ஆனால், ஸ்கின்னர் கார்டுகளின் நாள்களும் எண்ணப்படுகின்றன என்கிறார். இதற்கு வழிவகுக்கக்கூடிய தொழில்நுட்பப் போக்குகளையும் அவற்றின் வரலாற்றுப் பாய்ச்சல் சார்ந்து அவர் விவரிக்கிறார்.

தொழில்நுட்பப் புரட்சி நடைபெற்றுவரும் வேகமே இதற்கு முக்கியக் காரணம் என அவர் தனது கட்டுரையைத் தொடங்குகிறார். தொலைக்காட்சி நுட்பம் பரவலாகப் பயன்பாட்டுக்கு வர 30 ஆண்டுகள் தேவைப்பட்டன என்றால், ஐபாடு நுட்பம் பிரபலமாக மூன்று மாதங்கள்தான் தேவைப்பட்டன என்கிறார். இதன் பயனாக டிஜிட்டல் தலைமுறை இசைத் துறையில் இருந்து பயணம், பேஷனில் இருந்து பொழுதுபோக்கு, வங்கித்துறை வரை எல்லாவற்றிலும் சந்தையை மாற்றி அமைத்து வருவதாகவும் அவர் குறிப்பிடுகிறார். இவை எல்லாமே இணையம் மற்றும் மொபைல்மூலம் சாத்தியமாகின்றன.

எப்போதும் இணைக்கப்பட்டிருக்கும் உலகளாவிய சமூகத்தில் புதிய எண்ணங்களும் புதுமைகளும் சில மாதங்களில் வர்த்தகத்துக்கான புதிய வழிகளைச் சாத்தியமாக்கி வருவதால் இந்தத் தொடர் மாற்றங்கள் ரொக்கம், கார்டு இல்லாத சமூகத்துக்கு அழைத்துச்சென்று கொண்டிருப்பருப்பதாகவும் அவர் குறிப்பிடுகிறார்.

பல சந்தேகங்கள் இருந்தாலும் ரொக்கமில்லா சமூகம் என்பது நடைமுறையில் சாத்தியமே என்கிறார் ஸ்கின்னர். அவரது வாதம் இது. 1958 ல் கிரெடிட் கார்டு புழக்கத்துக்கு வந்தது. அதன் பிறகு அது பிரபலமாக 30 ஆண்டுகளும், சில்லறை பரிவர்த்தனைக்கான வழியாக

மாற மேலும் 20 ஆண்டுகளும் தேவைப்பட்டன. இது வழக்கொழிந்து போக எத்தனை ஆண்டுகள் தேவைப்படலாம்? இன்னும் சில பத்தாண்டுகள்தான். இதே கதிதான் ரொக்கத்துக்கும் நிகழும்.

இந்த மாற்றத்துக்கான அறிகுறிகள் தென்படாமல் இல்லை. அமெரிக்காவில் ரொக்கப் பயன்பாடு 60%ல் இருந்து 31% ஆகக் குறைந்திருக்கிறது. காசோலைக்கும் இதே நிலைதான். இவற்றுக்கு முக்கியக் காரணம் டெபிட், கிரெடிட் கார்டு பயன்பாடு அதிகரித்தது தான். ஆக, ரொக்கத்துக்குப் பதிலாக கார்டு பயன்பாடுமூலம் ரொக்கமில்லா சமூகம் சாத்தியமே எனப் புரிந்துகொள்ளலாம்.

இனி கார்டுகள் எப்படி காணாமல் போகும் எனப் பார்க்கலாம். இதற்கான முதல் அறிகுறி மொபைல் போன்கள் மூலம் சிறிய அளவிலான தொகைகளைச் செலுத்துவதற்கான வசதியாகும். கார் பார்க்கிங் முதல், டாக்சி சேவை, குளிர்பானம் என எல்லாவற்றுக்கும் மொபைல் மூலம் பணம் செலுத்தமுடிகிறது. பின்லாந்துக்கோ ஆஸ்திரேலியாவுக்கோ சென்று பார்த்தால் மொபைல் மூலம் பணம் செலுத்துவது எத்தனை சகஜமாக இருக்கிறது என்பதப் புரிந்து கொள்ளலாம்.

இதன் தொடர்ச்சியாக மற்றொரு முக்கிய மாற்றமான பணப் பரிவர்த்தனை துண்டாக்கம் நிகழ்ந்துள்ளது. அதாவது பேட்டா காலணி விலை போல 99 சென்ட்களில் கட்டணம் செலுத்துவது பிரபலமானது. ஐடியூன்ஸில் ஒரு பாடல் முதல் கொண்டு பல சேவைகளை மொபைலில் 99 சென்ட் தொகையில் வாங்கலாம். மொபைல் கட்டணத்தில் இருந்தே இதைக் கழிக்க முடிவது இன்னும்கூடச் சுலபம். இந்தக் குறுந்தொகைகளைச் செலுத்த கார்டுகள் தேவையில்லை. கிளிக்குகளும் குறுஞ்செய்திகளுமே போதுமானவை.

அடுத்த பாய்ச்சல் என்ன தெரியுமா? அலை போல அசைத்தாலே போதும் என்பதுதான். ஆம், கிளிக் செய்வதற்கு அல்லது கையெழுத்திடு வதற்குப் பதில் கையில் இருக்கும் கார்டுகளை அசைத்தால் போதும், பரிவர்த்தனையை மேற்கொள்ளலாம். சிப் அடிப்படையில் இயங்கும் இந்த வசதி தொடர்பில்லா கார்டு (காண்டாக்ட்லெஸ் கார்டு) எனக் குறிப்பிடப்படுகிறது. பல நிறுவனங்கள் இந்த வகை கார்டுகளைப் பயன்படுத்தத் தொடங்கியுள்ளன.

ஆனால் இந்த வகை பரிவர்த்தனைகளில் பிரச்னைகள் இல்லாமல் இல்லை. ஒன்று வங்கிகள் இந்த வளர்ச்சிப் போக்கைத் தீவிரமாக எடுத்துக்கொள்ளாமல், வரட்டும் பார்த்துக்கொள்ளலாம் என்பதுபோல மெத்தனமாக இருக்கின்றன. ஆனால் தொலைத்தொடர்பு மற்றும் புதுமையான நிறுவனங்கள் இவற்றில் முனைப்பு காட்டி வருகின்றன.

மொபைல், தொடர்பில்லா கார்டு பரிவர்த்தனைகள் தலைகீழ் மாற்றத்தை ஏற்படுத்தக்கூடியவை. எப்படி என்றால், ஏற்கெனவே செய்துவரும் வர்த்தக முறைகளை மேலும் எளிதாகவும், செலவு குறைந்ததாகவும் மாற்றுவதன்மூலம் இவை தாக்கத்தை ஏற்படுத்துவதாக அமைகின்றன. இத்தகைய மலிவான மாற்றுகள் சந்தையில் ஆதரவு பெறும்போது வளர்ச்சிக்கான முதலீட்டுத் தொகையையும் ஈர்க்கின்றன. அதோடு ஏற்கெனவே உள்ள சேவையாளர்களுக்குச் சவால் விடத் தொடங்குகின்றன.

இத்தகைய மாற்றம் பரிவர்த்தனை உலகில் நிகழ்ந்து கொண்டிருக்கிறது. மொபைல், குறும், தொடர்பில்லா கார்டு பரிவர்த்தனைகள் போன்றவை சிறிய தொகை பரிவர்த்தனைகளில் இருந்து பெரிய தொகைக்கான பரிவர்த்தனைகளுக்கு முன்னேறி வருகின்றன.

இந்த முன்னேற்றத்திலும் ஒரு சிக்கல் இருக்கிறது. பெரும்பாலும் மொபைல் பரிவர்த்தனை 10 டாலருக்கும் குறைவான தொகைக்காக மேற்கொள்ளப்படுகின்றன. தொடர்பில்லா கார்டுகளில் இது 100 டாலருக்கும் குறைவாக உள்ளது. அதிகத் தொகை பரிவர்த்தனைகளை மேற்கொள்ள தடையாக இருப்பது எது என்றால், பணப் பரிவர்த்தனையை உறுதி செய்வதற்கான பாதுகாப்பான வழிமுறை இல்லை என்பதுதான்.

கார்டுகளைக் கையாளும்போது கையில் கார்டும் இருக்கவேண்டும். ரகசிய பின் எண்ணையும் உள்ளீடு செய்யவேண்டும். பெரிய தொகை பரிவர்த்தனைகளுக்கு இது அவசியம். மொபைல் மற்றும் தொடர்பில்லா கார்டு பரிவர்த்தனைகளில் இது கிடையாது. அதன் காரணமாகவே அவை துரிதமாகப் பரிவர்த்தனை மேற்கொள்ள வழி செய்கின்றன. இந்த வேகமான சேவையே அவற்றின் பலம். இதனால் தான் துரித உணவு மையங்கள், ரயில் நிலையங்கள், திரையரங்குகளில் அவை அதிகம் பயன்படுத்தப்படுகின்றன. இவற்றில் பாதுகாப்புக்கு ஒரு அடுக்கு சேர்த்தால் சேவை கொஞ்சம் தாமதமாகும். பயன்பாட்டின் நோக்கமும் பாதிக்கப்படலாம். ஆனால் ஒரு டாலர் பரிவர்த்தனைகளை விட, ஆயிரம் டாலர் பரிவர்த்தனைகளுக்கு இத்தகைய இரண்டாம் அடுக்குப் பாதுகாப்பு அவசியம். இந்தப் பாதுகாப்பு ரகசிய பின் எண் போன்ற தேவையில்லாமல் இருந்தால் இன்னும் நல்லது. இந்த இடத்தில் தன் கைரேகை அல்லது முக அடையாளம் போன்ற பயோமெட்ரிக் முறை வருகிறது.

இணையத்தில் பரிவர்த்தனை செய்வதில் பலருக்கும் இருக்கும் தயக்கம், மோசடி மற்றும் அடையாளத்திருட்டு ஆபத்துதான். அடையாளத் திருட்டுமூலம் நடைபெறும் வங்கி மோசடிகள் பற்றி

நிறைய திடுக்கிடும் செய்திகள் கேள்விப்படுகிறோம். பயனர் பெயர், பாஸ்வேர்டு போன்ற பாதுகாப்பெல்லாம் முழுமையானவை அல்ல என்பது தெரிந்த விஷயம்தான். இவை எளிதில் களவாடப்படலாம்.

எனவேதான் உங்களிடம் உள்ள ஒன்றைக் கொண்டே, பரிவர்த்தனை வசதிகளைப் பயன்படுத்த அனுமதி வழங்குவது பொருத்தமாக இருக்கும். எனவேதான் அரசுகள் மட்டும் அல்லாமல் வங்கிகளும் கைரேகை சார்ந்த பயோமெட்ரிக் வழிமுறையை நாடத் தொடங்கியுள்ளன. இதே முறையை அதிகத் தொகையிலான பரிமாற்றத்துக்கான அனுமதிக்காகவும் பயன்படுத்தலாம்.

இதன் பொருள் நாம் ரொக்கமில்லா சமூகத்தை நோக்கிச் சென்று கொண்டிருக்கிறோம் என்பதாகும். முதலில் கார்டுகளும் மொபைலும் ஆதிக்கம் செலுத்தும். அதன் பின் கார்டுகளும்கூடத் தேவைப்படாது. சிப் வசதி கொண்ட ஒரு கைக்கடிகாரம் மூலம் பரிவர்த்தனைகள் மேற்கொள்வது சாத்தியமாகலாம். இதற்கு கைரேகைமூலம் அனுமதி அளிக்கலாம். ஆக, விற்பனை நிலைய கவுண்டரில் கையில் உள்ள கடிகாரத்தை அசைத்து, அது உணரப்பட்டவுடன் கைரேகையைப் பதிவு செய்து, பணம் செலுத்திவிட்டு நகரலாம். ரொக்கமும் தேவை யில்லை, கார்டும் தேவையில்லை. இதெல்லாம் நடக்கிற கதையா என்று சந்தேகிக்கலாம். ஆனால் இந்தத் தலைகீழ் மாற்றத்துக்குத் தயாராக இருங்கள் என்று கட்டுரையை முடிக்கிறார் ஸ்கின்னர்.

டிஜிட்டல் பணப் பரிவர்த்தனை துறையில் நிகழும் பெரும்பாலான போக்குகளையும் நுட்பங்களையும் படம்பிடித்துக்காட்டி உலகம் எங்கே சென்று கொண்டிருக்கிறது என இந்தக் கட்டுரைமூலம் வியக்க வைக்கிறார் ஸ்கின்னர். இந்தக் கட்டுரையை அவர் 2005ல் எழுதினார் என்பது இன்னும் வியப்பானது.

ஆனால் என்ன, பரிவர்த்தனை உலகில் எதிர்கால மாற்றங்களை உணரக்கூடிய தொலைநோக்குப் பார்வை மிக்க நிதிச்சிந்தனையாளராக அவர் இருக்கிறார்.

27

ரொக்கமே போய் வா!

ரொக்கமில்லா சமூகம் எந்த அளவு சாத்தியம்? இந்தக் கேள்விக்கான பதில் நீங்கள் ரொக்கப்பண விவாதத்தில் எந்தப் பக்கம் நின்று பேசுகிறீர்கள் என்பதைப் பொருத்து அமையும். டிஜிட்டல் பணப் பரிவர்த்தனையின் சாத்தியங்களை உணர்ந்தவர்கள் இனி வருங்காலம் ரொக்கமில்லாமல் அமையப்போகிறது என நம்பிக்கை கொண்டிருக் கின்றனர். அதே நேரத்தில் காகித வடிவில் பணத்துக்கான தேவை நீடிக்கும் எனக் கருதுபவர்கள், ரொக்கமில்லா சமூகம் சாத்தியமில்லா கனவு என்று வாதிடுகின்றனர். தீர்மானமான முடிவுக்கு வர முடியாதவர்கள்கூட, ரொக்கமில்லா சமூகம் உருவாவதில் உள்ள நடைமுறைச் சிக்கல்கள் குறித்து சந்தேகம் எழுப்புகின்றனர்.

ரொக்கமில்லாமல் வாழ்வது சாத்தியமா என்பதை அறிய விரும்பி பரிசோதித்துப் பார்த்த இன்னொருவரின் கதையை இனி பார்ப்போம். அமெரிக்கப் பத்திரிகையாளரான சேத் ஸ்டீவன்சன் 2012ம் ஆண்டில் இந்தப் பரிசோதனையை இரண்டு மாத காலத்துக்கு மேற்கொண்டார். தனது அனுபவத்தை ஸ்லேட் இணைய இதழில் அவர் பதிவு செய்தார். 2001ம் ஆண்டில் ஜப்பானின் டோக்கியோ நகரில் பதின்பருவ பெண் செல்போனை பயன்படுத்தி தானியங்கி இயந்திரத்தில் இருந்து சோடா கேன் வாங்கியதைப் பார்த்து வியந்த அனுபவத்தில் இருந்து தனது கட்டுரையைத் தொடங்குகிறார் ஸ்டீவன்சன். செல்போனை

அசைப்பதுமூலம் பரிவர்த்தனை சாத்தியமாகும் என்பதை அதுவரை தான் நம்பவில்லை என்கிறார். தடுத்து நிறுத்தமுடியாத தொழில்நுட்ப முன்னேற்ற அலையில் உலாவும் அந்தப் பெண்ணைச் சுட்டிக்காட்டி, ரொக்கமில்லா காலம் நெருங்கி கொண்டிருப்பதைத் தன்னால் உணரமுடிகிறது என்கிறார் அவர்.

கிரெடிட் கார்டு பழக்கம் உச்சத்தில் இருக்கும் அமெரிக்காவில் தனது பரிசோதனையை மேற்கொண்டாலும், ஸ்டீவன்சன் பல சவால்களை எதிர்கொண்டார். ஆரம்ப நாள்கள் அவருக்கு மிகவும் எளிதாக இருந்தன. கிரெடிட் கார்டு ஏற்கப்படுவதற்கான லோகோ ஒட்டிய பார்களாகத் தேடிச்சென்றிருக்கிறார். டாக்சிகள், சூப்பர் மார்கெட் என எல்லாவற்றையும் இவ்வாறு தேர்வு செய்திருக்கிறார். எல்லாமே எளிதாகத்தான் இருந்திருக்கிறது.

ஆனால் ஒருமுறை ஹோட்டலில் இருந்து வெளியேறிச் சென்றபோது, தான் தடுத்து நிறுத்துவதற்கு முன் தனது சூட்கேசைக் கொண்டு வந்து காரில் வைத்துவிட்டுச் சென்ற ஊழியரின் கையில் பணம் கொடுக்க முடியாமல் சங்கடப்பட்டிருக்கிறார். அதே போல நண்பர்களுடன் மது அருந்த சென்றபோது தன் பங்குக்கு மது வாங்கித்தர முடியாமல் அசடு வழிந்திருக்கிறார். ஒரு முறை தன்னைத் தேடி வந்த விருந்தினர்களிடம் கடன் சொல்லும் நிலைக்குத் தள்ளப்பட்டிருக்கிறார். இடையே அமெரிக்க டாலரைக் கைகளால் ஸ்பரிசிக்கும் அனுபவத்துக்கும் ஏங்கியிருக்கிறார்.

மேலும், இரவு விடுதி நடன மாதுகளுக்கு டிப்ஸ் அளிப்பது எப்படி? போதை பொருள்களை ரொக்கமில்லாமல் வாங்க முடியுமா? இந்தக் கேள்விகளுக்கும் பதில் தேடியவர், 2 மாதங்களில் ரொக்கமில்லா சோதனையை முடித்துக்கொண்டு நிம்மதிப் பெருமூச்சு விட்டிருக்கிறார்.

அவர் வந்தடைந்த முடிவு என்ன? ரொக்கமில்லா சமூகத்தை நாம் நெருங்கிக் கொண்டிருக்கிறோம் என்பதுதான். இன்னும் 5 அல்லது 10 ஆண்டுகளில் இது சாத்தியமாகும் என்பது அவர் நம்பிக்கை. பணம் செலுத்துவதற்கான புதிய வழிகள் சாத்தியமாகும் என்றும் ஏழை நாடுகளில்கூட செல்போன்கள்மூலம் பணப் பரிவர்த்தனை சகஜமாகும் என்றும் அவர் நம்புகிறார்.

பணப் பரிவர்த்தனைக்காகப் பெரிய வர்த்தக நிறுவனங்கள் அதிக கமிஷன் தொகையை எடுத்துக்கொள்ளும் என்பது கவலையளிக்கிறது. அதே சமயம், வரி ஏய்ப்பு செய்வது சாத்தியமில்லாமல் போவதில் மகிழ்ச்சி என்கிறார்.

ரொக்கத்துக்கு விடை கொடுக்கும் காலம் வரும்போது அதற்காக அதிகம் வருந்தமாட்டேன் என்று சொல்லும் ஸ்டீவன்சன், நான் மட்டுமல்ல நீங்களும் வருந்தமாட்டீர்கள் என்கிறார்.

28

சேமிப்பு திணிப்பு!

ரொாக்கமில்லா பரிவர்த்தனைக்கு மாறுவதால் என்ன பயன்? சாமானியர்கள் நோக்கில் இந்தக் கேள்விக்கான பதிலை யோசித்தால், சேமிப்பு அதிகமாகும், முதலீடு பழக்கம் உண்டாகும், நிதி எதிர்காலம் பாதுகாப்பானதாக மாறும் என்று கூறலாம்.

சேமிப்பு என்பது தனிப்பட்ட பழக்கம் அல்லவா? அதற்கு ரொக்க மில்லா பரிவர்த்தனைக்கும் என்ன தொடர்பு என்று யோசிக்கலாம். விஷயம் என்னவென்றால் ரொக்கமில்லா பரிவர்த்தனை சேமிப்புப் பழக்கத்தைத் திணிக்கும் என்று நிதி வல்லுனர்கள் கருதுகின்றனர். இதை வரவேற்கக் கூடிய திணிப்பாகவே எடுத்துக்கொள்ளலாம்.

ரொக்கமில்லா பரிவர்த்தனை என்பதன் சாரம்சமே, கையிலோ, வீட்டிலோ தேவைக்கு அதிகமாக ரொக்கப்பணம் வைத்திருக்க வேண்டிய அவசியமில்லை என்பது தான். தேவைப்படும் நேரங்களில் டிஜிட்டல் வடிவில் பணத்தைக் கையாளலாம். இதனால் என்ன ஆகும் என்றால், வீட்டில் சிறு சேமிப்பாக எடுத்து வைக்கக் கூடிய பணத்தை வங்கி கணக்கில் செலுத்தும் நிலை வரும். முதலில் இது ஒரு நிர்பந்தமாக அமைந்தாலும் நாளடைவில், கையில் பணத்தை வைத்திருக்காமல் வங்கி கணக்கில் செலுத்துவது இயல்பாக மாறிவிடும்.

இது பணம் ஒரே இடத்தில் வீணாக முடங்கிக் கிடப்பதைத் தவிர்த்து, பொது வெளியில் பணப்புழக்கத்தைப் பெருக்கும். வீட்டிலே முடங்கிக்

கிடக்கும் பணத்தால் அதிகப் பயன் இல்லை. மாறாக அது புழக்கத்திற்கு வரும் போது, வங்கிகள் கடனாகக் கொடுக்கக்கூடிய தொகை அதிகரிக்கிறது. இது பொருளாதாரத்திற்கும் உதவும். தனிப்பட்ட நோக்கில் பார்த்தாலும், இது பயனளிக்கக் கூடியதாகவே அமையும். வீட்டில் பணத்தை வைத்திருப்பதற்குப் பதில், சேமிக்கும் தொகையை வங்கி கணக்கில் செலுத்திவிடுவதால் சேமிப்பு அதிகமாகும்.

இது ஒரு பழக்கமான பிறகு, சேமிப்புக் கணக்குக்குக் கிடைக்கும் வட்டி மிகவும் குறைவாக இருப்பதை உணர்ந்து, அந்தப் பணத்தை அதிகப் பலன் தரக்கூடிய நிதி சாதனங்களில் முதலீடு செய்ய முற்படும் நிலை வரும். முதலீட்டு பழக்கம் சம்பாதித்த, சேமித்த பணத்துக்குக் கூடுதல் பலன் அளிக்கும்.

பல்வேறு வகையான நிதி வாய்ப்புகள் குறித்த விழிப்புணர்வையும் இது ஏற்படுத்தும். அது மட்டுமல்ல, பொதுவாக ரொக்கமாகப் பணத்தை வைத்திருக்கும் போது அதில் பெரும்பகுதி செலவாகி விடுவதாகக் கருதப்படுகிறது. மாறாக ரொக்கமில்லா முறையில், தேவைப்படும் தொகையை மட்டுமே பரிவர்த்தனைக்குப் பயன்படுத்துவதால் சேமிப்பு அதிகமாக வாய்ப்புள்ளது. மேலும் வரவு செலவு கணக்கு முழுவதும் டிஜிட்டல் தடங்களாகப் பார்க்க முடிவதால், வீண் செலவுகளைக் கட்டுப்படுத்தவும் வாய்ப்பு உண்டாகும். இதுவும் சேமிப்பை அதிகரிக்கச்செய்யும். இதன் மூலம் எதிர்கால பாதுகாப்புக்கு என்று ஒரு தொகையை ஒதுக்க முடியும். நிதி விழிப்புணர்வு மூலம் இந்தத் தொகையைக் காப்பீடு, ஓய்வூதிய பாதுகாப்பு, மற்றும் பொருத்தமான நிதி சாதனங்களில் முதலீடு செய்யும் நிலை உருவாகும். இது நிதி எதிர்காலத்தின் பாதுகாப்பையும் அதிகரிக்கும்.

பெரும்பாலானோர் போதுமான அளவு காப்பீடு வசதி, ஓய்வூதிய பாதுகாப்பு பெற்றிராத நிலையில், ரொக்கமில்லா பரிவர்த்தனை நிதிப்பழக்கத்தைச் சீரமைத்து, நிதி திட்டமிடலிலும் கவனம் செலுத்த வைக்கும். தற்போது வங்கிச்சேவைகளுக்கு வெளியே உள்ளவர்கள், மற்றும் வங்கிச்சேவையை முழுவதும் பயன்படுத்திக்கொள்ளாமல் இருப்பவர்கள் ரொக்கமில்லா பரிவர்த்தனை மூலம், வங்கி அமைப்பு சார்ந்த சேவைக்குள் வந்து விடும் நிலை உருவாகும். இதனால் வங்கிச்சேவை சார்ந்த அனுகூலங்களை பெற முடிவதோடு, பரிவர்த்தனை வரலாறால் கடன் தகுதியும் ஏற்பட்டு, கடன் பெறும் தகுதியும் உண்டாகும்.

வங்கி அமைப்புக்குள் புழங்குவது , பல்வேறு வகையான நிதி சாதனங்கள் மற்றும் முதலீட்டு வாய்ப்புகளையும் தெரிந்து கொள்ள வைக்கும். இது நிதி திட்டமிடலில் கைகொடுக்கும்.

பரிவர்த்தனை கட்டணங்களைக் கணக்கு போட்டுப் பார்க்கும் போது, நிதி செயல்பாடுகளை மேலும் சீராக்கிக் கொள்ளவும் முற்படும் நிலை உருவாகும். நிதி விஷயங்கள் குறித்து அறியாமையுடனும், அலட்சியத்துடனும் இருக்கும் நிலை மாறி, நிதி வாழ்க்கையைக் கட்டுப்பாட்டுக்குள் எடுத்துக்கொள்வதற்கான தூண்டுகோளாகவும் அமையும்.

அது மட்டுமல்ல, நாம் ரொக்கமில்லா பரிவர்த்தனைக்கு மாறுவதோடு நம்மைச்சுற்றியுள்ளவர்கள் மீதும் அது தாக்கம் செலுத்தும். வீட்டில் வேலை செய்பவர்கள் மற்றும் உதவியாளர்களுக்கும் ரொக்கப்பண மாகச் சம்பளம் தராமல் டிஜிட்டல் முறையில் அளிப்பதன் மூலம் அவர்களையும் டிஜிட்டல் பரிவர்த்தனைக்குக் கொண்டு வரலாம். ஆரம்ப நிலையில் அவர்களுக்கு இது தொடர்பான உதவியும், வழிகாட்டுதலும் அவசியம். வங்கி கணக்கைத் தொடங்கித் தருவது முதல், வங்கி கணக்கை இயக்குவது, டெபிட் கார்டை பயன்படுத்துவது உள்ளிட்ட விஷயங்களில் அவர்களுக்குப் பயிற்சி அளித்து ஊக்குவிக்கலாம். இதன் மூலம் சாமானிய மக்களும் வங்கிச் சேவைக்குள் வருவது சாத்தியமாகும். வங்கி கணக்கை இயக்குவது அவர்களின் சேமிப்புப் பழக்கத்தை ஏற்படுத்தி, கடன் பெறும் தகுதியையும் உண்டாக்கும். ஏழை எளிய மக்களின் வாழ்க்கையில் இது பெரும் தாக்கத்தை ஏற்படுத்தும்.

29

ரொக்கமில்லா உலகம்

ரொக்கமில்லா பரிவர்த்தனை, காகித வடிவிலான பணத்துக்குப் பதிலான டிஜிட்டல் மாற்று வழிகளை அளிப்பதோடு, மேலும் சில சுவாரஸ்யமான அம்சங்களையும் கொண்டிருக்கிறது. வழக்கமாக அறியப்பட்ட வடிவங்களில் மட்டுமல்லாமல் அது, சில எதிர்பாராத வடிவங்களிலும் ரொக்கமில்லா பரிவத்தனை அவதாரம் எடுக்கிறது. அதில் ஒன்றுதான் டிஜிட்டல் கடன்!

அதென்ன டிஜிட்டல் கடன்? இன்று ரொக்கம், நாளை கடன் என்று சொல்வதுபோல, இன்று கடன் நாளை ரொக்கம் எனும் வகையிலான நவீன வசதிதான் டிஜிட்டல் கடன். அதாவது கையில் பணம் இல்லாத நிலையிலும் பொருள்களை வாங்கிக்கொண்டு அல்லது சேவைகளைப் பயன்படுத்திக்கொண்டுவிட்டு பின்னர் குறிப்பிட்ட காலத்தில் அந்தப் பணத்தைச் செலுத்துவது.

பேலேட்டர் சேவை இதற்கு அழகான உதாரணம். இதுஸ்டார்ட் அப் எனப்படும் புது வகை நிறுவன வகையைச் சேர்ந்தது. பொருட்களை வாங்குவதற்குப் புதிய வகையான பணம் செலுத்தும் வசதியை இது அளிக்கிறது. முதலில் பணம் செலுத்தாமல் மாதக் கடைசியில் பணம் செலுத்துவதுதான் அந்த வசதி. ஆம், இந்தத் தளத்தில் உறுப்பினராகப் பதிவு செய்துகொண்டால், அதன் வலைப்பின்னலில் உள்ள கடைகளில் மளிகைச் சாமான்களைப் பணம் கொடுக்காமலே

வாங்கிக்கொள்ளலாம். வாங்கியவுடன், பொருள்களுக்கான பட்டியல் ஈமெயில் மூலம் அனுப்பி வைக்கப்படும். வாடிக்கையாளர்கள் இந்தப் பட்டியலை உறுதி செய்ததும், நிறுவனம் கடைக்காரருக்கு அதற்குறிய தொகையைக் கொடுத்துவிடும். வாடிக்கையாளர் அடுத்த மாதத் தொடக்கத்தில், பேலேட்டர் தளத்துக்குத் தனது கணக்கில் நிலுவையில் உள்ள தொகையைச் செலுத்தலாம்.

இடைப்பட்ட காலத்தில் வாடிக்கையாளர் தனக்குத் தேவையான பொருள்களைப் பணம் கொடுக்காமலே வாங்கிக் கொள்ளலாம். ஒவ்வொரு மாதமும் குறிப்பிட்ட நாளில் இந்தத் தொகையை பைசல் செய்துவிடவேண்டும்.

மளிகைக் கடையில் கடன் சொல்லிப் பொருள்களை வாங்கிக் கொண்டு, அடுத்த மாதத் தொடக்கத்தில் மொத்தமாகப் பணம் கொடுக்கும் கடன் வசதியின் இணைய வடிவம்தான் இது. ரொக்கமில்லா பரிவர்த்தனையின் இன்னொரு வடிவமாக இதைக் கொள்ளலாம். வாடிக்கையாளர் கடன் கணக்கை நிர்வகிப்பதில் தொழில்நுட்பம் கை கொடுப்பதால் வேறு ஒரு நிறுவனம் பொறுப்பேற்றுக்கொண்டு, மளிகைக் கடையில் பொருட்களை வாங்கிக்கொள்ள வழி செய்கிறது.

நிறுவனத் தரப்பில் இது கொஞ்சம் ரிஸ்க்கான மாடல்தான்.ஆனால் இணையத் தொழில்நுட்பம் ஏற்படுத்தித் தந்துள்ள புதிய வாய்ப்பு களைப் பயன்படுத்திக்கொண்டு புதுமையான வசதியாக இதை பேலேட்டர் தளம் வழங்குகிறது. பொருளாதார நோக்கில் இது நீடித்திருக்கக் கூடியதாக இருக்கும் என்பது கேள்விக்குறியது என்றாலும் எதிர்காலத்தில் இதே வகையைச் சேர்ந்த மேலும் பல சேவைகள் அறிமுகமாக வாய்ப்புள்ளது. அவற்றில் சில நமக்கு இன்றியமையாததாகக்கூட அமையலாம்.

இந்த எண்ணத்தை வலுப்படுத்தக்கூடிய இன்னொரு உதாரணமாக ஜேட்டா மணி சேவை அமைகிறது. இந்தத் தளம் இணையத்தில் கிரெடிட் கார்டு இல்லாமலே பொருள்களை வாங்க வழி செய்யும் சேவையை அளிக்கிறது. இணையத்தில் ஷாப்பிங் செய்யும்போது, பணம் செலுத்த கிரெடிட் கார்டு அல்லது டெபிட் கார்டு வேண்டும். ஆனால் ஜேட்டா மணி மூலம் அதன் வலைப்பின்னலில் உள்ள தளங்களில் பொருள்களை வாங்கினால், கார்டு இருக்கவேண்டிய அவசியமில்லை. ஏனெனில் வாடிக்கையாளர் உடனடியாகப் பணம் செலுத்தவேண்டிய தேவையே இல்லை. ஜேட்டா மணி அனுமதி மூலம் பொருள்களை வாங்கிக்கொள்ளலாம். அதற்கான தொகையை இந்தத் தளமே செலுத்திவிடும். வாடிக்கையாளர், அந்தத் தொகையை மாதத் தவணையாகப் பின்னர் செலுத்திக்கொள்ளலாம்.

கடனில் பொருள்களை வாங்கிக் கொண்டு பின்னர் தவணை முறையில் செலுத்தும் வசதி போன்றதுதான் இது. ஆனால் இணைய யுகத்துக்கு ஏற்ப, கிரெடிட் கார்டு இல்லாமல் மின்வணிகத் தளங்களில் பொருள் களை வாங்கிக் கொள்ளும் வசதியாக இதை ஜேட்டா மணி வழங்குகிறது. ஆனால் எல்லா மின் வணிகத் தளங்களிலும் பயன்படுத்த முடியாது. ஜேட்டா மணி ஒப்பந்தம் செய்துள்ள தளங்களில் மட்டுமே பயன்படுத்தலாம். எனினும் புதுமையான சேவை என்பதில் சந்தேகமில்லை.

இதே வகையான வசதியை பஜாஜ் பின்சர்வ் நிறுவனம் கார்டு மூலம் வழங்குகிறது. நிறுவனம் வழங்கும் கார்டைப் பெற்றுக்கொண்டால், அந்த கார்டை டெபிட் கார்டு போலப் பயன்படுத்தி பொருள்களை வாங்கிக் கொண்டு பின்னர் தவணை முறையில் அதை அடைத்துக் கொள்ளலாம். கடனில் பொருள்களை வாங்குவதற்கான டெபிட் கார்டு போன்றது என வைத்துக்கொள்ளுங்கள்.

இதைப் போலவே மாத ஊதியம் பெறுபவர்களுக்கான பிரத்தியேக கார்டும் இருக்கிறது. ஜேட்டா கார்டுதான் அது. விற்பனை நிலையங்களில், ஜேட்டா கார்டு ஏற்கப்படும் எனும் ஸ்டிக்கர் ஒட்டியிருப்பதை நீங்கள் பார்த்திருக்கலாம். இந்த கார்டை கொண்டு பொருள்களை வாங்கலாம் என இதற்குப் பொருள். இது என்ன புதிய கார்டாக இருக்கிறதே என நீங்கள் யோசிக்கலாம். உணவுப் பொருள்கள் போன்றவற்றை வாங்குவதற்கான கார்டு இது. எல்லோரும் இதைப் பயன்படுத்தமுடியாது. பெரிய தனியார் நிறுவனங்களில் அதிகச் சம்பளம் வாங்கும் ஊழியர்கள் மட்டுமே பயன்படுத்த முடியும். ஏனெனில் இது அவர்களுக்காக அறிமுகம் செய்யப்பட்டது.

தனியார் நிறுவன ஊழியர்கள் மட்டும் என்ன ஸ்பெஷல் என்று நினைக்க வேண்டாம். உண்மையில், அவர்களின் வரிச்சலுகைக்கான பணப் பரிவர்த்தனை தீர்வாகவே இந்த கார்டு உருவாக்கப்பட்டுள்ளது. குறிப்பிட்ட அளவுக்கு மேல் சம்பளம் பெறும்போது அதற்கு வருமான வரி செலுத்த வேண்டும். வருமான வரியைக் குறைக்கப் பல வழிகள் இருக்கின்றன. அவற்றில் ஒன்று,சம்பளத்தொகையில் ஒரு பகுதியைப் பணமாகப் பெறாமல் உணவு போன்றவற்றுக்கான படியாகப் பெறுவது. இந்தப் படிகள் சம்பளக் கணக்கில் வராது. எனவே வரி செலுத்தவேண்டாம்.

பல நிறுவனங்கள், இந்தத் தொகையை உணவு கூப்பன்களாக வழங்கிவிடுகின்றன. இதே உணவு கூப்பன்களை ஜேட்டா டெபிட் கார்டு வடிவில் வழங்குகிறது. படிகளைக் கணக்கிடுவதிலும், நிர்வகிப்பதிலும் உள்ள சிக்கல்களும் , நடைமுறைகளுக்கும்

பொறுப்பேற்றுக்கொண்டு இந்த கார்டை நிறுவனம் வழங்குகிறது. நிறுவனங்களும் விட்டது தொல்லை என ஜேட்டா கார்டை அளிக்க ஒப்புக்கொள்கின்றன. ஊழியர்கள் சம்பளப் படிக்கு ஏற்ப ஜேட்டா கார்டு அவர்களுக்கான தொகையை அளிக்கிறது. அவர்கள் இதை டெபிட் கார்டு போலப் பயன்படுத்தி பணம் செலுத்தாமல் பொருள்களை வாங்கிக்கொள்ளலாம்.

இதே முறையில் அரசாங்கங்களும்கூட, ஏழைகளுக்கான மானியங்களை ஸ்மார்ட் கார்டு வடிவில் வழங்கலாம். நேரடியாகப் பயனாளிகளுக்கு கார்டில் தொகையை அளிக்கலாம் என்பதால் இடையில் யாரும் கை வைக்க முடியாது.

இப்படி, ரொக்கமில்லா பரிவர்த்தனை பலவிதப் பரிமாணங்களைக் கொண்டிருக்கிறது. தொழில்நுட்பம் புதிய வகையில் பணப் பரிவர்த்தனையைச் சாத்தியமாக்கியுள்ளது. அதை நடைமுறை வாழ்க்கையில் பயன்படுத்திக்கொள்ளும் வகையிலான வழிமுறைகளை உருவாக்குவதன்மூலம் புதிய சேவைகளை உருவாக்கமுடியும்.

30

ரொக்கமில்லா பரிவர்த்தனை எந்த அளவு பாதுகாப்பானது?

ரொாக்கமாகப் பணத்தைக் கையில் வைத்திருப்பது ரிஸ்கானது என்பது ரொக்கத்துக்கு எதிராகவும், ரொக்கமில்லா பரிவர்த்தனைக்கு ஆதரவாகவும் சொல்லப்படும் கருத்து. இது ஓரளவு உண்மையானது தான். பர்சில் ரொக்கமாக வைத்திருக்கவில்லை எனில் வழிப்பறி, திருட்டு போன்றவை பற்றிக் கவலைப்படவேண்டாம். டிஜிட்டல் முறையில் பரிவர்த்தனை செய்துகொள்ளலாம். வங்கிக் கொள்ளை போன்றவையும் நிகழ வாய்ப்பில்லை.

டிஜிட்டல் பரிவர்த்தனை என்பது முற்றிலும் பாதுகாப்பானது தானா? இந்தக் கேள்விக்கான பதில் சங்கடம் தரக்கூடியது. ரொக்கப் பரிவர்த்தனையைப் போலவே ரொக்கமில்லா பரிவர்த்தனையிலும் சில அபாயங்கள் இருக்கின்றன. கிரெடிட் கார்டு அல்லது டெபிட் கார்டு விவரங்கள் களவாடப்படலாம். அதற்காகவே முகம் தெரியா கள்வர்கள் இணைய உலகில் வலைவீசிக்கொண்டிருக்கின்றனர். டிஜிட்டல் பரிவர்த்தனைக்காக கிரெடிட் கார்டைப் பயன்படுத்தும் போது இந்த ஹேக்கர்கள் பலவிதங்களில் இடைமறித்து கார்டு விவரம் மற்றும் பாஸ்வேர்டைத் திருடும் வாய்ப்புள்ளது. இந்தத் தகவல்களைக் கொண்டு அவர்கள் எளிதாக வங்கிக் கணக்கில் உள்ள தொகையைச் சுருட்டுச்சென்றுவிட முடியும்.

இந்தத் தவறு பலவித காரணங்களினால் நிகழலாம். கார்டு விவரங்களைச் சமர்ப்பிக்கும் தளத்தில் பரிவர்த்தனைக்கான பாதுகாப்பு நடைமுறை வலுவாக இல்லாத பட்சத்தில் ஹேக்கர்கள் எளிதாகக் கைவரிசை காட்டலாம். அப்படியே பாதுகாப்பு வலுவானதாக இருந்தாலும்கூட, ஒரு சின்ன ஓட்டை இருந்தாலும் அதுவழியே உள்ளே நுழைந்துவிடலாம். தனி மனிதர்களும் இதனால் பாதிக்கப் படலாம். வங்கி மற்றும் நிதி அமைப்புகளும்கூட பாதிக்கப்படலாம். பணமதிப்பு நீக்க நடவடிக்கை அறிமுகமாவதற்குச் சில வாரங்களுக்கு முன்புதான் 30 லட்சத்துக்கும் மேற்பட்ட வாடிக்கையாளர்களின் டெபிட் கார்டு விவரங்கள் களவாடப்பட்டதாகச் செய்தி வெளியானது.

ஏடிஎம் இயந்திரங்களை இயக்கும் மென்பொருளில் இருந்த குறையைப் பயன்படுத்திக்கொண்டு ஹேக்கர்கள் கார்டு விவரங்களைப் பெற்றதாகக் கூறப்பட்டது. இது வெளியே தெரிந்த செய்தி. சின்னதும் பெரிதுமாக இதைப் போன்ற மீறல்கள் நிறைய நடந்துகொண்டிருப்ப தாக அஞ்சப்படுகிறது. இவை பெரும்பாலும் வெளியே வராமல் மூடிமறைக்கப்படுவதாகவும் சொல்லப்படுகிறது.

சைபர் பாதுகாப்பு வல்லுநர்களிடம் பேசினால் உள்ளூர் முதல் உலக அளவில் நடைபெற்ற மீறல்கள், மோசடிகள் பற்றிய திடுக்கிடும் கதைகளைச் சொல்வார்கள். பொதுவாக வாடிக்கையாளர்கள் மற்றும் வங்கியாளர்களைவிட ஹேக்கர்கள் சாமர்த்தியசாலிகள். டிஜிட்டல் பரிவர்த்தனை அமைப்பில் உள்ள சிறிய கோளாறு அல்லது குறைகளை அவர்கள் மிக லாவகமாகப் பயன்படுத்தி டிஜிட்டல் கன்னம் வைக்கின்றனர். ஒருமுறை, தவறான பணக்கட்டளையைச் செயல் படுத்தி வங்கதேச வங்கி ஒன்றில் இருந்து கோடிக்கணக்கிலான தொகையை வேறு நாட்டில் உள்ள வங்கிக் கணக்குகளுக்கு எளிதாக மாற்றிவிட்டனர். இப்படிப் பல உதாரணங்கள் இருக்கின்றன. டிஜிட்டல் பரிவர்த்தனை அதிகமாகும்போது இத்தகைய தாக்குதல்களும் அதிகமாகும்.

வேறுபல வழிகளிலும் மோசடி நடக்க வாய்ப்பிருக்கிறது. ஆசை காட்டும் ஈமெயில் அல்லது குறுஞ்செய்தி வடிவில் பயனாளிகளிடம் இருந்து அவர்களை அறியாமலேயே கார்டு விவரங்கள் அல்லது வங்கிக் கணக்கு விவரங்களைக் கறந்துவிடமுடியும். இந்த உத்திகளை எல்லாம் சமூகப் பொறியியல் மூலமான வலைவிரிப்பு என்கின்றனர். இதைத் தடுப்பதற்காகதான் சைபர் வல்லுனர்கள், பாஸ்வேர்டு பாதுகாப்பில் கவனம் செலுத்துங்கள் என்று வலியுறுத்திக் கொண்டிருக்கின்றனர். வங்கிகள் தங்கள் பங்குக்கு, நாங்கள் யாரிடமும் பாஸ்வேர்டை குறுஞ்செய்தி வடிவிலோ போனிலோ கேட்டதில்லை என்று மீண்டும் மீண்டும் நினைவுப்படுத்திக்கொண்டிருக்கின்றன. ஆனால் அனுபவசாலிகளே இத்தகைய வலைவிரிப்புகளில் சிக்கிவிடும்

போது, டிஜிட்டல் பரிவர்த்தனைக்கு அதிகம் பழகாத குழப்பமான புதிய பயனாளிகள் ஏமாற்றப்படும் வாய்ப்பு அதிகம்தான்.

இவை தவிர வாலெட்டுகள் பயன்பாடு, இணைய வங்கிச்சேவை பயன்பாடு என எல்லாமே கொஞ்சம் ரிஸ்கானதுதான். அதிலும் நம் நாட்டில் சைபர் பாதுகாப்பில் இன்னமும் போதுமான கவனம் செலுத்தப்படவில்லை என்பதுதான் உண்மை. இரண்டு அடுக்குப் பாதுகாப்பு, ஒருமுறை பாஸ்வேர்டு போன்ற நடவடிக்கைகளை எல்லாம் மீறி, இணைய சேவைகளில் உள்ள பாதுகாப்பு அம்சங்களை இன்னமும் மேம்படுத்த வேண்டியிருக்கிறது. மென்பொருள் வடிவில் பாதுகாப்பு அரண் அமைத்தாலும்கூட, ஊழியர்கள் அறியாமல் செய்யும் தவறு அல்லது கவனக்குறைவு ஹேக்கர்களுக்குப் பின்வாயில் கதவைத் திறந்துவிட்டது போலாகிவிடும்.

அது மட்டுமல்ல, இணைக்கப்பட்ட உலகில் எங்கோ ஓரிடத்தில் கன்னி வைப்பதன்மூலம், வங்கி அல்லது நிதி அமைப்பின் வலைப்பின்னலுக்குள் ஊடுருவ வழி வகுக்கலாம். இவை எல்லாம் மேலோட்டமான உதாரணங்கள். சைபர் உலகில் மேலும் பெரிய ஆபத்துகளும் விபரீதங்களும் காத்திருக்கின்றன. ஆனால், இவையெல்லாம் டிஜிட்டல் பரிவர்த்தனையில் உள்ள சிக்கல்கள்தானே தவிர தடைகள் அல்ல. உண்மையில் ரொக்கமில்லா பரிவர்த்தனைக்கு மாறாவிட்டாலும்கூட டிஜிட்டல் மயமாக்கப்பட்ட சமூகத்தில் இத்தகைய ஆபத்துகள் எண்ணற்ற வடிவங்களில் காத்திருக்கின்றன. ரொக்கமில்லா பரிவர்த்தனையால்தான் ஒருவர் டிஜிட்டல் தாக்குதலுக்கு இலக்காக வேண்டும் என்றில்லை. நேரடியாகத் தாக்குதலுக்கு இலக்காகாமலேயே மறைமுகமாகப் பாதிக்கப்படலாம். வங்கிப்பணிகள், அரசு அலுவலகங்கள், நிறுவனப் பணிகள் என்று பெரும்பாலும் கம்ப்யூட்டர் மயமாக்கப்பட்டு, இணைக்கப்பட்ட சமூகத்தில் ஹேக்கர்கள் எந்த இடத்தில் வேண்டுமானாலும் கைவரிசை காட்டலாம். அதன் பாதிப்பு எல்லோருக்குமானதுதான்.

கம்ப்யூட்டருக்கும், செல்போனுக்கு பழக்கப்பட்ட மக்கள் திடீரென்று ஒரு நாள், மோசமான சைபர் தாக்குதலால் தரவுகள் எல்லாம் கொள்ளையடிக்கப்பட்டால் என்ன செய்வது? திடீரென்று ஓர் அலுவலகத்தில் இத்தகைய தாக்குதல் நடைபெறலாம். ஒரு நிறுவனத்தில் நடைபெறலாம். ஒரு நாள் காலை திடீரென்று உங்கள் நிறுவனத்தின் தரவுகள் எல்லாம் காணாமல் போனால் என்னாகும்? ஓர் அரசு அலுவலகத்தில் இப்படி நடந்தால் என்னாகும்? அப்படியெல்லாம் நடக்காது என்னும் உறுதிமொழியை ஒருவராலும் இங்கே அளிக்க முடியாது. அப்படி நடக்காமல் இருக்க என்ன செய்யவேண்டும் என்றும்

ஒருவராலும் சொல்லமுடியாது. அப்படி நடந்துவிட்டால் என்னாகும் என்பதற்கும்கூட ஒருவரிடமும் பதிலில்லை என்பதுதான் உண்மை.

இனி வரும் காலத்தில் நாடுகளுக்கு இடையிலான போர் என்பதும்கூட சைபர் வெளியில்தான் நிகழும் என்று சிலர் எச்சரிக்கின்றனர். இப்போதேகூட பல நாடுகள் சைபர் உளவாளிகளை ஏவிவிட்டு எதிரி நாடுகளில் குழப்பத்தை உண்டாக்க முயல்கின்றன. இந்த விஷயத்தில் சீனா மிகவும் முன்னணியில் இருப்பதாகச் சொல்லப்படுகிறது. இந்திய அளவில் இது போன்ற தாக்குதலைத் தடுக்க, பதிலடி கொடுக்கப் பல மட்டங்களில் நடவடிக்கை எடுக்கப்பட்டிருக்கிறது. ஆனால் இன்னமும் பரவலான விழிப்புணர்வு தேவை.

டிஜிட்டல் தாக்குதல் என்பது நம் காலச் சமூகத்தின் யதார்த்தம். பணப் பரிவர்த்தனை முறைக்கும் இது பொருந்தும். எனவே இத்தகைய தாக்குதல்களுக்கு எதிரான பாதுகாப்பு மற்றும் தற்காப்பை அதிகமாக்குவது சரியாக இருக்கும். பணப் பரிவர்த்தனையைப் பொருத்தமட்டில், இன்னும் தெளிவான கொள்கை தேவை என வல்லுனர்கள் வலியுறுத்துகின்றனர். டிஜிட்டல் திருட்டு நடைபெறும் போது புகார் செய்யும் நடைமுறை, விசாரணைக்கான வழிமுறை மற்றும் நஷ்டஈடு தொடர்பான தெளிவான வழிமுறைகள் உருவாக்கப் படவேண்டும். அப்பாவி பயனாளி டிஜிட்டல் பரிவர்த்தனையால் இழப்புக்கு உள்ளாகும்போது என்ன செய்வது, யாரிடம் முறையிடுவது எனத் தெரியாமல் அல்லாடும் நிலை ஏற்றதல்ல.

டிஜிட்டல் பாதுகாப்பை உறுதி செய்ய இன்னும் நிறைய கொள்கை முடிவுகளும் நடவடிக்கைகளும் தேவை. பயனாளிகள் மத்தியில் விழிப்புணர்வும் அதிகமாகவேண்டும். ரொக்கமில்லா பரிவர்த்தனை மூலம் இதை விரைவாக்கலாம்.

தரவுகள் யாருக்குச் சொந்தம்?

ரொக்கமில்லா பரிவர்த்தனையின் பாதுகாப்பு போலவே, பயனாளிகளின் தரவுகள் தொடர்பான பாதுகாப்பும் முக்கியமானது. ரொக்கமில்லா பரிவர்த்தனைக்குச் சாதகமாகச் சொல்லப்படும் அம்சம், அது பரிவர்த்தனை சுவட்டைப் பதிய வைக்கிறது என்பதுதான். டிஜிட்டல் முறையில் மேற்கொள்ளப்படும் ஒவ்வொரு பரிவர்த்தனை தொடர்பான தகவலும் பதிவாகிறது. பணம் யாருக்குக் கொடுக்கப் பட்டது, எதற்காகச் செலவிடப்பட்டது என்பது உள்ளிட்ட சகலவித மான தகவல்களும் பதிவாகியிருக்கும். இந்தத் தகவல்களைச் சேகரிப்பது மிகவும் எளிதானது. எனவேதான் டிஜிட்டல் பரிவர்த்தனை பரவலாகும்போது வரி ஏய்ப்பு மற்றும் சட்டத்துக்குப் புறம்பான பரிவர்த்தனைகள் குறையும் எனக் கருதப்படுகிறது.

எனினும் இதற்கு இன்னொரு பக்கமும் இருக்கிறது. பயனாளிகளின் ஒவ்வொரு பரிவர்த்தனையும் பதிவாவது அவருக்கான தனியுரிமையைப் பாதிக்கும் வகையில் அமைந்துவிடும் அபாயம் இருக்கிறது. ரொக்கப் பணமாகக் கையாளும்போது, ஒருவர் எப்படிச் செலவு செய்கிறார் என்பது அவரது தனிப்பட்ட உரிமையாக அமைகிறது. அதில் தலையிடும் உரிமை யாருக்கும் கிடையாது. ஆனால் ரொக்கமில்லா பரிவர்த்தனை சமூகத்தில் இந்த உரிமை பலவிதங்களில் பாதிக்கப் படலாம். அரசு அமைப்புகள், வங்கிகள், தனியார் நிறுவனங்கள் எனப் பல தரப்பினரும் பயனாளிகளின் டிஜிட்டல் பரிவர்த்தனை விவரங் களைத் திரட்டும் செயலில் ஈடுபடலாம். அரசாங்கம் இதைக் கண்காணிப்பு நோக்கில் செய்ய வாய்ப்புள்ளது. வங்கி மற்றும் நிறுவனங்கள் இதை வாடிக்கையாளர்கள் விருப்பங்களைப் புரிந்து கொள்ள பயன்படுத்தலாம். இதனடிப்படையில் அவர்களுக்குப் புதிய சேவைகள் பரிந்துரைக்கப்படலாம்.

நாய் விற்ற காசு குறைக்குமா என்பார்கள். இணைய யுகத்தில் நாய் வாங்கிய காசு குறைக்குமா என்றும் கேட்கலாம். ஏனெனில் ஒருவர் நாய் வாங்கியிருக்கிறார் என்பதை டிஜிட்டல் பரிவர்த்தனைமூலம் அறிந்து கொள்ளலாம். இதன்மூலம் அவர் செல்லப்பிராணி பிரியர் எனத் தெரிந்துகொள்ளலாம். செல்லப் பிராணிகளுக்காக மட்டும் லட்சக் கணக்கில் செலவிடுபவர் என்றும் தெரிந்து கொள்ளலாம். வர்த்தக நிறுவனங்களுக்கு இவை எல்லாம் தங்கத்துக்கு நிகரான தகவல்கள். ஆனால் பயனாளிகளுக்கோ தலைவலியாக அமையக்கூடியவை.

பயனாளிகளின் டிஜிட்டல் அடிச்சுவட்டை வைத்து அவர்களின் கடன் தகுதியைத் தீர்மானிப்பதும் சாத்தியமாகிறது. இந்த வசதியைக் கொண்டு, சில புதுயுக நிறுவனங்கள் முற்போக்கான கடன் சேவை திட்டங்களை அறிமுகம் செய்திருந்தாலும், தனியுரிமை நோக்கில் இதுவும் பாதகமாக அமையலாம்.

எனவே பயனாளிகள் தொடர்பாக என்ன வகையான தகவல்கள் திரட்டப்படுகின்றன, அவற்றை எந்த அமைப்புகள் எல்லாம் அணுகலாம் போன்ற கேள்விகள் முக்கியமானவை. எல்லாவற்றையும் விட தரவுகள்மீது யாருக்கு உரிமை உள்ளது என்பது இன்னும்கூட முக்கியமானது.

ஆனால் பாதுகாப்புப் பிரச்னை போலவே இதுவும்கூட, இணைய யுகத்துக்குப் பொதுவானது. தனிப்பட்ட தரவுகளின் பாதுகாப்பு தொடர்பான அவசியத்தை டிஜிட்டல் பரிவர்த்தனையில் அது பயன் படுத்தப்படும் விதம் மூலம் தீவிரமாகவே உணரலாம். தரவுகள் பாதுகாப்பு தொடர்பான சட்டங்கள் இயற்றப்படவேண்டிய அவசியத்தை இதன்மூலம் புரிந்துகொள்ளலாம்.

பரிவர்த்தனை கட்டணங்கள்

ரொக்கத்தில் என் பணம் எனும் உரிமை இருக்கிறது. டிஜிட்டல் பணத்தில் அது சாத்தியமாவதில்லை எனும் கருத்து சொல்லப்படுகிறது. இதை வெறும் பணம் மீதான உணர்வு ரீதியிலான பிணைப்பு என்று மட்டும் ஒதுக்கிவிட முடியாது. நிச்சயம் ரொக்கப் பயன்பாட்டில் பலவித சாதகமான அம்சங்கள் இருக்கவே செய்கின்றன. ரொக்கப் பணத்தை ஒருவர் விருப்பம் போல செலவு செய்யலாம். விரும்பிய நேரத்தில் செலவு செய்யலாம். ஆனால் டிஜிட்டல் பரிவர்த்தனையில் பலவிதங்களில் வரம்புகள் இருக்கின்றன. இவற்றில் சில பாதுகாப்பு நோக்கிலானது என்றாலும்கூட நடைமுறையில் சிக்கலை ஏற்படுத்தக்கூடியவை.

மேலும் ரொக்கமில்லா பரிவர்த்தனை தொடர்பாக எழுப்பப்படும் முக்கியமான கேள்வி, அது கட்டணங்களைக் கொண்டிருப்பது தொடர்பானது. ரொக்கப் பயன்பாட்டுக்கு எந்தக் கட்டணமும் இல்லை. டிஜிட்டல் பரிவர்த்தனைக்குப் பலவித கட்டணங்கள் இருக்கின்றன. என் பணத்தை நான் செலவு செய்ய ஏன் கட்டணம் செலுத்தவேண்டும் என்பது மக்களின் ஆவேசமான கேள்வி.

இந்தப் பிரச்னையைப் பொருத்தவரை பரிவர்த்தனை மற்றும் சேவை கட்டணங்கள் புரிந்து கொள்ளப்படும் விதங்களிலும் தவறு இருக்கிறது. அதே நேரத்தில் வங்கிகள் தரப்பில் இவை வலியுறுத்தப்படும் விதத்திலும் தவறு இருக்கிறது. ரொக்கமாகப் பணம் கைமாறும்போது, எத்தனை பேரிடம் கைமாறினாலும் அதே மதிப்புதான் இருக்கிறது. ரொக்கமில்லா பரிவர்த்தனையில் ஒவ்வொரு கட்டத்திலும் பரிவர்த்தனை கட்டணமாகச் சிறு தொகை குறைந்துகொண்டே போவதாகச் சொல்லப்படுகிறது.

நிச்சயமாகப் பரிவர்த்தனை கட்டணம் என்பது ஒரு பிரச்னைதான். வங்கிகளும் நிதி அமைப்புகளும் இதுவரை இவற்றைத் தங்களுக்குச் சாதகமாகப் பயன்படுத்திக்கொண்டிருக்கின்றன. ஆனால், இந்தக் கட்டணங்கள் முறைப்படுத்தப்பட வேண்டும் எனும் கருத்து வலியுறுத்தப்படுகிறது. அதிலும் ரொக்கமில்லா பரிவர்த்தனைக்கான வசதி அடிப்படை கட்டமைப்பாகும்போது, இலகுத்தன்மை அடிப்படையில் கட்டணம் வசூலிக்கப்படுவதைக் கைவிட வேண்டும் எனும் கருத்து முன்வைக்கப்படுகிறது. பரிவர்த்தனை கட்டணம் குறைக்கப்பட வேண்டும் என்பதோடு, டிஜிட்டல் பரிவர்த்தனையை ஊக்குவிக்கும் வகையில் சலுகைகள் அளிக்கப்பட வேண்டும் என்ற கருத்தும் முன்வைக்கப்படுகிறது. வங்கிகள் இறங்கி வருவதைத் தவிர வேறுவழியில்லை.

அது மட்டும் அல்லாமல் பயனாளிகள் தங்களது தேவைக்கேற்ப பரிவர்த்தனை வசதிகளைத் தேர்ந்தெடுத்துக்கொள்ளலாம். இவற்றில்

கட்டணமில்லா வழிகளும் இருக்கின்றன. கட்டண வழிகளும் இருக்கின்றன. உதாரணமாகத் தொலைவில் உள்ள குடும்பத்தினருக்குப் பணம் அனுப்பி வைக்க சிறிதளவு கட்டணம் செலுத்த வேண்டி வரலாம். இங்கு, உடனடியாகப் பணம் அனுப்பும் வசதியே முக்கியம். மணி ஆர்டருக்கு பணம் செலுத்துவது போலதான் இதுவும்.

பேரிடர் பாதுகாப்பு

மற்றொரு முக்கியமான கேள்வி பேரிடர் காலங்களில் டிஜிட்டல் உள்கட்டமைப்பு பாதிக்கப்படும்போது என்ன செய்வது என்பதுதான். 2015ல் சென்னையை உலுக்கிய பெருமழையின் போது செல்போன் இணைப்பு துண்டிக்கப்பட்டு, கிரெடிட் கார்டு மற்றும் ஏடிஎம் கார்டுகளைப் பயன்படுத்த முடியாமல் தவித்த அனுபவம் நினைவுக்கு வரலாம். இதே போன்ற பாதிப்பு மீண்டும் நிகழ வாய்ப்புள்ளது. பேரிடர் காலங்களில் டிஜிட்டல் பரிவர்த்தனை பாதிக்கப்படாமல் இருப்பதற்கான வழிகள் உருவாக்கப்பட வேண்டும்.

இதைவிட முக்கியமான விஷயம், தற்போது சட்டம் ஒழுங்கு நோக்கில் அல்லது தேசியப் பாதுகாப்பு நோக்கில் செல்போன் சேவை மற்றும் இணைய இணைப்புகள் முடக்கப்படுவது சகஜமாக இருக்கிறது. இது போன்ற தருணங்களில் டிஜிட்டல் பரிவர்த்தனை வசதி பாதிக்கப்பட்டால் என்னாகும் என்பது அரசாங்கங்கள் பதில் சொல்ல வேண்டிய விஷயம்.

உண்மையில் முழுக்க முழுக்க டிஜிட்டல் பரிவர்த்தனை சாத்தியமாகும் போது, பரிவர்த்தனை வசதிகளின்மீது அரசுகளுக்கு ஒருவித சர்வாதிகாரம் வருவதற்கான வாய்ப்பு உள்ளது. இது போன்ற பிரச்னைகளை எதிர்கொண்டு நியாயமான தீர்வு காண வேண்டும்.

மையமாக்கப்பட்ட அமைப்பில்லாத, அனாமதேய தன்மையைக் கொண்ட பிட்காயின் போன்ற தொழில்நுட்பத் தீர்வுகள் இருப்பதையும் உணர வேண்டும். பணத்தில்கூட, டிஜிட்டல் வடிவிலான பணத்தில் அனாமதேயப் பயன்பாடு சாத்தியம் எனும் கருத்து முன்வைக்கப் படுகிறது. ரொக்கமில்லா பரிவர்த்தனை புதிய சாத்தியங்களோடு புதிய சவால்களையும் கொண்டிருக்கிறது. அவற்றை நாம் எதிர்கொள்ள வேண்டும்.

துணைநின்ற கட்டுரைகள், நூல்கள்

1. எதிர்காலம் எப்படி கடந்த காலத்தை உருவாக்கியது; ரொக்கமில்லா சமூகத்திற்கான ஆய்வு - பெர்னார்டோ படீஸ் லாசோ, தாமஸ் ஹை, டேவிட் ஸ்டீர்ன்ஸ் (Bernardo Batiz-Lazo and Thomas Haigh and David L. stearns)

   mpra.ub.uni-muenchen.de/34846/1/MPRA_paper_34846.pdf

2. உங்கள் உள்ளங்கையில் பணத்தை கொண்டு வருகிறது பேபால்: www.wired.com/1999/07/paypal-puts-dough-in-your-palm/

3. பேபால் மற்றும் ஸ்டார்டிரெக் ஸ்காட்டி... : www.paypalobjects.com/html/pr-121799.html

4. ஜான் டிபோல்டு: கம்ப்யூட்டர் யுகத்தின் தீர்கதரிசி: www.nytimes.com/2005/12/27/nyregion/john-diebold-79-a-visionary-of-the-computer-age-dies.html?_r=0

5. ஹான் டிபோல்ட்; தானியங்கி பயன்பாடு முன்னோடி: articles.latimes.com/2005/dec/30/local/me-diebold30

6. கம்ப்யூட்டர் முன்னோடி : www.atarimagazines.com/creative/v10n11/271_A_computerized_cashless_s.php

7. மொபைல் பண திட்டங்கள்: www.gsma.com/mobilefordevelopment/programmes/mobile-money

7. மைக்ரோசேவ் வலைப்பதிவு: blog.microsave.net/tag/mobile-money-1

8. மொபைல் பணத்தில் கென்யா முன்னோடியானது ஏன்? www.economist.com/blogs/economist-explains/2013/05/economist-explains-18

9. கண்ணுக்குத்தெரியாத வங்கி: voices.nationalgeographic.com/2012/07/04/the-invisible-bank-how-kenya-has-beaten-the-world-in-mobile-money/

10. *மொபைல் மூலம் பணம் அனுப்புவதை உலகில் முதலில் நிகழ்த்திய கென்யா:* www.theguardian.com/money/2007/mar/20/kenya.mobilephones

11. *இந்தியாவில் மொபைல் பணம் வெற்றிபெறாதது ஏன்?:* qz.com/222964/why-mobile-money-has-failed-to-take-off-in-india

12. *ஆப்பிரிக்காவில் மொபைல் போன்கள் எப்படி ரொக்கத்தை மறையச்செய்தன?:* www.theglobeandmail.com/news/world/how-mobile-phones-are- making-cash-obsolete-in-africa/article12756675

13. *ஆப்கனிஸ்தான் எப்படி தொழில்நுட்பப் புரட்சியில் முன் நிற்கிறது?:* world.time.com/2013/03/02/how-afghanistan-is-on-the- leading-edge-of-a-tech-revolution

14. *மொபைல் பணத் தோற்றம் குறித்த மாயைகள்:* www.ignaciomas. com/announcementsfoundingmythsofmobilemoney

15. *எகோ வளர்ச்சிக் கதை:* www.eko.co.in

16. *சரியான எகோ முறையை உருவாக்குவது:* www.thesmartceo.in/magazine/starting-up/creating-the-right-eko-system.html

17. *டிஜிட்டல் ரீசார்ஜில் இருந்து டிஜிட்டல் பணத்துக்கு...* inc42.com/buzz/eko-startup-story

18. *இந்தியாவில் வசதியின் ஆற்றலை உணர்த்தும் பீம்:* www.cgap.org/blog/beam-india-demonstrates- power-convenience

19. *பீம் வலைப்பதிவு:* blog.beam.co.in/category/Beam-in-News?page=2

20. *இட்ஸ்கேஷ் வலைப்பதிவு:* itzcash.com/consumer-solutions/cards/itzcash-prepaid-card

21. *இந்தியர்களுக்கு சுவிதா:* yourstory.com/2013/10/suvidhaa-paresh-rajde-haresh-bhatija

22. *டிஜிட்டல் கடனுக்கான இந்திய துவக்கம்:* www.cgap.org/blog/indian-start-digital-credit

23. *கிராமீன் போன் நிறுவன இணையதளம்:* www.grameenphone.com

24. *இக்பால் காதிர் நிகழ்த்திய டெட் உரை:* www.ted.com/speakers/

iqbal_quadir

25. *இக்பால் காதிர் பேட்டி:* knowledge.wharton.upenn.edu/article/how-iqbal-quadir-built-grameenphone

26. *வங்கதேசப் பொருளாதாரத்தைத் தலைகீழாக மாற்ற ஒரு முயற்சி:* archive.boston.com/ae/media/articles/2008/03/24/a_bottom_up_plan_to_turn_bangladeshs_economy_upside_down/?page=2

27. *நிதித் திரட்டலில் மொபைல் பணம்:* vc4a.com/blog/2013/08/05/fundraising-m-changa-kenyas-successful- mobile-money-crowdfunding-platform

28. *இந்தியாவின் முதல் டிஜிட்டல் கிராமம்:* www.thehindu.com/opinion/op-ed/at-akodara-indias-first-digital-village/article7418012.ece

29. *பெட்டிக்கடைகள்மூலம் ஏழைகளுக்கான வங்கிச்சேவை;* www.mitpressjournals.org/doi/pdf/10.1162/INOV_a_00062

30. *ரொக்கமில்லா தன்மை :* blog.imtfi.uci.edu/2013/02/funny-money-roundup-5-cashlessness.html

31. *ரொக்கமில்லா சமூகம் :மேம்பட்ட இந்தியாவுக்கான ஒரு பயணம்:* www.linkedin.com/pulse/cashless-journey-better-india-even-bharat-abhishant-pant

32. *ரொக்கமில்லா உலகைக் கற்பனை செய்வது:* www.newyorker.com/magazine/2016/10/10/imagining-a-cashless-world

33. *ரொக்கத்தைக் கொல்லக்கூடிய ஸ்வீடிஷ்காரர்...:* www.wired.com/2016/05/sweden-cashless-economy

34. *ரொக்கமில்லா சமூகத்துக்கு வழிகாட்டும் ஸ்வீடிஷ்காரர்:* www.bbc.com/news/business-37504589

35. *ஏழைகளை ஏழ்மையில் வைத்திருக்கும் ரொக்கம்:* business.time.com/2012/05/22/how-cash-keeps-poor-people-poor

36. *ரொக்கத்திற்கு குட்பை:* nextbillion.net/a-farewell-to-cash/

37. *ரொக்கமில்லா ஆண்டு:* www.chatelaine.com/living/budgeting/cashless-society-could-you-live-a-whole- year-cash-free-one-man-tries-it-out

38. *ரொக்கமில்லா சமூகத்தைக் கண்டு அஞ்சவேண்டுமா?* www.salon.com/2012/03/12/should_we_fear_a_cashless_society

39. *கேஷ்லெஸ் யாசகம்:* www.washingtonpost.com/news/morning-mix/wp/2016/01/31/being-homeless-is-my-business-says-professional-panhandler-who-accepts-credit-cards

40. *கார்டுகளும் மறையும்:* thenextweb.com/insider/2015/12/14/banks-of-the-future-are-already-here/#.tnw_Iu0jMjBB

41. *ரொக்கமில்லா பரிசோதனை:* www.slate.com/articles/business/cashless_society/2012/02 the_cashless_society_one_man_s_quest_to_survive_without_bills_or_coins_.html

42. *ரொக்கமில்லா சமுகத்தின் பலன்கள்:* www.quora.com/What-are-the-advantages-disadvantages-of-cashless-transaction-in-India

43. *பணத்தின் முடிவு:* www.amazon.in/End-Money-Counterfeiters-Preachers-Dreamers/dp/0306818833

44. *பணத்தின் எதிர்காலம்:* spectrum.ieee.org/static/future-of-money

45. *ரொக்கமில்லா சமூக பாதுகாப்பு:* www.thehindu.com/opinion/op-ed/Securing-a-cashless-society/article16723302.ece

46. *சைபர் பாதுகாப்பு மாநாடு:* bit.ly/2pK0BYb

47. மாற்றத்துக்கு வித்திடும் மொபைல் பணம், எம்-பெசா வெற்றிக்கதை-உலகுக்கு வழிகாட்டிய கென்யா! ஆகிய கட்டுரைகள் 'தினமலர்' நாளிதழில் வெளியானவை.

---

www.ingramcontent.com/pod-product-compliance
Lightning Source LLC
LaVergne TN
LVHW060454051026
849518LV00002B/768
9788184937404